विला कॅथर यांची सर्वोत्कृष्ट साहित्यकृती. विसाव्या शतकातील अमेरिकन साहित्यातील दर्जेदार ऐवज...

– एडिटर एरिक डॉट कॉम

न्यू मेक्सिकोच्या सृष्टिसौंदर्याचा आरसा. तिथलं सामाजिक जीवन सुधारण्यासाठी दोन ख्रिस्ती धर्मगुरूंनी केलेल्या साहसाची यशोगाथा..

– स्टडी डॉट कॉम

एका साम्राज्याच्या जडणघडणीचा यथासांग आढावा घेणारी आणि दक्षिणपूर्व अमेरिकेतील तत्कालीन राहणीमानाचं दर्शन घडवणारी अप्रतिम साहित्यकृती..

– लिटररी लेडिड गाईड

'Death Comes for Archbishop' या कादंबरीचा अनुवाद

देवाची माणसे

विला कॅथर

अनुवाद
विजय तेंडुलकर

मेहता पब्लिशिंग हाऊस

Please contact us at **Mehta Publishing House,** Pune 411030.
✆ +91 020-24476924 / 24460313 / Mob. No. 9545000513
Email : production@mehtapublishinghouse.com
Website : www.mehtapublishinghouse.com

- *या पुस्तकातील लेखकाची मते, घटना, वर्णने ही त्या लेखकाची असून त्याच्याशी प्रकाशक सहमत असतीलच असे नाही.*

DEATH COMES FOR THE ARCHBISHOP by Willa Cather

Translated into Marathi Language by Vijay Tendulkar

देवाची माणसे / अनुवादित कादंबरी

अनुवाद : विजय तेंडुलकर

Email : author@mehtapublishinghouse.com

मराठी अनुवादाचे व प्रकाशनाचे हक्क मेहता पब्लिशिंग हाऊस, पुणे.

प्रकाशक : सुनील अनिल मेहता, मेहता पब्लिशिंग हाऊस,
१९४१, सदाशिव पेठ, माडीवाले कॉलनी, पुणे ४११०३०.

मुद्रक : ट्रिनिटी ॲकॅडमी फॉर कॉर्पोरेट ट्रेनिंग लिमिटेड

मुखपृष्ठ : चंद्रमोहन कुलकर्णी

प्रकाशनकाल : मेहता पब्लिशिंग हाऊस यांची दुसरी आवृत्ती डिसेंबर, २०१९

किंमत : ₹ २८०

P Book ISBN 9789353172701
E Book ISBN 9789353172718
E Books available on : amazonkindle Apple Books Google Play Books

---

अनुक्रमणिका

उपोद्घात

मुक्काम रोम

१८४८ साल. उन्हाळ्याचे दिवस. संध्याकाळ. रोमचे दर्शन घडविणाऱ्या सबाइन टेकड्यांवरच्या एका वाड्यावरच्या उद्यानात तीन कार्डिनल्स आणि अमेरिकेकडून आलेला एक अमेरिकन बिशप असे चौघे एकत्र भोजनाला बसले होते. गच्चीवरून दिसणाऱ्या रमणीय दृश्यासाठी तो वाडा प्रसिद्ध होता. हे चौघे बसले होते ते उद्यान गच्चीच्या दक्षिण टोकाखाली सुमारे वीस फूट खाली होते. वर वेलींनी मढलेला मोठा उतार आणि या उतारालाच खडकाची एक सपाटी येऊन तिथे हे उद्यान वसलेले होते. वरच्या भागाशी हे उद्यान बऱ्याच दगडी पायऱ्यांनी जोडलेले होते. कुंडीतल्या कण्हेरीच्या आणि संत्र्याच्या झाडांत मधोमधच्या वाळूने झाकलेल्या चौकोनात भोजनाचे टेबल ठेवलेले होते. वरच्या विस्तीर्ण ओक वृक्षांनी त्याला दाट छाया दिली होती. पलीकडल्या कठड्यापलीकडे खूप खाली, खोल, मोठी सपाटी पसरली होती. नितळ आणि अखंड. नजर रोखील असे थेट रोमपर्यंत मध्यंतरी काही नव्हते.

तसे बरेच लवकर स्पॅनिश कार्डिनल आणि त्यांचे ते पाहुणे भोजनाला जमले होते. सूर्य मावळायला अजून तास तरी होता. त्या तासात रंगांची नुसती उधळण होणार होती, होत होती. नितळ सपाटीपलीकडे रोमची आकृती आकाशाला उगाच कुठे कापीत होती तेवढीच. स्पष्टसा दिसत होता केवळ 'सेंट पीटर्स'चा कळस. एखाद्या मोठाल्या फुग्याच्या जरा बसकट माथ्याप्रमाणे तो निळसर सावळा कळस वाटत होता. त्याच्या नितळ पृष्ठभागावर उगीच कुठे धातूची चकाकी रेंगाळत होती. उतरत्या संध्याकाळी अशा तऱ्हेने भोजनाला बसण्याची कार्डिनलची काहीशी विक्षिप्त पद्धत होती. या वेळी उन्हाच्या बदलामुळे आणि सूर्याच्या गतीमुळे वातावरणात एक चैतन्य भासे. या बदलाचा, गतीचा परिपूर्ण उत्कर्ष होई तो तरी किती नेत्रदीपक! भव्य! एकाच वेळी उत्कट आणि तरल! त्या वेळी लाली एकाच वेळी झळाळीने युक्त आणि शतगुणित अशा नंदादीपांच्या सोज्ज्वळ प्रभेची आठवण देणारी असे. ओकच्या झाडात हा प्रकाश घुसे, अगदी जणू आरपार होई. फांद्या उजळून उठत, पालवीला धूसरता येई. संत्र्याच्या झाडाची हिरवी पाने आणि कण्हेरीची गुलाबी फुले या तेजाने मढून सोन्याची होत. आसमंतातली

झुळझुळीत वस्त्रे, धातूंचे नितळ भाग आणि काचकाम या साऱ्यावर छायाप्रकाशाची गंमतशीर शिवाशीव चाले. मस्तकांना उन्हं लागू नये म्हणून त्या चौघांनी आपापली ठरावीक पद्धतीची लंबचौकोनी शिरोभूषणे पहेनली होती. तिघा कार्डिनल्सनी नारिंगी किनारी आणि नारिंगी बटणांची पायघोळ काळी महावस्त्रे परिधान केली होती आणि बिशपने एक लांब काळा कोट गुलाबी बंडीवर चढवलेला होता.

त्यांच्यातले बोलणे काही कामासंबंधानेच चालले होते. काम असे की बाल्टिमोरच्या प्रादेशिक मंडळाकडून एक विनंती अपेक्षित होती– न्यू मेक्सिकोमध्ये एक 'ॲपॉस्टॉलिक व्हिकरेट' स्थापन करण्यात यावे अशा अर्थाची. दक्षिण अमेरिकेशी नुकत्याच जोडण्यात आलेल्या उत्तर अमेरिकेतला हा एक भाग– हा न्यू मेक्सिको. हा भाग तसा त्या चौघांपैकी कोणालाच– मिशनरी बिशपलादेखील– तसा फारसा माहितीचा किंवा परिचयाचा नव्हता. इतालियन आणि फ्रेंच कार्डिनल त्याचा उल्लेख 'ल मेक्सिक' असा करीत होते, तर भोजनाचे स्पॅनिश यजमान 'नवस्पेन' म्हणून त्याला संबोधित होते. या भागात 'व्हिकरेट' सुरू करण्याबाबत या तिघांतही तसा विशेष उत्साह नव्हता आणि मिशनरी फादर फेरँडला तो पुनःपुन्हा जागवावा, डिवचावा लागत होता. फादर फेरँड जन्माने आयरिश, कुळीने फ्रेंच. खूप फिरला वावरलेला. दक्षिण अमेरिकेच्या नव्या जगात उल्लेखनीय कामगिरी केलेला. या चौघांत बातचीत चालली होती फ्रेंचमध्ये; चालू घडामोडींची चर्चा कार्डिनल्सनी अस्खलित लॅटिनमध्ये करण्याचा काळ केव्हाच मागे पडला होता.

फ्रेंच आणि इतालियन कार्डिनल मध्यम वयाचे आणि मोठ्या तंदुरुस्त शरीरप्रकृतीचे होते. त्यातला नॉर्मन होता तो अंगाने भरलेला, प्रशस्त होता. व्हेनिशिअन कार्डिनल होता कृश, फिक्कट, बाकदार नाकाचा. त्यांचा यजमान, गार्सिया मारिआ द ॲलांद अद्याप तसा तरुण होता. कांती गव्हाळी. त्याचा लांबट चेहरा मात्र, त्याच्या पूर्वजांच्या तैलचित्रातल्या चेहऱ्याची बरीच सुधारलेली आवृत्ती वाटावी असा होता, कारण त्याची आई इंग्लिश होती. डोळे, जिवणी यात इंग्लिश वळणाचा सुखद उमदेपणा प्रतीत होई.

सोळाव्या ग्रेगरीच्या कारकिर्दीच्या उत्तर काळात द ॲलांदचे व्हॅटिकनमध्ये मोठे वजन होते; परंतु मग दोन वर्षांमागे ग्रेगरी ख्रिस्तवासी झाल्यावर द ॲलांद या आपल्या वडिलार्जित वाड्यावर येऊन राहिला होता. नव्या 'पॉण्टिफ'च्या एकेक सुधारणा त्याला पटत नव्हत्या; धोक्याच्या आणि अव्यवहार्य वाटत होत्या; म्हणूनच राजकारणातून त्याने अंग काढून घेतले होते. आपले कार्य 'सोसायटी ऑफ द प्रॉपगेशन ऑफ द फेथ' (ख्रिस्ती तत्त्वज्ञानाच्या प्रसारार्थ ग्रेगरीने स्थापन केलेली संस्था) पुरते मर्यादित केले होते. मोकळ्या वेळात कार्डिनल टेनिस खेळे. इंग्लंडमध्ये असताना- पोरवयात- या खेळाचे त्याला वेडच होते. लॉन टेनिस

अद्याप प्रचारात आले नव्हते; आणि कार्डिनल खेळे तो खेळ घरात खेळण्याचा होता. लांबलांबून, अगदी स्पेन आणि फ्रान्सहून या खेळाचे हौशी चाहते कार्डिनलशी दोन डाव टाकण्याकरता येत, इतके कार्डिनलचे या खेळावर प्रभुत्व होते.

या तिघांनंतरचा उरलेला चौथा माणूस, बिशप फेरँड, यांच्या मानाने बराच वृद्ध आणि हडसभडस वाटत होता. वृद्ध वाटत नव्हते त्याचे निळेशार स्वच्छ डोळे. 'ग्रेट लेक्स'च्या बर्फाळ टापूत त्याचे कार्यस्थळ होते. आणि या भागात, ऐन हिवाळ्यात, तीव्र वाऱ्यावादळांना तोड देत एकट्याने घोड्यावरून फिरण्यामुळे त्याच्या कायेतला मृदू पणा पार हरपला होता. तजेला गेला होता. काही कामानिमित्त तो इथे बसलेला होता आणि आपला मुद्दा तो वारंवार पुढे सरकवीत होता. इतरांपेक्षा त्याचे घास भराभर संपत होते. त्यामुळे रदबदली आणि युक्तिवाद करायला त्याला बराच वेळ सापडत होता. त्याच्या पानातले वाढलेले इतके लवकर संपत गेले की फ्रेंच कार्डिनल म्हणाला, "नेपोलियनला जेवताना सांगाती म्हणून हा उत्तम ठरला असता!"

बिशप दिलगिरीसाठी हात वर फेकून खदखदून हसला. म्हणाला, "मंडळी, रीतभात मी विसरलो असण्याची अगदी शक्यता आहे. कारण माझ्या मनावर मोठा भार आहे. न्यू मेक्सिकोचा तो अवाढव्य विस्तार अमेरिकेला जोडला गेला आहे, त्याचे खरे महत्त्व तुम्हाला इथे तसे कळणे अशक्य. तिथल्या 'व्हिकरेट'ला काही वर्षांत 'एपिस्कोपल सी'चा दर्जा देण्यात येईल. या 'सी'चा अंमल मग केवढ्या टापूवर चालेल, आहे माहीत? रशिया वगळला तर उरलेल्या मध्य आणि पश्चिम युरोपहून हा भाग मोठा असेल! या भागातल्या बिशपच्या हातून फार महान घडामोडींचे मार्गदर्शन घडेल."

व्हेनिसचा कार्डिनल पुटपुटला, "घडामोडी तशा ढीग झाल्या आहेत, पण त्यांतून निष्पन्न काही होत नाही. फक्त डोकेदुखी आणि पैशाच्या मागण्या."

मिशनरी फेरँड त्याच्याकडे वळला. नम्रपणेच म्हणाला, "युअर एमिनन्स, इकडे जरा ध्यान देऊन ऐका आणि समजावून घ्या अशी प्रार्थना. मी म्हणतो हा टापू सोळाव्या शतकात फ्रान्सिस्कन फादर्सनी प्रथम धर्मप्रसाराचे क्षेत्र बनवला. त्यानंतर तीनशे वर्षे त्याच्याकडे सतत दुर्लक्ष होत आले आहे. आणि तरीही अद्याप तिथली ख्रिस्ती श्रद्धा नष्ट झालेली नाही. हा भाग स्वतःला अद्याप केविलवाण्या अट्टहासाने 'कॅथॉलिक'च म्हणवतो. कोणाचे मार्गदर्शन वा सल्लामसलत नसताना, आपल्या परीने धर्मकृत्ये पार पाडीत असतो. जुनी चर्चेस मोडकळून पडली आहेत. आहेत ते धर्मगुरू असंघटित आणि नेतृत्वहीन आहेत. धर्मकृत्यांबाबत ते हयगय करतात आणि त्यातले काही तर उघड उघड रखेल्या बाळगतात. आता तिथे प्रागतिक सरकार आले असल्यामुळे ही घाण वेळीच न निस्तरली, तर

साऱ्या उत्तर अमेरिकेत आपल्या हितसंबंधांना धक्का पोचेल.''

फ्रेंच कार्डिनलने विचारले, ''पण ही मिशन्स अद्याप तर मेक्सिकोच्याच अखत्यारीत आहेत, होय ना?''

मारिआ द ॲलांदने याला जोडून विचारले, ''म्हणजेच ड्युरँगोच्या बिशपच्या 'सी'च्या अखत्यारीत?''

मिशनऱ्याने उसासा टाकला. तो म्हणाला, ''युअर एमिनन्स, ड्युरँगोचा बिशप आता म्हातारा झाला आणि त्याच्या पीठापासून सँता फे पंधराशे इंग्रजी मैल लांब आहे. गाडीच्या सडका नाहीत. कालवे नाहीत. ज्यातून प्रवास करावा अशा नद्या नाहीत. खेचरांवर माल लादून सारा व्यापार व्यवहार चालतो. आहेत त्या वाटा धोक्याच्या, बेभरवशाच्या. त्या बाजूचा ओसाड भाग तर विशेष भयंकर. म्हणजे पाण्याच्या टंचाईचे किंवा इंडियन लोकांकडून होणाऱ्या कत्तलीचे नाही म्हणत मी; हे तर तिकडे नेहमीचे होऊन बसले आहे. पण सारी भुई आहे तीच अध्येमध्ये फाटलेली. तिला असंख्य विवरे आणि भगदाडे. एकेक विवर कधी दहा फूट खोल तर केव्हा हजार फूट खोल! असल्या मार्गाने मालवाहू खेचरे घेऊन वेळीअवेळी जायचे म्हणजे कल्पना करा. बरे, चुकवू, टाळू म्हणावे तर काही चुकत आणि टळत नाही. आता समजा ड्युरँगोच्या बिशपने एखाद्या चुकार पाद्र्याला पत्र पाठवून बोलवून घ्यायचे म्हटले, तर त्याला कोण आणून हजर करणार? निदान आज्ञेचे पत्र त्या पाद्र्याच्या हाती पोचले याची तरी खात्री कोण देणार? टपाल येते जाते ते फासेपारधी, सोन्यामागे भटकणारे लोक अशा मिळेल त्या माणसांकरवी.''

नॉर्मन कार्डिनलने चषक रिता करून ओठ निपटले.

''तर मग रहिवाशांचे काय?'' त्याने विचारले. ''हे सगळे जर फिरते लोक, तर त्या भागातले रहिवासी असे कोण उरले?''

''एकंदर सुमारे तीस इंडियन जमाती, राज्ये, मसिए. यांतल्या प्रत्येकाला त्याची बोली, त्याचे रीतिरिवाज आणि या सर्वांत परस्परवैमनस्य; इतके की मुडदे पडतात. त्याशिवाय मेक्सिकन्स हे जात्या श्रद्धाळू लोक. त्यांच्यावर कसले संस्कार नाहीत, बापजाद्यांच्याच श्रद्धेला चिकटून जगतात ते.''

मारिआ द ॲलांद म्हणाला, ''ड्युरँगोच्या बिशपकडून मला एक पत्र आले आहे. त्यात त्याने नव्या नेमणुकीकरता त्याच्या व्हिकरची शिफारस केली आहे.''

बिशप फेरँड यावर उद्‌गारला, ''युअर एमिनन्स, या जागी स्थानिक रहिवाशांपैकी धर्मगुरू नेमल्यास ती फार दुर्भाग्याची गोष्ट होणार आहे. या भागात धर्माच्या कामात हे लोक फारसे उपयोगाचे ठरलेले नाहीत. त्यातून तुम्ही म्हणता तो व्हिकर वयोवृद्ध आहे. नवा व्हिकर हवा तो तरणाबांड हवा. अंगापिंडाने भक्कम,

जोमदार, आणि मुख्य म्हणजे हुशार. त्याची गाठ असणार रानवटपणाशी. आडमुठ्या अज्ञानाशी. त्याचे झगडे होणार बेमुर्वत धर्मगुरूंशी. आणि राजकीय घालमेलीतही त्याला गुंतवण्यात येण्याचा सतत संभव. तो माणूस हवा तो असा हवा की प्राणाचीही तमा न करता त्याने पवित्र धर्माज्ञांची तामिली केली पाहिजे.''

स्पॅनिश कार्डिनलने पाहुण्यावर नजर लावली तेव्हा त्याच्या तपकिरी बाहुल्यांत एक वेगळी छटा उमटून गेली. तो म्हणाला, ''मला वाटते, इतके ज्याअर्थी तुम्ही बोलता त्याअर्थी तुमच्या मनात कोणी उमेदवार असला पाहिजे.''

''बरोबर ओळखलेत, मसिए–'' बिशप तत्काळ म्हणाला. ''फ्रेंच मिशनऱ्यांबाबत आपणा दोघांचे मत सारखे असल्याचे जाणून मला संतोष वाटतो आहे.''

कार्डिनल सहजपणे म्हणाला, ''हूं. उत्तम धर्मप्रसारक असतात ते. आमच्या स्पॅनिश पूर्वजांतून चांगले हुतात्मे निघाले; पण फ्रेंच जेसुइटांचे कार्य याहून मोठे म्हटले पाहिजे. संघटक म्हणून त्यांच्यासारखे तेच.''

व्हेनिशियन कार्डिनलने पृच्छा केली, ''जर्मन्सपेक्षा उजवे, म्हणता?'' त्याचा जात्या ओढा ऑस्ट्रियन रक्ताकडे होता.

स्पॅनिश कार्डिनल म्हणाला, ''जर्मन्स व्यवस्थितपणात उजवे; परंतु योजकता सांगावी तर ती फ्रेंच मिशनऱ्यांचीच. स्थल-काल-परिस्थितीनुरूप ते उत्तम प्रकारे जुळवून घेतात. तारतम्याने विचार करण्याचा प्रयत्न करतात. तो जणू त्यांचा नादच असतो.'' एवढे बोलून तो पुन्हा बिशपकडे वळला. म्हणाला, ''पण महाराज, हे मद्य तुम्ही का उपेक्षित आहात? वीस वर्षांचा तुमचा कॅनडातला शीण धुऊन जावा म्हणून मुद्दाम हे ठेवणीतले मद्य मी आज बाहेर काढले. तुमच्याकडे असले मद्य नसेलच मिळत!''

तसा भरलेला ठेवून दिलेला चषक हाती घेत बिशप सस्मित म्हणाला, ''फार सुरेख मद्य आहे हे, युअर एमिनन्स; मलाही समजते. परंतु असल्या साठ्याच्या मद्याची रुची गेली आहे माझी मध्यंतरीच्या काळात. आमच्या तिकडे थोडी व्हिस्की नाहीतर हडसन बे कंपनीची रम काम भागवते. पॅरिसमध्ये शांपेनची लज्जत मात्र मला खरीखुरी उमगली, हे मला कबूल केलं पाहिजे. चाळीस दिवस समुद्रावर होतो आम्ही. त्यातून सागरी प्रवासाचे आणि माझे वाकडे.''

''तर मग तुम्हाला ती द्यायला हवी.'' यजमानाने नोकराला खूण केली. बिशपला विचारले, ''थंड आवडते का तुम्हाला? आणि तुमच्या उमेदवार व्हिकरला? तो त्या नव्या नेमणुकीच्या भागात काय पिणार, काय खाणार?''

बिशप म्हणाला, ''तो खाईल म्हशीचे वाळवलेले मांस, आणि मिरचीबरोबर फ्रिजोल्स. तहान लागली तर आनंदाने मिळेल तेव्हा मिळेल तसले पाणी पिईल. त्याचे तिथले जीवन फारसे सुखाचे जाणार नाही, युअर एमिनन्स. तो प्रदेश

पावसाच्या धारा पिऊन घेतो तसे त्याचे तारुण्य आणि सामर्थ्य पिऊन घेईल. सर्व प्रकारच्या त्यागाची, प्रसंगी हौतात्म्याची तयारी त्याला ठेवावी लागेल. गेल्या साली सान फर्नांदिझ द ताओसच्या इंडियनांनी अमेरिकन गव्हर्नर आणि इतर डझनभर गोऱ्या माणसांना कापून आणि उसवून टाकले. स्थानिक पाद्र्याला त्यांनी बाकी ठेवले याचे कारण एकच. तो पाद्रीच त्यांच्या उठावाचा म्होरक्या होता! त्यानेच या कत्तलीचा कट आखून दिला होता. न्यू मेक्सिको हा असा आहे!''

''तुमचा उमेदवार सध्या कुठे असतो, फादर?''

''माझ्याच 'डायकोज'मध्ये लेक ओटारियोच्या किनाऱ्यावरल्या टापूंत धर्मगुरू म्हणून तो काम पाहतो. आज नऊ वर्षे मी त्यांचे काम बघतो आहे. तक्रारीला म्हणून जागा नाही. त्या मानाने वय म्हणावे तर जेमतेम पस्तिशीचे, सेमिनरीमधून तो बाहेर पडला तो आमच्याकडेच दाखल झाला.''

''त्याचे नाव?''

''जी मारी लतूर.''

आसनात मागे रेलून मारिआ द ॲलांदने आपल्या सडसडीत बोटांची टोके एकमेकांवर जुळवली आणि काही विचार करीत सर्वांकडे एकदा पाहिले.

''परंतु फादर फेरँड, गोष्ट अशी की या नव्या जागेवर बाल्टिमोरचे कौन्सिल शिफारस करील त्यालाच नेमण्याकडे वरिष्ठांचा साहजिक कल असणार.''

''ते खरेच, युअर एमिनन्स; पण तुम्ही कौन्सिलकडे शब्द टाकला तर– चौकशी म्हणून म्हणा, सूचना म्हणा–''

यावर स्मित करीत कार्डिनल म्हणाला, ''तर काही ना काही वजन पडेल म्हणता? यात शंका नाही; पण हा तुमचा लतूर हुशार आहे म्हणता? त्यावर काय आपत्ती आणता आहा ही तुम्ही! पण, मला वाटते, त्यांच्या सध्याच्या अवस्थेहून नवी अवस्था फार अवघड किंवा कष्टांची ठरू नये. अर्थात तुमच्या टापूविषयीचे माझे ज्ञान म्हणजे फेनिमोअर कूपरच्या कादंबऱ्यांतून गोळा केलेले. इंग्लिशमधले त्यांचे अनुवाद मी रस घेऊन वाचतो. पण मला सांगा, या तुमच्या उमेदवाराकडे बुद्धिमत्ता चांगल्यापैकी आहे म्हणता? कलेची जाण आहे का त्याला? निदान जुजबी?''

''परंतु मसिए, त्याची आवश्यकता त्याला कुठून भासणार? त्यातून तो मूळ औव्हर्नचा आहे.''

तिघा कार्डिनल्समध्ये मोठे हास्य पिकले. त्यांनी चषक पुन्हा भरून घेतले. पाहुण्या मिशनऱ्याच्या चिकाटीच्या, एकसुरी आग्रहाने, आर्जवांनी त्यांची मने सुखावली आणि सुस्तावली होती.

यजमान– स्पॅनिश कार्डिनल– म्हणाला, ''मंडळी, जरा इकडे ध्यान द्या. एक

छोटीशी गोष्ट सांगतो, तोवर हे बिशप माझ्याकडली शँपेन चाखून मला उपकृत करतील. महाशय, तुम्ही आता उत्तर दिलेत तो प्रश्न विचारण्याला माझ्याकडे तसेच कारण आहे. व्हॅलेनिकाच्या माझ्या वडिलार्जित घरात मोठमोठ्या पेंटर्सनी काढलेली बरीच चित्रे आहेत. ती मुख्यतः माझ्या आजोबांनी जमवली. आजोबा त्या काळच्या मानाने श्रीमंत तर होतेच; शिवाय कलेचे मर्मज्ञ आणि रसिकही होते. त्यांनी जमवलेला एल ग्रेकोचा संग्रह तर साऱ्या स्पेनमध्ये बिनतोड ठरावा. आजोबांचे वय झाले असता, एक दिवशी न्यू स्पेनचा एक मिशनरी भिकेची याचना करीत आमच्या दारी आला. अमेरिकेच्या दोन्ही भागांतले मिशनरी तेव्हा, आजच्यासारखेच, सर्वसाधारणतः विपन्नावस्थेतच असत, बरे का बिशप फेरँड. या माणसाने आपल्या एकेक पराक्रमाच्या हकिगतींनी आजोबांवर वजन मारले आणि आमच्या आश्रयावर त्याचा जम मोठा चांगला बसला. 'चॅप्लेन'च्या गैरहजेरीत तोच धर्मकृत्ये उरकू लागला. म्हाताऱ्याकडून बरेच पैसे त्याने काढले, शिवाय इतर चीजवस्तू. द्यावे ते तो घेत असे. माझ्या आजोबांकडे त्याने त्याचे इंडियन टापूतले चर्च सजवण्याकरता एका पेंटिंगची मागणी केली. आजोबा म्हणाले, "आहेत त्यातले निवडा आणि घेऊन जा." मनात त्यांचा हिशेब असा की आपल्याला देता येईल असेच काहीतरी हा धार्मिक, भाबडा, रांगडा माणूस निवडणार. पण झाले भलतेच. त्या केसाळ मिशनऱ्याने नेमके उत्तम तेच चित्र निवडले. समाधिस्थ असा तरुण सेंट फ्रान्सिस. एल ग्रेकोचेच ते पेंटिंग. मॉडेल म्हणून अल्बुकर्कच्या अत्यंत देखण्या ड्यूकला बसवून ते केलेले. आजोबा कुरकुरले. त्यांनी विरोधही दर्शवला. धार्मिकदृष्ट्या इंडियनांना चटकन समजण्याजोगे, आवडण्याजोगे असे दुसरे एखादे चित्र उचलण्याला त्यांनी त्या मिशनऱ्याला सुचवले. त्यांच्या मते त्या रानवट लोकांना नाजूक– अगदी बायकी– सौंदर्याच्या सेंट फ्रान्सिसमध्ये काय राम वाटणार होता?

"परंतु व्यर्थ. मिशनऱ्याने आजोबांना ऐकवले ते वाक्य आमच्या कुटुंबात कायम राहून गेले आहे: 'तुम्ही हे चित्र मला नाकारता कारण हे फार चांगले चित्र आहे. पण लक्षात ठेवा, तुम्हाला हे प्रिय आहे त्याहून देवाला अधिक प्रिय आहे.'

"पेटिंग त्याने नेले. आजोबांच्या चित्रांच्या हस्तलिखित यादीत त्या क्रमांकापुढे लिहिले आहे : फ्रे तेओदोकिओला दिले– नव्या स्पेनमधील प्युएब्लो द सिआमधल्या त्याच्या चर्चच्या शृंगाराकरता.

"फादर फेरॅण्ड, या चित्राच्या संबंधात ड्युरँगोच्या बिशपशी माझा याआधी काही पत्रव्यवहार झाला आहे. त्याला मी सर्व हकिगत कळवली होती. त्याने लिहिले की, सिआचे चर्च फार मागेच उद्ध्वस्त झाले असून त्यातल्या सामानाची विल्हेवाट लागली. बहुधा चित्राचा नाश झाला असावा. किंवा कुठे तरी ढिगाऱ्यातून

नाहीतर सांदीकोपऱ्यात ते लपून राहिले असावे. तर तुमचा फ्रेंच उमेदवार या बाबतीत जाणता असेल आणि या नव्या जागेवर त्याला नेमण्यात आले तर कदाचित तो माझे हे चित्र शोधून काढण्याचे प्रयत्न करील.''

बिशपने मान हलवली. म्हणाला, ''तसे काही मी हमीपूर्वक सांगू शकत नाही. कारण मलाच त्या माणसाच्या या अंगाची नीटशी कल्पना नाही. तशा त्याच्या आवडीनिवडी बऱ्याच वरच्या दर्जाच्या आणि भरीव आहेत हे मला कळले आहे; पण एरवी तो फार अबोल आणि जेवढ्यास तेवढे वागणारा आहे, त्यामुळे स्पष्ट कल्पना नाही. आमच्या भागात काम करणे तसे सोपे नाही.''

''ते काही असले फादर, तरी पण फेनिमोअर कूपरच्या कादंबऱ्यांतून दिसतात ते तुमचे इंडियन्स मला मोठे आवडले आहेत. चला, आता कॉफी घेण्याकरिता आपण गच्चीवर जाऊ आणि तिथून सूर्यास्ताची मौज पाहू.''

आकुंचित पायऱ्यांवरून कार्डिनलने आपल्या पाहुण्यांना वर नेले. संधिप्रकाशात ती विस्तीर्ण फरशीची गच्ची तळ्यासारखी नितळ निळी भासत होती. उन्हं आणि बरोबर सावल्याही लोपल्या होत्या. खालच्या देखाव्यातले उंचसखल भाग आता गुलाबी दिसत होते. आभाळात बॅसिलिकाच्या कळसामागून लाल सोनेरी रंगांची नुसती उधळण होत होती.

तारे चमकू लागेपर्यंत ते धर्माधिकारी तिथेच फिरत, बोलत होते. अनेक विषय त्यांच्या संभाषणात येऊन गेले; परंतु राजकारण मात्र त्यांनी टाळले. कठीण प्रसंगी हे टाळण्याकडेच जबाबदार माणसांचा कल असतो. खुद्द पोपशी संबंधित अशा लोम्बार्ड युद्धाचा अवाक्षरानेही उल्लेख झाला नाही. त्याऐवजी तरुण 'व्हर्दी'च्या संगीतकावर बोलणे झाले, धर्मनिष्ठ होऊन तथाकथित चमत्कार करू लागलेल्या अँड्युलेशियामधल्या एके काळच्या नर्तकीवर चर्चा झाली. या संभाषणात त्या पाहुण्या मिशनऱ्याने बोलणे टाळले; इतकेच नव्हे तर त्यात त्याला काही रसही लागला नाही. मनाशी त्याने स्वतःलाच विचारले की दूर एकीकडे राहून, या चौरस माणसांच्या गप्पांचा कंटाळा यावा इतके आपण मागासलो का? आपापल्या स्थानाकडे सारे पांगण्याआधी मारिआ द ॲलांदने त्याच्या कानात, इंग्रजीत, एकच वाक्य ऐकवले, ''तुमचे मन द्विधा झाले आहे, फादर फेरँड. तुमच्या नव्या उमेदवाराबद्दल इतक्यातच निरुत्साही आणि प्रतिकूल बनलात? पण आता उशीर झाला आहे. जी मारी लतूर– बरोबर ना?''

पहिला खण्ड

१.

१८५१च्या शरदातली माध्यान्ह. मेक्सिकोच्या मध्यभागात कुठे तरी. पाहावी तिकडे ओसाडी. या ओसाडीतून तो एकुलता एक घोडेस्वार ओझ्याचे खेचर ओढीत वाट तुडवीत होता. तो वाट चुकला होता आणि चुकलेली वाट सुधारण्याच्या खटपटीत होता. यासाठी मदत अशी त्याला जवळच्या कंपासची आणि दिशांच्या अंदाजे ज्ञानाचीच काय ती होत होती. अडचण होती ती फार मोठी होती– भोवतालचा टापू अगदी वैशिष्ट्यहीन होता. किंवा इतक्या एकसारख्या वैशिष्ट्यांनी तो भरलेला होता की खूण म्हणून कसली ती पटत नव्हती. सर्व बाजूंना पाहावे तिकडे लाल मातीची छोटी छोटी टेकाडे पसरली होती. नजरेच्या चौफेर कक्षेत एखाद्या ठिकाणी इतकी एकसारखी टेकाडे कुठे असू शकतील यावर एरवी विश्वास बसला नसता; परंतु इथे ही वस्तुस्थिती होती. फटफटल्या पहाटेपासून तो ही असली टेकाडेच तुडवीत होता आणि इतकी वाटचाल करूनही जणू एका जागी उभे असल्यासारखे सारे दृश्य ठरावीक वाटत होते. तीस एक मैलांची मजल तुटली होती. कुठे विवरे टाळण्याकरता हेलपाटे घ्यावे लागले होते. आणि असेच वाटत होते की असेच अनिश्चित कालापर्यंत चालणार. वेगळे काही दिसणे, भासणे अशक्य. ही टेकाडे– ही होती एकसारखी एक, पण एकदा अशी वाटत तर एकदा तशी. आता ती मेक्सिकन ओव्हन्ससारखी– भट्ट्यांसारखी– वाटत होती. विटकरी लाल आणि झुडपांअभावी बरीचशी भगभगीत. नाही म्हणायला 'ज्युनिपर'ची रोपे कुठे कुठे दिसत होती. गंमत म्हणजे या रोपांनाही मेक्सिकन

भट्टीचाच बसकट त्रिकोणी आकार होता. भूमितीतले एखादे स्वप्न पाहत असल्याचा अनुभव त्या प्रवाशाला सकाळपासून येत होता. विटकरी बसकट त्रिकोणी टेकाडे. त्यावर हिरवी बसकट त्रिकोणी झुडपे. आणि टेकाडांची अशी दाटी की जणू एकमेकांना लटकताहेत, ढकलताहेत, उलथून पाडायला निघाली आहेत.

जात्या वस्तूच्या आकारांकडे विशेष लक्ष ठेवणारा तो प्रवासी भोवतालच्या या ठरावीक त्याचत्या पणामुळे त्या उन्हातान्हात बावून, गोंधळून गेला होता.

मेंदूवरचा या त्रिकोणाकृतींचा दाब किंचित हलका करण्याकरता प्रवाशाने डोळे किंचित्काळ घट्ट मिटून घेतले.

त्याने डोळे पुन्हा उघडले तेव्हा त्याची नजर खिळली ती ठरीव त्रिकोणात न बसणाऱ्या ज्युनिपरच्या एका झाडावर. याची वाढ फार दाट नव्हती. गाठीगाठीची दहा एक वाव उंच फांदी लांबून तिला वर दोन आडवे फाटे फुटले होते. फाटे फुटण्याच्या जागी किंचित वर तुरळक हिरवी पालवी होती. एका जिवंत झाडाने हा असा हुबेहूब क्रूसाचा आकार घेतला होता.

प्रवासी घोड्यावरून उतरला. खिशातून त्याने एक जुने, चुरगळलेले पुस्तक बाहेर काढले. डोक्यावरची टोपी उतरवून या झाडाच्या पायथ्याशी तो गुडघ्यांवर टेकला.

त्याच्या अंगावरच्या बकऱ्याच्या कातड्याच्या रायडिंग कोटच्या आत काळा डगला आणि चर्चमनची कॉलर आणि गळपट्टा होता. तरुण धर्मगुरू प्रार्थनेत रंगला होता. साधा धर्मगुरू नव्हे, हजारांत एक म्हणावा असा धर्मगुरू– हे एका दृष्टिक्षेपातच सांगता येत होते. त्याचे नत झालेले मस्तक सामान्य माणसाचे नव्हते– असामान्य बुद्धिमत्तेची देणगी या माणसाला असली पाहिजे हे त्यावरून कळत होते. भुवयांच्या ठेवणीवरून हा माणूस उदार, चिंतनशील वाटत होता; तर त्याचे रेखीव नाक-डोळे एक प्रकारचा निश्चयीपणा व्यक्त करीत होते. कोटाच्या बाह्यांतून डोकावणाऱ्या हातात स्वभावाची एक विशेष सात्त्विक ठेवण प्रतीत होत होती. एकंदरीने एखाद्या संस्कारसंपन्न घरंदाज घराण्यातला हा पुरुष वाटत होता. हा होता धडाडीचा, अत्यंत संवेदनक्षम मनाचा, सोज्ज्वळ– त्या तशा वैराण वातावरणातही त्याचे सारे हलणे-चालणे वैशिष्ट्यपूर्ण होत होते. साऱ्या वस्तुजाताबद्दल आदर आणि कदर बाळगणारा हा पुरुष होता तरी कोण? ईश्वराचे स्वरूप मानून एका झाडापुढे नम्र झालेला हा घोडेस्वार कोण?

जवळजवळ अर्धा तास त्याची प्रार्थना एकाग्रतेने चालली होती. नंतर तो त्यातून जागा झाला तेव्हा खूप तवाना वाटत होता. मोडक्यातोडक्या स्पॅनिशमध्ये त्याने थकलेल्या खेचराशी संभाषण सुरू केले. तो विचारात होता, चुकलेली वाट सुधारण्यासाठी अधिक पायपीट करणे त्याला पटत होते की नाही? त्याचे काय

म्हणणे होते? त्याच्या साठ्याचे पाणी संपले होते, आणि जनावरांच्या तोंडी आदल्या दिवसाच्या सकाळपासून पाण्याचा थेंब लागला नव्हता. रात्री या टेकाडांतच त्याने पाण्याची अपेक्षा न ठेवता कोरडा मुक्काम केला होता. ती जनावरे तहानेने मोठी व्याकूळ होऊन गेली होती; परंतु पाणी मिळेपर्यंत ती गात्रे गाळणार नव्हती. थांबणार नव्हती. असे तडफडण्यापेक्षा पाण्याच्या शोधात रखडणेच उचित वाटत होते.

टेक्सासमधल्या प्रदीर्घ प्रवासात पाण्याच्या दुर्भिक्षाचा अनुभव या प्रवाशाला तसा आला होता; कारण त्यांच्या काफिल्याला वाटेत वारंवार पाण्याच्या तुटपुंज्या पुरवठ्यावर दिवसचे दिवस निभवावे लागले होते. परंतु आताचे हाल काही वेगळेच होते. सकाळपासून अंगात कणकण भासत होती. तोंडाची रुची तापाने जावी तशी गेली होती. मधूनमधून चक्कर करत होती. ही त्रिकोणी टेकाडे झुंडींनी जवळ येऊन मागे पडत असताना त्याला प्रश्न पडला होता, औव्हर्नच्या डोंगरातल्या या रखडपट्टीचा अंत कुठे आहे की नाही? येशूच्या क्रूसावरून फोडलेल्या टाहोची त्याने स्वतःला जाणीव करून दिली. 'J'ai soif!' – येशूने फार काही सहन केले. फक्त एकच व्यथा त्याच्या ओठांबाहेर फुटली, 'J'ai soif!' – 'मी तृषार्त आहे.' दीर्घ तपस्येने तयार केलेल्या इच्छाशक्तीच्या ताकदीवर त्या तरुण धर्मगुरूने आपल्या जाणिवेतून स्वतःला काढून घेतले आणि येशूच्या– परमेश्वराच्या वेदनेचाच तो विचार करू लागला. येशूची तहान एवढेच सत्य उरले आणि त्याची व्याकूळता तिचाच एक अपरिहार्य भाग बनली.

घोडा अडखळला; त्याची विचारतंद्री भंगली. जवळच्या जनावरांविषयी त्याला स्वतःपेक्षा अधिक जाणीव, कणव होती. त्यांच्यातला तोच काय तो अक्कलहुशारी असलेला, जाणता, तोच विचारी. तोच एकटा माणूस. आणि त्यानेच त्यांना या न संपणाऱ्या उंचसखल वैराण प्रदेशात आणून टाकून त्यांच्या यातना वाढवल्या होत्या. विमनस्क स्थितीत आपल्याच विचारात राहून वाट चुकलो ही कल्पना त्याला डाचत होती. त्याच्यापुढे विचार होता त्याच्या परिस्थितीचा. 'बिशोप्रिक' कस मिळवावं? 'व्हिकरेट' नसलेला तो 'व्हिकर ॲपॉस्टोलिक' होता. त्याच्या 'कळपां'तल्यांना तो नकोसा झाला होता आणि म्हणून त्याला बाहेर काढून लावण्यात आले होते.

या प्रवाशाचे नाव जी मारी लतूर. वर्षामागे नेमलेला न्यू मेक्सिकोचा अधिकृत व्हिकर ॲपॉस्टोलिक. ॲगोथोनिकाचा बिशप. सिनसिनाटीमधून हा नेमणुकीचा विधी झाला. तेव्हापासून तो त्याच्या 'व्हिकरेट'च्या तपासात होता. सिनसिनाटीमध्ये न्यू मेक्सिकोची वाट त्याला कोणी सांगू शकले नाही– कारण कोणी त्या वाटेने त्याआधी मुळी गेलेच नव्हते. फादर लतूर अमेरिकेत आल्यापासून न्यूयार्क ते

सिनसिनाटी असा एक लोहमार्ग तयार झाला होता; पण तो सिनसिनाटीशीच संपला होता. एका अज्ञात भूखंडाच्या मध्यभागी न्यू मेक्सिको होता. ओहियोच्या व्यापाऱ्यांना तिकडे जाण्याचे दोन मार्ग ठाऊक होते. एक सेंट लुईपासून निघणारा 'सँता फे'चा मार्ग– पण तो भलताच धोक्याचा होता. कारण इंडियन लोकांचे हल्ले या मार्गात मोठ्या प्रमाणावर होत. फादर लतूरच्या स्नेह्यानी सुचवले की नदीमार्गाने न्यू ऑर्लिन्सला, तिथून मोठ्या बोटीने गॅल्व्हेस्टनला, तिथून पुढे टेक्सस पालथा घालून सान आन्तोनियोला आणि असे करीत रिओ ग्रँड व्हॅलीच्या वाटेने न्यू मेक्सिको गाठण्याचा प्रयत्न व्यवहार्य होता. हाच प्रवास त्याने केला होता, पण अडथळे केवढे आले होते! दुर्दैवाचे तडाखे किती आणि केवढाले बसले होते!

गॅल्व्हेस्टन बंदराशी त्याचे जहाज खडकावर फुटून बुडाले होते. जवळची पुस्तके सोडली तर सारी चीजवस्तू त्यात त्याने गमावली होती. पुस्तके तरी काय, प्राण पणाला लावला तेव्हाच हाती लागली. व्यापाऱ्याच्या एका काफिल्याच्या संगतीसोबतीने त्याने टेक्सस ओलांडले होते आणि सान आन्तोनियोशी पोचताना, उलटणाऱ्या गाडीतून उडी टाकण्याच्या प्रयत्नांत तो जखमी झाला होता. दुखावलेला पाय बरा होईतोवर तब्बल तीन महिने त्याला तिथेच एका गरीब आयरिश कुटुंबाकडे मुक्काम करावा लागला होता.

मिसिसिपीच्या प्रवासाला आरंभ केल्यानंतर जवळजवळ वर्षाने तो तरुण धर्मगुरू, उन्हाळ्यातल्या एका सूर्यास्ताला, त्याच्या उद्दिष्टाचे दर्शन घेऊ शकला. सॅन्ता फे! समोर वैराण माथ्याच्या, सुरकुतल्या हिरव्यागार डोंगरांच्या पायथ्यांशी टेकाडांसारख्या बुटक्या बुटक्या भुरकट आकृती घोळका करून बसल्यासारख्या दिसत होत्या. वादळात प्रचंड लाट उसळून फुटावी तसे या डोंगरांचे स्वरूप होते. त्यांचा हिरवा रंग गडद आणि फिक्या अशा दोन छटांचा होता. दोन्ही छटांचे पुंजकेच्या पुंजके सर्वभर एकमेकांत न मिसळता पसरलेले दिसत होते.

गाड्या पुढे सरकल्या आणि सूर्यही आणखी अस्तमान झाला; तशी डोंगरांच्या पायथ्याच्या लाल गुलाबी रंगाच्या टेकड्या उठून दिसू लागल्या. मध्यंतरीच्या एका सखल भागातून दोन प्रचंड बाहूंसारख्या त्या वर आल्या होत्या. त्या सखल भागात सँता फे होते! तुरळक, तुटक वाटणारे ते छोटेसे विटकरी गाव... मध्यंतरी हिरवळीचा चौकोन... सपाटीपासून खूप वर उठून आलेल्या मातीच्या दोन कळसांचे चर्च एका टोकाला. चर्चपासून लांबच लांब मुख्य सडक सुरू होत होती. झऱ्यापासून ओढा व्हावा तसे त्या चर्चपासून ते गाव वाढत, भरत, पसरत पुढे आले होते. संधिप्रकाशात चर्चच्या कळसांना आणि घरांच्या छतांना गुलाबी कळा आली होती. मागच्या टेकड्यांच्या अर्धवर्तुळाकृती गुच्छापेक्षा ही कळा जरा

अधिक गडद वाटत होती. मधूनमधून पॉप्लर्सचे तुरे या रंगाच्या उधळणीला झुलून, डोलून शोभा आणीत होते.

हे सर्व डोळे भरून पाहताना तो तरुण बिशप एकटा नव्हता; त्याच्या शेजारी घोड्यावर होता फादर जोसेफ व्हेलट. त्याचा बालमित्र. या प्रवासात त्याने त्याला साऱ्या हालअपेष्टांत आपली सोबत संगत दिली होती. हे दोघे मिळून सँता फेमध्ये प्रवेश करते झाले– ईश्वराच्या सत्तेचे सेवक म्हणून!

तर मग फादर लतूर 'फे' पासून मैलोगणती अंतरावरच्या या वाळवंटात, या वैराणीत कसा आला? यात त्याच्यापाशी माणसांचा आधार नव्हता, साधनांची सोबत नव्हती, तो वाट चुकला होता आणि परत योग्य वाटेला जाण्याचा मार्गही त्याला सापडत नव्हता.

तो सँता फेला पोचला आणि हकिगत अशी घडली : तिथल्या मेक्सिकन धर्मगुरूंनी त्याचा अधिकार मानण्याचे नाकारले. कोणी व्हिकरेट ॲपॉस्टोलिक वा बिशप ऑफ ॲगाथोनिका आपण ओळखत नसल्याचे त्यांनी सरळ सांगून टाकले. त्यांचे म्हणणे, ते होते ड्युरँगोच्या धर्मगुरूंच्या अखत्यारीखाली आणि त्याहून वेगळे काही त्यांना त्याच्याकडून कळलेले नव्हते. फादर लतूर जर त्यांचा नवा धर्मगुरू, तर त्याबद्दलची त्यांची अधिकारपत्रे कुठे होती? फादर लतूरला माहीत होते की ही अधिकारपत्रे योग्य त्या सूचनांसहित ड्युरँगोच्या धर्मगुरूकडे पाठवण्यात आली होती. परंतु त्यापलीकडे त्याबाबत काही घडलेले नसावे, हे त्याने आता जाणले. या जगात टपाल खाते नव्हते. ड्युरँगोच्या बिशपला विचारण्याचा तातडीचा आणि खात्रीचा मार्ग म्हणजे त्याला जाऊन भेटणे हाच होता. म्हणून जवळजवळ वर्षाच्या यातायातीनंतर सँता फे गाठल्यावर काही दिवसांनी फादर लतूर तसाच पुन्हा एकवार नव्या प्रवासाला एकटाच घोड्यावरून निघाला– हा नवा प्रवास निदान तीन सहस्र मैलांचा होता.

त्याला आधीच सांगून ठेवण्यात आले होते की, रिओ ग्रँड मार्गाला जागोजाग अनेक फाटे फुटत होते आणि त्याचा मार्ग चुकण्याची दाट शक्यता होती. म्हणून पाहिले काही दिवस तो फार जागरूक आणि सावध राहिला. मग त्याची जागरुकता ओसरली असावी, आणि एका चुकीच्या फाट्याला तो वळला, पुढे आला. वाट चुकली हे त्याला उमगले तेव्हा जवळचे अन्न संपून गेले होते आणि जनावरे परत फिरण्याला नाराज व्हावीत इतकी थकली होती. हाही मार्ग कुठे तरी पोचेलच असे मानून तो त्या मार्गानेच पुढे पुढे चालला होता आणि मार्ग तर अधिकाधिक अस्पष्ट होत होता.

अचानक फादर लतूरला त्याच्या घोडीत काही बदला जाणवला. प्रदीर्घ प्रवासानंतर प्रथमच तिने माथे वर उचलले आणि ती खूर चाळवून फुरफुरू

लागली. मागचे ओझ्याचे खेचर तसेच करू लागले. दोन्ही जनावरांनी वेग वाढवला. त्यांना पाण्याचा सुगावा तर लागला नसेल?

असा जवळजवळ तासभर उलटला, आणि मग दोन जुन्याच आकाराच्या टेकड्यांमधून वळसा घालून पुढे होताच दोन्ही जनावरे खिंकाळू लागली. खाली, वाळूच्या लाटालाटांच्या त्या अवकाशांत हिरवळीची एक रेषा आणि एक वाहता जलप्रवाह दिसत होता. जलप्रवाहाची रुंदी तशी फार नव्हती आणि लतूरने याआधी पाहिली होती त्याहून ही हिरवळ अधिक हिरवीजर्द होती. घोडीच्या मानेची, बाहुट्यांची वारंवार थरारणारी कातडी त्याला न जाणवती तर हे त्याने मृगजळ मानले असते, तहानेपोटचा भास मानला असता.

पुढे त्या तरुण धर्मगुरूला जवळून तिथे दिसले ते थंडगार वाहते पाणी, क्लोव्हरची शेते, कापसाचे मळे, बाभळीची झुडपे, उजळ हिरव्या बागांमधली छोटी छोटी घरे, ओढ्याकडे मेंढरांचा कळप हाकून नेणारा मेंढपाळ पोरगा.

काही क्षणांत, फार पाणी पिण्यापासून जनावरांना परावृत्त करण्याचा आटोकाट प्रयत्न तो करीत असता, डोक्यावर काळी शाल घेतलेली एक तरुण मुलगी त्याच्याकडे धावत आली. इतका दयार्द्र चेहरा किती दिवसांत आपल्याला दिसला नव्हता, असे त्याला वाटले. तिने अभिवादन केले ते अस्सल ख्रिश्चन पद्धतीने. आणि विचारले, "आपण कुठून आलात, सिनोर?"

प्रवासी स्पॅनिशमध्ये उत्तरला, "बाळे, वाट चुकलेला मी धर्मोपदेशक आहे. तहानेने जीव व्याकूळ झाला आहे."

"धर्मोपदेशक?" ती कळवळली. "छे! शक्य नाही! आणि तरीही मी तुम्हाला प्रत्यक्ष पाहते आहे! याआधी कधी अशी घटना इथे घडली नाही. माझ्या बाबांच्या प्रार्थनेला प्रभूने दिलेली ही 'ओ' असावी. पेद्रो, पळ, पळ, बाबांना आणि साल्व्हातोरला कळव जा."

२.

तासाभराने, वाळूच्या त्या टेकड्या अंधारल्यावर, तो तरुण धर्मगुरू त्या मेक्सिकन वसाहतीच्या प्रमुख स्थानी जेवायला बसला होता. त्या वसाहतीचे नाव Agua Secreta (लपलेला ओघ) असे असल्याचे त्याला कळले आणि ते नाव त्याला अत्यंत अन्वर्थक वाटले. टेबलाशी त्याच्यासमवेत त्याचा यजमान, म्हातारा बेनिटो, त्याचा वडील मुलगा आणि दोन नातू इतके जण होते. म्हातारा विधुर होता आणि ओढ्याशी धर्मगुरूला भेटलेली त्याची तरुण मुलगी जोसेफा हीच घराकडे पाहत असे. आताच्या जेवणात मांसाचे फ्रिजोल्स, भाकऱ्या, बोकडाचे

दूध, ताजे लोणी आणि पिकलेली सफरचंदे असे प्रकार होते.

पांढऱ्या शुभ्र भिंतींच्या या घरात पाऊल ठेवल्यापासून फादर लतूरला एक प्रकारची मानसिक शांती मिळाली होती. घरातला ओकेओकेपणा, साधेपणा, यातच त्याचा गोडवा होता. त्यांना जेवण वाढणाऱ्या आणि आता भिंतीशी अंधारात उभ्या राहिलेल्या गंभीर मुद्रेच्या जोसेफामध्ये असाच गोडवा त्याला वाटला होता. आता ती त्याच्यावरच आपली आतुर नजर खिळवून उभी होती. मेणबत्तीच्या प्रकाशात, सभोवार बसलेल्या त्या चार पुरुष माणसांत फादर लतूरला कमालीचे घरच्यासारखे वाटत होते. त्या सर्वांचे वागणे सौम्य आणि अदबशीर होते, आवाज मृदू आणि रुचण्याजोगे होते. फादर लतूरने जेवणाआधी प्रार्थना केली तेव्हा चौघे टेबलाशी जमिनीवर गुडघे टेकून बसले होते. त्यातला म्हातारा आजोबा तर म्हणत होता की त्यांच्या घरातले राहून गेलेले धर्मविधी उरकले जावेत म्हणून खुद्द ईश्वरानेच फादर लतूरला या वाटेने आणले होते. तशी त्यांची वसाहत आसपासच्या भागात कोणाला माहीत नसल्याचे तो म्हणाला. ते कसवीत त्या जमिनींची करारपत्रे त्यांच्याकडे नव्हती आणि तो म्हातारा, अमेरिकन्स जमीन काढून घेतील म्हणून भ्यायलेला होता. त्याने सांगितले त्याप्रमाणे, त्यांच्या वसाहतीत कुणालाही लिहिता-वाचता येत नव्हते. त्याचा सर्वांत थोरला मुलगा बायको शोधण्याकरता लांब अल्बुकर्ककडे निघून गेला होता आणि तिथेच त्याने लग्नही केले होते. परंतु तेथल्या धर्मगुरूने त्याच्याकडे मोबदला वीस पेसॉस एवढा मागितला होता. वीस पेसॉस म्हणजे घराला काचेच्या खिडक्या आणि सामानसुमान हवे म्हणून त्याने साठवलेल्यातली निम्मी रक्कम अशी गेली. त्याचा धडा घेऊन त्याच्या भावांनी आणि नात्यातल्या मुलांनी रीतसर लग्ने न करताच घरात बायका आणल्या, नांदवल्या होत्या.

फादर लतूरच्या प्रश्नांना उत्तरे देत त्या चौघांनी आपली साधीसीधी कहाणी त्याला विदित केली. इथे सुखासाठी आवश्यक ते सर्व काही त्यांच्याकडे होते. मेंढ्यांच्या कातड्यांपासून ते लोकर काढीत, तिचे कपडे विणीत, पोटापुरते धान्य स्वकष्टांनी पिकवीत, त्याशिवाय तंबाकू, सुकी फळे वगैरे बाजूच्या गोष्टी होत्याच. वर्षातून एकदा पोरे सारे धान्य दळून आणण्याकरता अल्बुकर्कला घेऊन जात. येताना त्यातले काही विकून ती कॉफी, साखर अशा काही चैनीच्या वस्तू घेऊन येत. शिवाय मधमाश्या पाळल्या होत्या, त्यामुळे साखर महाग असेल तेव्हा तिच्याऐवजी मधाचा उपयोग होत असे. म्हाताऱ्या बेनिटोचा आजा चिउआहुआहून सामानाच्या बैलगाड्या लादून प्रथम त्या वस्तीच्या जागी येऊन राहिला. तो कोणत्या वर्षी आला हे बेनिटोलाही सांगता येत नव्हते. पण तो म्हणाला, ‘‘फ्रेंचांनी त्यांच्या राजाला ठार मारले त्यानंतर थोडक्याच दिवसांतली ही घटना

आहे. घर सोडण्यापूर्वी आजोबांनी राजाच्या या हत्येबद्दल ऐकले होते आणि म्हातारपणी ते त्याच्या हकिगती आम्हाला सांगत.''

फादर लतूर म्हणाला, ''मला वाटते मी फ्रेंचमन आहे हे तुम्ही लोकांनी ओळखलेले दिसते.''

तसे नव्हते. त्यांनी फादर लतूरबद्दल फारसे काहीच जाणले नव्हते. त्यांना जाणवले होते एकच, की हा अमेरिकन नव्हे. म्हाताऱ्या बेनिटोच्या नातवांतला मोठा नातू योज् या पाहुण्यावर मोठ्या अनिश्चितपणे नजर खिळवून होता. तो दिसायला सुरेख होता आणि त्याच्या काहीशा उदास डोळ्यांवर झुलणारे काळ्या केसांचे झुलूप अधिकच मोहक भासत होते. तो आता प्रथमच बोलला.

''पॅड्रे, अल्बुकर्कला सारे म्हणतात आम्ही सगळे आता अमेरिकन झालो. पण ते खरे नव्हे. मी तर केव्हाही अमेरिकन होणार नाही. अमेरिकन म्हणजे पाखंडी.''

फादर लतूर घाईने म्हणाला, ''छे छे, मुला, उत्तरेकडे अमेरिकनांबरोबर मी दहा वर्षे काढली आहेत. मला तर त्यांच्यात कित्येक श्रद्धावान कॅथॉलिक्स आढळले.''

त्या तरुण मुलाने मान हलवली. तो म्हणाला, ''ते आमच्याशी लढत होते तेव्हा त्यांनी तर आमची चर्चेस उद्ध्वस्त करून टाकली. त्यात घोडे बांधले. आता आमचा धर्मही आमच्यापासून हिरावून घेतील ते. नाही नाही, पॅड्रे, आम्हाला आमचा धर्म हवा, पद्धत हवी.''

फादर लतूर ओहिओमधल्या प्रॉटेस्टंट्सशी असलेले त्याचे स्नेहसंबंध सांगू लागला तेव्हा त्यांना ते पटलेच नाही. एका वेळी दोन विचारांना त्यांच्या डोक्यात जागा नव्हती. त्यांच्या दृष्टीने धर्माचा पंथ एकच : कॅथॉलिक पंथ. बाकी जग पाखंडी होते. एक गोष्ट त्यांना समजत होती, या फादरने त्याच्या बोचक्यातून त्याची अधिकारवस्त्रे आणली होती, 'आल्टर-स्टोन' आणला होता, इतरही आवश्यक गोष्टी आणल्या होत्या. उद्या सकाळी 'मास' साजरा केल्यावर तो त्यांच्या 'कन्फेन्शन्स' ऐकून घेणार होता, पोरांना 'बॅप्टाइज' करणार होता, लग्नावर धार्मिक शिक्कामोर्तब करणार होता.

जेवणानंतर एक मेणबत्ती उचलून फादरने शेकोटीवरच्या फडताळातल्या देवाच्या मूर्ती न्याहाळण्याला सुरुवात केली. अगदी गरिबातल्या गरीब मेक्सिकन घरातदेखील आढळणाऱ्या संतांच्या तसल्या लाकडी मूर्ती नेहमीच त्याला वेधक आणि अभ्यसनीय वाटत आल्या होत्या. एकासारख्या एक दिसणाऱ्या दोन मूर्ती त्याने असल्या मूर्तींत अद्याप कुठे बघितल्या नव्हत्या. बेनिटोच्या घरच्या या मूर्ती इथे साठ वर्षांपूर्वी चिहुआहुआहून आलेल्या होत्या. कुणा श्रद्धाळू माणसाने त्या

कोरल्या, रंगवल्या होत्या. मुळात त्यांचा रंग उजळ; पण आता जुनेपणाने विटू लागला होता. खेळातल्या बाहुल्यांप्रमाणे या मूर्तींना कपडे नेसवलेले होते. ओहिओच्या चर्चेसमधून दिसत त्या कारखान्यातल्या बनावटीच्या मूर्तीपेक्षा या मूर्ती फादरला अधिक आवडत. औव्हर्नच्या जुन्या चर्चेसच्या दर्शनी भागावर कोरीव काम होते त्यात असल्या मूर्ती कोरलेल्या असत. ही लाकडी 'व्हर्जिन' म्हणजे खरीखुरी व्यथित माता होती– उंच, ताठ आणि प्रखर. मानेपासून कमरेपर्यंत विशेष उंच. त्याहूनही कमर ते पाय या भागात उंच. पौर्वात्य चर्चच्या काही कोरीव, कठीण मूर्तींच्या वळणाची ही मूर्ती होती. तिचा पोशाख काळा होता. त्यावर पांढरा 'ॲप्रन' होता. डोक्यावर काळा 'रेबोसो'– गरीब मेक्सिकन बायका वापरीत तसला– होता. त्या मूर्तीच्या उजवीकडे होता सेंट जोसेफ. डावीकडे एक भेसूर दिसणारी अश्वारूढ मूर्ती होती. हिचा पोशाख मेक्सिकन 'रँचरो'चा– म्हणजे खूप नक्षीकाम असलेली, मांड्यांशी सैल अशी व्हेल्वेटची तुमान, व्हेल्वेटचीच बंडी, रेशमी खमीस आणि उंच शेंड्याची, रुंद कडांची मेक्सिकन 'सॉम्ब्रे रो' टोपी– असा होता. रिकिबीशी एक लाकडी स्क्रू पिळून घोड्यावर ही मूर्ती पक्की बसवली होती.

या मूर्तीकडे फादर लतूरने लावलेली टक बेनिटोच्या धाकट्या नातवाच्या ध्यानी आली. तो म्हणाला, "हा माझे नाव ज्याच्यावरून ठेवले तो संत– सानतियागो."

फादर म्हणाला, "हो हो. सानतियागोच हा. माझ्यासारखा धर्मप्रसारक होता तो. आमच्या देशात आम्ही त्याला सेंट जॅक्स म्हणतो. हातात एक दंड आणि थैली धरलेली असते त्याने– पण या भागात त्याला घोडा लागणारच. ठीकच आहे."

मुलगा त्याच्याकडे साश्चर्य पाहत होता. तो म्हणाला, "अहो पण हा संतच मुळी घोड्यांचा. तुमच्या देशात हे असे नाही वाटते?"

फादरने मान हलवली. म्हणाला, "नाही. मला या गोष्टीची कल्पनाही नव्हती. हा घोड्याचा संत कसा काय?"

मुलाने सांगितले, "हा घोड्यांना आशीर्वाद देतो आणि घोड्या गाभण राहतात. इथल्या इंडियन्सचासुद्धा यावर विश्वास आहे. काही वर्षे जर का या संताकडे दुर्लक्ष झाले तर घोड्या विताना काही ना काही बिघाड होतो असा त्यांचासुद्धा अनुभव आहे."

रात्री झोपण्यापूर्वी चिंतन आणि प्रार्थना संपवून फादर लतूर बेनिटोच्या मऊ मऊ बिछान्यावर लेटला. अपेक्षेहून ही रात्र किती वेगळी निघाली याचा विचार तो करीत होता. वैराण माळावर पाण्यावाचून कुठे तरी रात्र काढावी लागेल, ज्युनिपरच्या झाडाखाली प्रभूसारखे पाण्याविना तडफडत झोपावे लागेल, ही अपेक्षा. परंतु आता तर तो एका उत्तम निवाऱ्याला, आरामशीरपणे, मऊ बिछायतीवर पहुडलेला

होता. अंतःकरणात बांधवांविषयीचा शांत जिव्हाळा दाटून राहिला होता. फादर व्हेलंट इथे असता तर म्हणाला असता, "हा चमत्कार!" क्रूसाच्या आकाराच्या त्या झाडापुढे बसून केलेल्या प्रभूच्या धाव्याचे हे फळ फादर व्हेलटने मानले असते. फादर लतूरलाही हा चमत्कारच वाटत होता; परंतु त्याच्या प्रिय जोसेफला मात्र चमत्कार म्हणजे काही तरी लोकविलक्षण आणि भव्य हवे असे. निसर्गाला अनुसरून नव्हे, त्याविरुद्ध. तो असता तर त्याने फादर लतूरच्या घोडीला या वाटेने आणणाऱ्या 'व्हर्जिन मेरी'च्या वस्त्राचा रंगही सांगितला असता. या साऱ्या प्रसंगाचे जणू 'चक्षुर्वैसत्यम्' वर्णन त्याला करता आले असते.

दुसऱ्या दिवशी दिवस मावळता, फादर लतूर एकटाच ओढ्याच्या काठाने फिरत होता आणि त्याच्या मनात सकाळच्या एकेक घटना घोळत होत्या. त्या लाकडी व्यथित व्हर्जिन मेरीपुढे बेनिटोने आणि त्याच्या मुलाने फुले आणि मेणबत्त्या ठेवून तिला क्रूसात्मक अभिवादन केले होते. 'मास'ला गावातला प्रत्येक जण– एकटी साल्व्हातोरची दुखणाईत बायको वगळली तर– आला होता. फादरने मग 'कन्फेशन्स' ऐकल्या होत्या, लग्ने लावली होती, 'बॅप्टिजम्स' केले होते– दुपारपर्यंत हे सारे चालले होते. मग 'ख्रिश्चनिंग'ची मेजवानी. 'योज'ने आदल्या रात्री एक करडू मारले होते आणि आपले काम उरकताच जोसेफा ते शिजवण्यात वहिनीला मदत करायला गेली होती. फादर लतूरने त्यातला आपला भाग मिरची न घालता वाढायला तिला सांगितला तेव्हा त्या मुलीने असे ते खाण्यात अधिक धर्म आहे का म्हणून विचारले. घाईघाईने फादरने खुलासा केला की फ्रेंच माणसांना सर्वसाधारणतः फार तिखट चालत नाही. यामागे, तिला आवडणारा एक पदार्थ ती उगीच वर्ज्य करील ही भीतीच होती.

मेजवानीनंतर झोपाळलेल्या मुलांना घरोघर नेण्यात आले, मोठमोठ्या 'कॉटनवुड'च्या झाडाखाली प्रौढ पुरुष धूम्रपानाकरता एकत्र आले. फादरला एकान्त हवासा वाटत होता. म्हणून तो सोबत नाकारून एकटाच फेरफटका मारायला निघाला होता. वाटेत धान्य झोडण्याची जागा त्याला लागली होती. इथे हे लोक पिकलेली रोपे झोडीत, वाऱ्यावर दाणा साफ करीत. तेवढ्यात मागे फादरने ओरडा ऐकला म्हणून तो वळला. दिवसभर कोंडून राहिल्यामुळे आंबलेले मेंढे सैरावैरा चौफेर उधळत होते आणि पेद्रो त्यांना हाकत होता. धनुष्यातून बाण सुटावेत तसे ते भराभरा ओढ्यापार झाले. बिशपकडे त्यांनी त्यांच्या जात्याच मिस्कील स्मिताच्या मुद्रेने मुरडून पाहिले. जवान मेंढे सडपातळ आणि बांधेसूद होते. त्यांची शिंगे वक्र गुळगुळीत आणि हनुवट्या टोकदार होत्या. त्यांच्या मुद्रांत कितीतरी प्रकार होते; परंतु त्या साऱ्या प्रकारातही एक मिस्कीलपणा कायम होता. 'अंगोरा' जातीच्यांना पांढरीफेक लांबसडक रेशमी लोकर होती. त्या उन्हात

त्यांना उड्या घेताना पाहून 'ॲपोकॅलिप्स' मधले एक प्रकरण स्मरत होते– 'लॅम्ब'च्या रक्तात न्हालेल्यांच्या शुभ्रपणाबद्दलचे. आपल्या मिश्र धर्मशास्त्राचे फादरला हसू आले. परंतु हे मेंढे मूर्तिपूजकांच्या कामासक्तीची प्रतीके असले तरी, फादरने स्वतःला समजावले, त्यांच्या लोकरीने अनेक निष्ठावान ख्रिश्चनांना ऊब दिली होती आणि रुग्णाइत अर्भकांना त्यांच्याच दुधाने ताकद येत होती.

गावापासून वरच्या बाजूला मैलभर चालल्यावर त्याला ओढ्याचे मूळ लागले. सभोवताली साऱ्या बाजूच्या त्रिकोणी टेकड्या आणि मध्ये आगापीछा न लागू देणारा हा पाण्याचा भळभळा उसळणारा प्रवाह. त्यावर 'कॉटनवूड'च्या झाडाचा एक चिंचोळ्या पानांचा 'वॉटर विलो' म्हणून प्रकार. या भूगर्भातल्या झऱ्याला इथे, अशा जागी प्रकाशात येण्याची संधी लाभली होती. परिणाम : हरळी, झाडे, फुले, मानवी जीवन, छोटी छोटी घरकुले आणि त्यातून ईश्वरापुढे धूप घालावा तसा सकाळ-संध्याकाळ आभाळाकडे तरळत जाणारा धूर.

ओढ्याच्या त्या मुखाशी फादर किती तरी वेळ बसून होता. मावळत्या सूर्याने आपली अखेरची सौम्य क्षीण धग गुलाबी छटांच्या घरकुलांच्या छतांवर आणि झगझगीत बागांवर धरली होती आणि सारे न दिपता उजळून निघाले होते. म्हाताऱ्या बेनिटोने त्याला भाले, विजयचिन्हे, झऱ्यानजीक जमीन उकरताना सापडलेली तलवारीची मूठ–बहुधा स्पॅनिश–असे काही काही दाखवले होते. या जागी मेक्सिकन्स पोचण्याआधीच कोणीतरी मानवी जीव राहत होते, हे यावरून स्पष्टच होते. इतिहासाहून इथले जीवन जुने होते. फादरला हे त्याच्या 'बिशॉप्रिक'चे छोटेसे रूप वाटले. शेकडो मैलांची तृषार्त भूमी, मग एक झरा, एक गाव, नातवंडांना शिकवण्याकरता आपले परंपरागत ज्ञान आठवू पाहणारे वृद्ध. स्पॅनिश 'फ्रायर्स'नी या भागात पेरलेली, रक्ताचे शिंपण घालून वाढवलेली श्रद्धा वाया गेली नव्हती की नष्टही झालेली नव्हती. हवा होता कोणी नव्याने या भूमीची, या श्रद्धेची जीव कष्टवून मशागत करणारा. सॅन्ता फेमधल्या उठावाचे आता फादर लतूरला काही वाटत नव्हते; त्या उठावाचे नेतृत्व करणाऱ्या ज्येष्ठ, समर्थ स्थानिक धर्मगुरूचेही, ताओसच्या फादर मार्तिनेझचेही काही वाटत नव्हते. फादर लतूरचे स्वागत करून त्याला हाकलून लावण्याकरता हा मुद्दाम तेव्हा वेशीपर्यंत घोडदौड करीत आला होता! त्याचे ते मोठे मस्तक, स्पॅनिश वळणाचा हिंस्र चेहरा, रेड्यासारखे रुंद बाहुटे, या साऱ्याने त्याचा अवतार मोठा भयप्रद वाटे. परंतु फादरला आता वाटले की त्याच्या अमानुष सत्तेचे दिवस आता जवळ जवळ संपुष्टात आले आहेत.

३.

खिसमसच्या दिवसाची सायंकाळ. मेजाशी बसून नवा धर्मगुरू पत्रे लिहीत होता. सँता फेला परतल्यापासून त्याचा पत्रव्यवहार फुगला होता. परंतु आता ज्यावर वाकून बारीक अक्षरात तो विचारी सस्मित मुद्रेने काही लिहीत होता ते कागद 'मॉंसिनेरी'कडे किंवा आर्चबिशपांकडे वा कोठल्या धर्मपीठाच्या प्रमुखाकडे जाणार नव्हते; हे कागद जाणार होते फ्रान्सला, औव्हर्नला, त्याच्या गावी. तिथल्या एका विशिष्ट धुरकट, वळणावळणाच्या, चेस्टनटच्या छायेत पसरलेल्या दगडी सडकेच्या गल्लीत.

मेक्सिकोतल्या दीर्घ प्रवासाहून तो परत आल्यावर फक्त नऊच दिवस उलटले होते. ड्युरँगोला म्हाताऱ्या मेक्सिकन 'प्रिलेट'ने काहीशा दिरंगाईअंती, त्याची अधिकारपत्रे अवश्य त्या लेखी सूचनांसह त्याच्या स्वाधीन केली होती आणि हिवाळ्याच्या आरंभाच्या आल्हाददायक उन्हातून मजल दरमजल करीत, पंधराशे मैल तुडवून फादर लतूर सँताफेला परत आला होता. परतल्यावर वैरभावाऐवजी स्नेहभावच त्याच्या प्रत्ययास आला. मध्यंतरीच्या काळात फादर व्हेलंटने लोकांची मर्जी चांगलीच संपादन केलेली होती. तिथला मेक्सिकन म्हातारा धर्मगुरू खुशीने निवृत्त होऊन जुन्या मेक्सिकोत त्याच्या कुटुंबीयांना भेटायला निघून गेला होता. त्याच्या कारकिर्दीचे बरेवाईट परिणामही त्याच्याबरोबरच गेले. त्याच्या निवासस्थानाचा ताबा फादर व्हेलंटने घेतला होता आणि स्थानिक सुतार आणि स्त्रिया यांच्या मदतीने त्या घराची उत्तम घडी बसवली होती. अमेरिकन व्यापारी आणि फोर्ट मार्सीचा लष्करी प्रमुख यांनी बिछायती, अभ्रे, काही इतर सामानसुमान पाठवून आपले औदार्य प्रकट केले होते.

हे घर जुने, उन्हात वाळवलेल्या कच्च्या विटांचे होते. स्थानिक घरांच्या पद्धतीचेच होते. दुरुस्तीची गरज त्याला बऱ्याच जागी होती, तरीही तसे ते आरामशीर ठरण्याजोगे होते. एका बाजूची टोकाकडची एक खोली फादर लतूरने आपल्याकरता वेगळी राखून ठेवली होती. आजची ही ख्रिसमसची दुपार तिन्हीसांजेत मिसळत असता, याच खोलीत बसून फादर लतूर काही लेखनकार्य करीत होता. खोली प्रशस्त आणि लांबट होती. शाडूच्या भिंती आतून इंडियन कामकरणींच्या कुशल पंजांनी बऱ्याच नितळ करून ठेवल्या होत्या. त्यातला राहून गेलेला उंच-सखलपणा मानवी हातांनी सर्वस्वी घडविलेल्या वस्तूचे वैशिष्ट्य सांगत होता. राहणाऱ्याला एकप्रकारचा जिवंतपणा, एकप्रकारचा विश्वास वाटावा असा भरीवपणा या भिंतीत होता. खिडक्या, दारे, शेकोटी, इथे त्यांना मुद्दाम एक गोलाई आणण्यात आलेली होती. फादरच्या अनुपस्थितीत भिंतींना पांढऱ्या रंगाचा हात देण्यात

आला होता, आणि शेकोटीतल्या धगीची लालसर छटा या पांढऱ्या पृष्ठभागावर लाटालाटांनी नाचत होती. आढी होती सेडरच्या अवजड ओंडक्यांची बनवलेली. त्यावर 'ॲस्पेन'ची रोपटी– जवळ जवळ एकाच आकाराची– दाटीवाटीने पसरून ठेवली होती. जमिनीवर जाडजूड इंडियन ब्लँकेटे टाकलेली होती. दोन जुनी, सुंदर नक्षीकामाची ब्लँकेटे भिंतींवर लटकवलेली होती.

शेकोटीच्या दोन्ही अंगांना भिंतींत फडताळे काढण्यात आली होती. मखरवाल्या एकात फादरचा क्रूस होता आणि लाकडी दार असलेल्या दुसऱ्यात काही मौल्यवान, सुदंर ग्रंथ– फादरचे उरलेले ग्रंथालय खोलीच्या एका कोपऱ्यात उघड्या खणांतून पसरलेले होते.

घरातले सामानसुमान बहुतेक सारे फादर व्हेलंटने निघून गेलेल्या मेक्सिकन धर्मगुरूकडूनच विकत घेतले होते. ते अवजड होते, काहीसे किचकटही होते; पण अनाकर्षक नव्हते. प्रत्येक वस्तू कुऱ्हाडीच्या घडणीची होती, कारण त्या काळात उभ्या उत्तर मेक्सिकोत एकही 'टर्निंग लेथ' किंवा 'सॉ-मिल' नव्हती. वस्तूचे सुटे भाग प्रथम घडवून ते आजच्यासारखे लोखंडी खिळ्याबिजागऱ्यांनी जोडण्याऐवजी तेव्हा लाकडी खिळ्यांनी जोडीत. फादर लतूर लिहीत बसला होता ते मेज स्थानिक घडणीचे नव्हते; अमेरिकन घडणीचे, बॉलनटचे होते. फादर व्हेलंटच्या सूचनेवरून किल्ल्यातल्या अधिकाऱ्यांनी पाठवून दिले होते. मेणबत्त्यांची चांदीची टोपणे तर फादरने फ्रान्सहूनच आणलेली होती. त्याला ती त्याच्या एका आवडत्या आतेने दिली होती.

कागदावर फादर लतूरची लेखणी भरारा धावत होती, मागे जांभळ्या शाईची फ्रेंच लिपीतील वळणदार अक्षरे एका हारीने उठत होती.

"प्रिय बंधू, माझ्या राखीव खोलीत बसून हे पत्र लिहीत असता, शेकोटीतल्या 'पिनॉन' लाकडाचा गंध खोलीभर पसरून राहिला आहे. (सेडर लाकडाचा हा प्रकार आम्ही इथे केवळ जळणाकरताच वापरतो. त्याचा गंध भरपूर पण उग्र नव्हे, मृदू. या 'धूपा'च्या धुंद वातावरणात आम्ही आमची अत्यंत क्षुद्र कृत्येदेखील उरकीत असतो) असे वाटते आहे की इथला हा आराम, ही शान्ती अनुभवण्याकरता तू आणि माझी प्रिय ताई इथे हवी होतात. आम्ही धर्मप्रसारक इथे फ्रॉक कोट आणि रुंद कडांची टोपी वापरतो आणि अमेरिकन व्यापाऱ्यांसारखे दिसतो. रात्री घरी येऊन माझा जुनाच झगा अंगावर चढवणे म्हणजे केवढे तरी सुख वाटते. मगच मला आपण कोणी धर्मगुरू असल्यासारखे वाटू लागते– कारण उभा दिवस, 'व्यापारी'! आणि गंमत म्हणजे हा झगा चढवला म्हणजेच आपण फ्रेंचमन असल्यासारखेही वाटते. सारा दिवस भाषा अमेरिकनांची, विचारही अमेरिकन म्हणावेत असे– अगदी मनसुद्धा जणू अमेरिकन होऊन जाते. अमेरिकन व्यापाऱ्यांची-

त्यापेक्षा किल्ल्यातल्या अमेरिकन लष्करी अधिकाऱ्यांची- माणुसकी पाहिली की मनोभावे असे होतेच. वेगळेपण टिकवावे असे वाटतच नाही. वरवरही ते टिकत नाही. या अधिकाऱ्यांना त्यांच्या कार्यांत माझ्या हातून काही साहाय्य व्हावे अशी इच्छा आहे. माझे साहाय्य त्यांना किती होऊ शकेल याची त्यांना कल्पना नाही. या कंगाल मेक्सिकनांना 'खरेखुरे अमेरिकन्स' बनवायचे तर लष्करापेक्षा ते आम्ही धर्मप्रसारकच लवकर साधू शकू. त्यातच या लोकांचे कल्याणही आहे. त्यांची स्थिती सुधारण्याचा दुसरा मार्ग उपलब्ध नाही.

'पण बंधू, माझ्या इथल्या कार्याबद्दल आणि हेतूबद्दल लिहिण्याची ही वेळ नव्हे. आज रात्री आम्ही आमच्या देशापासून एकटेच दूर येऊन पडलेलो आहोत; परंतु दुःखी नाही. रोमांचित होऊन घरच्या आठवणी करतो आहो. आमच्याकडे काम करणाऱ्या मेक्सिकन बाईला फादर जोसेफने आज रजा दिली आहे आणि तो स्वतः ख्रिसमसचा स्वयंपाक करतो आहे. वास्तविक त्याला या दोन-तीन दिवसांत ख्रिसमस आल्यामुळे चर्चचे फार काम पडले आहे; पण विश्रांती घ्यायला तो तयार नाही. त्याचे ब्रीद तुला आहेच माहीत : 'कामात विश्रांती. ड्युरँगोहून येताना त्याच्याकरता ऑलिव्ह तेलाची एक बाटली मी आणली होती (ऑलिव्ह तेल म्हणतो कारण नुसते 'तेल' म्हणजे इथे केवळ गाड्यांच्या चाकांना वंगण एवढेच मानतात.) आणि सध्या तो कसले तरी 'सॅलड' शिजवतो आहे. हिवाळ्यात आमच्या इथे भाजीपाला नसतो. 'लेट्युस'चे तर नावही कोणी ऐकलेले नाही. सॅलडच्या खास तेलाविना सॅलड बनवणे जोसेफला जड जाते आहे. कारण ओहिओत हे तेल, महाग भावाने का होईना, पण उपलब्ध असे. अख्खी संध्याकाळ त्याने स्वयंपाकघरात घालवली आहे. शेगड्या, भांडी यांचेही दुर्भिक्षच आहे; पण जोसेफच्या 'सुगरण'पणाने याही स्थितीत अद्याप कधी दगा दिलेला नाही आणि तू असे समजून चालायला हरकत नाही की, आज रात्री आम्ही दोघे फ्रेंचमन एकत्र बसून अत्यंत रुचकर भोजनाचा समाचार घेऊन तुझे शुभ इच्छित सुरापान करू.'

फादर लतूरने लेखणी खाली ठेवली आणि शेकोटीतल्या एका काटकीने खोलीतल्या दोन मेणबत्त्या पेटवल्या. मग हात झाडीत खिडकीशी येऊन बाहेरच्या फिक्कट निळ्या, अंधारत्या आकाशाकडे पाहत उभा राहिला. वर सायंतारा त्या अवकाशात आपल्याच चंदेरी तेजात न्हाऊन उठून दिसत होता. त्याचा 'सेमिनरी'तला मित्र अत्यंत गोड आवाजात म्हणे ते 'आव्ह मारी स्टेला' हे भक्तिगीत त्याला आठवले. तेच गुणगुणत तो मेजाकडे परतला. दौतीत त्याने पुन्हा लेखणी बुडवली आणि दार उघडले. शब्द आले,

"जेवणाची सज्जता झाली आहे. चलावे, मॉसिनोर."

फादरने मेणबत्त्या उचलल्या, जेवणाच्या खोलीकडे तो गेला. तिथे जेवण

सज्ज होते आणि फादर व्हेलंट स्वयंपाक्याचा 'अ‍ॅप्रन' बदलून आपला झगा चढवीत होता. धगीशी बराच वेळ काढल्याने त्याच्या मुद्रेवर तांबूसपणा चढला होता. आणि त्यामुळे तो अधिकच भाबडा वाटत होता. परंतु नवख्याने फादर व्हेलंटचा चेहरा प्रथमच पाहिला असता तर याहून कुरूपता विरळी, असेच त्याचे मत बनले असते. फादर व्हेलंट बुटका होता, हाडकुळा होता, घोड्यावरच बरेच आयुष्य गेल्याने फेंगड्या पायांचा झाला होता आणि त्याच्या व्यक्तिमत्त्वात दयार्द्रता आणि उल्हसित वृत्ती या दोनच वैशिष्ट्यांपलीकडे कुठलेही सौंदर्य सापडण्याजोगे नव्हते. वय चाळिशीचेच असले तरी तो वृद्ध दिसे. त्याच्या कातडीला एक प्रकारचा दडसपणा आलेला होता आणि त्यात उघड्या हवेतल्या जीवनामुळे ती सुरकुतलेलीही दिसे. विशेषतः मानेवरच्या सुरकुत्यांमुळे फादर अधिक वयावरचा वाटे. बसकट शेंड्याचे ठसठशीत नाक, रुंद भरीव जिवणी, मोठा जबडा, अति कामामुळे एकमेकांवर घट्ट दडपलेले जाड ओठ हे त्याच्या चेहऱ्याचे वर्णन. केसांना उन्हातान्हात हिंडण्यामुळे वाळल्या गवताचा पिवळा रंग चढला होता. त्याचे डोळेही कोजे होते. बाहुल्या इतक्या फिक्कट निळ्या होत्या की त्यात काहीही ठसठशीत भाव प्रकटत नसे. बाह्यतः तरी त्याच्यातली हिरिरी, जिद्द आणि ज्वलंत प्रज्ञा सूचित करण्याजोगे काही त्याच्या कुडीत नव्हते. तरीही अर्ध्या मेक्सिकन कुळीची माणसे त्याच्यातले हे गुण प्रथमदर्शनी ताडत. फादर लतूर सँता फेला परतल्यावर त्याला आढळला तो स्नेहभाव व्हेलंटच्या कार्यापोटचा आणि त्याच्याविषयीच्या स्थानिक लोकांच्या मनातल्या विश्वासापोटचा होता. आपल्या हाडकुळ्या कुडीत बारा दणकट माणसांचे मनोबल वागवणारा हा भाबडा, अस्सल, चिवट आणि आनंदी माणूस त्या लोकांना प्रिय झाला असला तर नवल नव्हते.

जेवणघरात येताच फादर लतूरने मेणबत्त्या शेकोटीच्या चौथऱ्यावर रोवल्या; कारण टेबलावर आधीच सहा होत्या. भुरकट रंगाचे रश्श्याचे भांडे त्यांच्या प्रकाशात उजळून निघाले होते. मिनिटभर दोघांनी स्तब्ध उभे राहून प्रार्थना केल्यावर फादर जोसेफने झाकण दूर करून बश्यांमध्ये रस्सा वाढला. 'क्राउटन्स' आणि कांदे घालून तो केला होता. फादर लतूरने त्याची चिकित्सकपणे रुची घेतली आणि जोसेफकडे पाहून स्मित केले. असा काही वेळा रश्श्याचा चमचा त्याच्या तोंडापर्यंत जाऊन रिता होऊन परत आल्यावर मागे रेलून तो म्हणाला,

"खरेच गड्या, मिसिसिपी आणि पॅसिफिक समुद्र यांच्या दरम्यान पसरलेल्या या साऱ्या अवाढव्य प्रदेशात तुझ्यासारखा रस्सा बनवणारा कसबी माणूस दुसरा नसेल ही कल्पना मोठी रोचक आहे."

जोसेफ म्हणाला, "असलाच तर तोही कोणी फ्रेंचमन असेल." झग्याच्या पुढल्या भागाला त्याने नॅपकिन अडकवला होता. आणि विचारात, कल्पनेत वेळ

न घालवता तो सरळ खात सुटला होता.

फादर लतूर म्हणाला, "तुझे कसब कमी लेखण्याचा माझा मानस नाही, जोसेफ, पण यावर विचार करता असेच म्हणावे लागते की असा रस्सा हे केवळ एका माणसाचे काम नव्हे. एका सतत विकसित अशा परंपरेचा हा वारसा म्हणावा लागतो. या एका रश्श्याला जवळजवळ हजार वर्षांची परंपरा आहे."

मधोमधच्या रश्श्याच्या भांड्याकडे जरा तावूनच पाहून मग अवकाशात कुठे तरी नजर लावीत– निदान अशी त्याची नजर वाटे– जोसेफ म्हणाला, "ते खोटे नाही. पण–" लतूरला अधिक रस्सा वाढीत त्याने पुढे म्हटले, "'लीक्स' शिवाय उत्तम रस्सा करावा तरी कसा आणि किती दिवस माणसाने? नुसतेच कांदे खात किती दिवस राहायचे?"

रश्श्याचे भांडे मग आत नेऊन ठेवून त्याने 'रोस्ट चिकन' आणि आणखी एका पदार्थाचे भांडे बाहेर आणून टेबलावर ठेवले. फोडी करीत करीत त्याने पुढे विचारले, "कडदणे आणि कंदमुळे या सॅलडमधून किती दिवस ओरपायची? ते काही नाही, आपण इथे थोडी बागाइत केलीच पाहिजे, माझी 'सांदस्की'ची बाग! मला तिच्यापासून तोडून आणायचा गुन्हा केलास तू! सांग, माझ्या बागेतल्यापेक्षा उजवा 'लेट्यूस' अख्ख्या फ्रान्समध्ये कधी तू खाल्ला होतास? आणि माझा द्राक्षांचा मळा. द्राक्षे खावीत तर तिथली! काय जमीन तिथली! तुला सांगून ठेवतो, एक दिवशी द्राक्ष्यांच्या वेली साऱ्या 'लेक एरी'ला झाकून टाकतील! माझ्या द्राक्ष्यांपासून बनवलेली दारू जो कोणी पीत असेल त्याचा हेवा वाटतो मला. पण जाऊ दे... हेच धर्मोपदेशकाचे आयुष्य! त्याने फक्त पेरायचे. उगवेल ते खायचे दुसऱ्यांनी."

आज ख्रिसमसचा दिवस. त्यामुळे हे दोघे मित्र त्यांच्या मायबोलीतूनच या गप्पा करीत होते. आपापसातही इंग्रजीत बोलायची सवय त्यांनी वर्षानुवर्षांच्या सरावाने लावून घेतली होती, पण विशेष प्रसंगी भाषा फ्रेंचच. अलीअलीकडे स्पॅनिश भाषेची सवय लावून घेण्याकरता त्याही भाषेत ते गोष्टी करीत.

जोसेफच्या उद्‌गारांवर फादर लतूर म्हणाला, "केव्हा केव्हा सँडस्कीतल्या तुझ्या जीवनाबद्दलही तू थोडा फार नाखूष असायचास. म्हणायचास, अखेर आपण घरकोंबडे पॅरिश-प्रीस्ट म्हणूनच मरणार."

"ते तर आहेच. ओहिओत म्हणतात त्याप्रमाणे, केक खायलाही हवा आणि पुन्हा तोच जवळ ठेवायलाही हवा, तसे आहे हे. बस्स! पुरे झाले हे. आलो एवढे लांब आलो. आता मला याहून अधिक पुढे ओढू नकोस." लाल मद्याच्या एका बाटलीचे बूच तो आता बोटांनी उचकटून काढू पाहत होता. "सेंट थॉमस डे'ला एके ठिकाणी पोर बॅप्टाइज करायला गेलो होतो, तिथून तुझ्याकरता ही याचना

करून आणली. जवळची फ्रेंच दारू एखाद्या सधन मेक्सिकन माणसाला दान करायला लावणे सोपे कर्म नव्हे. या लोकांना या दारूची किंमत कळते.'' काही थेंब ओतून घेऊन त्याने त्या मद्याची रुची चाखली. ''बुचाची रुची किंचितशी दारूत उतरली आहे. या लोकांना ही नीट राखावी कशी ते कळत नाही; पण चालेल. धर्मप्रसारकांना हीही वाईट नाही.''

''हां, जोसेफ, तुला याहून पुढे ओढू नये म्हणून तू मला चापले आहेस;'' हनुवटीखाली पंजात पंजा गुंतवून धरून, मागे रेलल्या स्थितीत फादर लतूर म्हणाला, ''पण आपला हा भाग पुढे आणखी पसरला आहे तरी कोठवर ते मला जाणून घ्यायला हवे. किल्ल्याचा प्रमुख या बाबतीत माझ्याइतकाच अज्ञानात आहे. तो म्हणता- ताओसला राहणाऱ्या स्काउट किट कार्सनकडून मला काही पत्ता लागू शकेल.''

''इतक्यात तुझ्या एकूण अखत्यारीच्या गोष्टी नकोत, जी. सध्या सँता फे हाच आपला कामाचा टापू. इथे प्रथम व्यवस्था लावू. उद्या इथल्या चर्च वॉर्डन्सशी मी बोलणार आहे. झिंगलेल्या गुराखी पोरांना त्यांनी मध्यरात्रीच्या 'मास'च्या वेळी आत घेतले आणि प्रार्थनेत सारा व्यत्यय आला. तीर्थपात्राची खराबी झाली. मी म्हणतो, करण्याजोगे अद्याप इथेच कितीतरी आहे. मी तर ठरवलेय की वर्षभरात तीन दिवसांहून अधिक दिवस इथून कुठे जायचे नाही.''

फादर लतूर स्मित करता झाला. मान हलवीत म्हणाला, ''सेमिनरीत असताना तू असेही ठरवले होतेस की आत्मचिंतनात आयुष्य व्यतीत करायचे.''

फादर जोसेफची नजर उजळून उठली, मुद्रा उजळून उठली. तो म्हणाला, ''अद्याप ती आशा मी सोडली आहे असे समजू नकोस. कधीतरी तू मला रजा देशील आणि मग मी फ्रान्समधल्या एखाद्या आश्रमात राहून आयुष्याची अखेर मनाजोगती साधीन. आज तरी माझ्या दैवात हे वणवणीचेच आयुष्य आहे. मात्र याहून जास्त वणवण मला यानंतर नाही चालणार हं, जी.''

लतूरने मान हलवली. तो पुटपुटला, ''ते कोण सांगू शकणार?''

डोंगरांच्या हारी, वैराण माळ, खोल खोल दऱ्या, पुराने रोंरावणाऱ्या नद्या, हेच ज्याचे जीवन झाले होते, अज्ञात प्रदेशात येशूचा क्रूस वाहून नेण्याची कामगिरी जो कित्येक वर्षे पार पाडीत आला होता आणि या कामात कित्येक खेचरे, घोडे, स्काउट्स आणि गाडीवान यांना पुरून उरला होता तो हाडकुळा जोसेफ जींला आता अगदी काकुळतीने म्हणाला, ''नाही नाही, जीं, फार लांब आलो. याहून अधिक नको.'' मग विषयांतराची घाई करून त्याने वेगळीच गोष्ट काढली.

''कडधान्यांचे हे सॅलडच काय ते मी तुझ्याकरता आज त्यातल्या त्यात

चांगला पदार्थ म्हणून बनवू शकत होतो. पण मला वाटते, कांदे घालून आणि डुकऱ्याच्या खाऱ्या मांसाचे नावापुरते तुकडे टाकूनही ते तेवढे वाईट झालेले नाही.''

मनुका घालून शिजवलेल्या 'कॉम्पोट'चा समाचार घेत घेत ते त्यांच्या जुन्या बागेत लागत त्या पिवळ्या जर्द, मोठाल्या 'कॉम्पोट्स'च्या गोष्टी करू लागले. दोघेही आठवणीत रंगले. टेकडीवरून वळसे घेत, एकीकडे बागेच्या ओबडधोबड भिंती आणि एकीकडे उंच 'हॉर्स-चेस्टनट'ची झाडे यांच्यामधून, रात्रीच्या निवांततेत, रस्त्याकडेच्या मिणमिणत्या दिव्यांचे ठिपके मोजीत, खाली जाणाऱ्या वाटेने खाली उतरले. टोकाशी समोर चर्च होते. फादर लतूरने जिथे पहिले 'कम्युनिअन' दिले ते चर्च. त्याला सामोरी एकासारख्या एक झाडांची एक हार. या झाडांखाली मंगळवारी आणि शुक्रवारी बाजार भरे.

या आठवणीत ते रंगले असता– सहसा या मोहात ते पडत नसत– बंदुकीच्या बारांनी, रक्त गोठविणाऱ्या किंकाळ्यांनी आणि घोडदौडीच्या आवाजांनी त्यांना खडबडवून जाग आणली. फादर लतूर तर जागचा उठलाच; परंतु फादर जोसेफने त्याला थोपवले. तो म्हणाला,

''स्वस्थ राहा. गेल्या 'ऑल सोल्स डे'च्या रात्री असाच प्रकार झाला होता. काल रात्री चर्चमध्ये घुसले तसल्या झिंगलेल्या गुराख्याच्या पोरांनी त्या रात्री जवळच्या वस्तीतल्या इंडियन पोरांना पण दारू पाजून तर्र केले आणि सगळे मिळून अशाच पद्धतीने किल्ल्यावरच्या सैनिकांना पुकारीत दौडत गेले होते.''

४.

नव्या निवासस्थानातल्या पहिल्या रात्रीनंतर सकाळी फादर लतूरला जाग आली ती एका सुखद मनःस्थितीत. प्रवासात मध्यंतरी घोडा बदलून, जवळजवळ साठ मैलांची अखंड मजल मारून रात्री तो घरी पोचला होता. यामुळेच, सकाळी उशीरसरच तो झोपला होता. सहा वाजता 'अँगेलस'चे टोले ऐकून त्याला पहिली जाग आली. हळूहळू झोप आणि गुंगी उडून तो संपूर्ण जागा झाला– या भासात की तो रोममध्ये होता. 'आव्ह मारिया'चे टोले पडत होते. आणि किती अचूक! (एकूण नऊ टोले एकापाठोपाठ; त्यात दर तिनानंतर किंचित अंतर.) हे टोले पाडणारी घंटा तरी किती मधुर वाजत होती. चंदेरी फुग्यासारखा एकेक टोला हवेत अच्चळ उठत होता, तरंगत येत होता. पुरे नऊ टोले पडण्याआतच फादरच्या जाणिवेतले रोम पुसले गेले. आणि त्या टोल्यामागे काहीतरी पौर्वात्य त्याला जाणवू लागले. 'पाम'ची झाडे त्याच्या नजरेपुढे तरळली. त्याने कधी न

पाहिलेले जेरुसलेम त्याला आठवले. क्षणभर, डोळे तसेच मिटलेले ठेवून, तो या नव्या भासात उत्कटतेने रमला. मागे एकदा असाच कुडीचे बंधन टाकून लांब जाऊन पोचला होता. न्यू आर्लिन्सच्या एका सडकेवर हे घडले होते. एका वळणावर वळून तो पिवळ्या सुगंधी फुलांची परडी घेतलेल्या एका म्हाताऱ्या स्त्रीला सामोरा आला होता. त्याला निमिषार्धात नाव स्मरले 'मिमोसा'– परंतु त्याआधीच तो फ्रान्सच्या दक्षिण भागात एका बागेत पोचला होता. लहान असताना, एका हिवाळ्यात, आजारातून बरे होण्याकरता त्याला तिथे ठेवण्यात आलेले होते. आणि आता, घंटेच्या या मधुर मुलायम टोल्यांनी त्याला असेच कुठल्या कुठे नेऊन सोडले होते.

कॉफी पिण्याकरता तो फादर व्हेलंटसमोर येऊन बसला तेव्हा, कोठलेही गुपित राखू न शकणाऱ्या त्या भाबड्या माणसाने उत्सुकतेने त्याला, त्याने काही ऐकले का म्हणून विचारले.

फादर लतूर म्हणाला, "अँगेलस वाजताना ऐकल्यासारखे मला वाटले, फादर जोसेफ. पण मन सांगते की ते तर अशक्य आहे. ती घंटा ऐकायची तर प्रदीर्घ सागरी प्रवास मला प्रथम केला पाहिजे."

"छे छे." व्हेलंट म्हणाला, "इथेच, जुन्या सान मिगुएलच्या तळघरात मला ती घंटा आढळली. इथे ती निदान शंभर वर्षे पडून असल्याचे मला सांगण्यात आले. ती पेलणारा चर्च टॉवर इथे नाही– कारण तिचे वजन निदान आठशे पौंडांचे तरी आहे. परंतु आपल्या चर्चमागल्या जागेतच मी एक कमान टांगली. तुम्ही आल्यावर ती वाजवण्याकरता एका मेक्सिकन मुलाला मी ती वाजवायची कशी ते शिकवून ठेवले."

"पण ती इथे आली तरी कशी? मला वाटते, ती स्पेनमधली असली पाहिजे."

"हो. तिच्यावर कोरलेला मजकूर स्पॅनिश भाषेत आहे. सन १३५६ आहे. बैलगाडीतून ती मेक्सिको शहरातून इथे आणण्यात आली असावी. काम मोठे कठीण होते, यात शंका नाही. ती तयार कुठे करण्यात आली; ते मात्र कोणालाच सांगता येत नाही. परंतु त्यासंबंधात एक हकिगत सांगतात : मूर लोकांबरोबर झालेल्या लढायांत सेंट जोसेफला अशी एक घंटा वाहण्याचा नवस बोलण्यात आला होता. त्याप्रमाणे नवस बोलणाऱ्या, वेढ्यात सापडलेल्या त्या अज्ञात नगरातल्या लोकांनी जवळचे सोनेनाणे आणून, ते एकत्र करून इतर धातूंत वितळवले आणि त्याची ही घंटा ओतली. या घंटेत चांदी बरीच आहे. एरवी टोल्यांच्या आवाजात एवढी माधुरी आलीच नसती."

फादर लतूर विचारमग्न झाला. म्हणाला, "स्पॅनिश लोकांनी एकत्र केलेली

चांदी होती खरी म्हणजे मूरिश. होय ना? असे धरून चालू की ती अस्सल मूरिश नसेल; पण तिचे दागदागिने आणि वस्तू बनवल्या होत्या मूरिश वळणाच्या. कारण चांदी ओतण्याबाबत स्पॅनिअर्डसना तर तेव्हा काही माहिती नव्हती. ते ती कला मूर लोकांकडून शिकले, हा इतिहास आहे.''

''तुझे म्हणणे काय आहे, जीं?'' फादर जोसेफने उताविळीने विचारले. ''ही माझी घंटा तू कमअस्सल ठरवणार आहेस?''

लतूरने स्मित केले. ''तसे काही माझ्या मनातही नाही.'' तो म्हणाला. ''सकाळी मी ती ऐकली आणि काहीतरी पौर्वात्य वातावरणाचा अनुभव मला आला; तो का त्याचा माग मी घेतो आहे. मॉण्ट्रिअलमधल्या एका विद्वान स्कॉट जेसुइटाने मला एकदा असे सांगितले होते की, आपल्या पहिल्या घंटा आणि युरोपभर धार्मिक कारणांकरता घंटेचा उपयोग करण्याची कल्पना, ही प्रथम पूर्वेकडून आली. तो म्हणाला होता, 'टेम्प्लर्स'नी अँगेलस धर्मयुद्धाहून परतताना बरोबर आणली आणि तिची परंपरा मुळात खरे तर मुस्लिम धर्मांतली आहे.''

फादर व्हेलंटने तक्रार केली, ''हे विद्वान लोक सगळ्यांत काहीतरी खुसपट काढतात. त्यांना मुळी उदात्त काही पाहवतच नाही.''

''ते कसे काय? मला तर या तुमच्या घंटेत मूरिश चांदी आहे असे वाटल्याने आनंदच झाला. आपण प्रथम इथे आलो तेव्हा साऱ्या सँता फेममध्ये उत्तम कारागीर आपल्याला मिळाला तो चांदीचे काम करणारा. स्पॅनियर्ड्‌सनी या बाबतीतले आपले कसब मेक्सिकनांना शिकवले आणि मेक्सिकनांनी ते 'नाव्हाजो'ना दिले आहे. पण मुळात हे मूर लोकांचे.''

फादर व्हेलंट म्हणाला, ''मी काही कोणी विद्वान नव्हेच. आणि त्यात आज सकाळी आता आपल्यापुढे अनेक व्यावहारिक प्रश्न आहेत. मेक्सिकोहून परत चाललेल्या सँता क्लाराच्या इंडियन मिशनच्या एका म्हाताऱ्या धर्मगुरूशी मी तुझी भेट आगाऊच ठरवून ठेवली आहे. नुकताच तो अवर लेडी ऑफ ग्वाडालूपच्या यात्रेलाही जाऊन आला आहे आणि त्याच्या अनुभवाची कहाणी त्याला तुझ्यापुढे निवेदन करायची आहे. दीक्षा घेतल्यापासून त्यांच्या मनात या यात्रेला एकदा जायची इच्छा होती. तुझ्या अपरोक्ष मी त्याच्याशी बोललो त्यात एवढे कळून आले की न्यू मेक्सिकोमधल्या सर्व कॅथॉलिकांच्या दृष्टीने हे यात्रास्थान फार मोलाचे मानले जाते. या नवीन जगातली 'ब्लेसेड व्हर्जिन'च्या अस्तित्वाची आणि तिच्या कृपेची ही एकुलती एक अस्सल खूण मानण्यात येते.''

फादर लतूर आपल्या खोलीकडे गेला आणि फादर व्हेलंटने सुमारे सत्तरीच्या पॅड्रे एस्कोलास्तिको हेरेराला तिथे आणले. चर्चच्या सेवेत त्याने चाळीस वर्षे घालवली होती आणि नुकतीच मनची एक जुनी पवित्र इच्छा पूर्ण करून घेतली

होती. त्या अवीट अनुभवांची गोडी अद्याप त्याच्या मनात घोळत होती. तो स्वतःच्या तंद्रीत होता. इतका, की इतर कशातही त्याचे लक्ष नव्हते. त्या दिवशी पुन्हा केव्हा अधिक मोकळेपणाने त्याचे सारे ऐकून घ्यायला बिशप साहेबांना सवड होईल का म्हणून त्याने प्रथम विचारले आणि लतूरने त्याच्याकरता एक आसन आणून ठेवले आणि त्याला त्याची हकिकत सांगायला सुचवले.

आसनाच्या कृपेबद्दल म्हाताऱ्याने आभार मानले. गुडघ्यात हात गुंफून, पुढे वाकून त्याने सारी हकिगत अथपासून इतिपर्यंत सांगितली. त्या यात्रास्थानाच्या आरंभाचा चमत्कार त्याने निवेदन केला. हा रोमला कळवण्यात आला होता आणि बदल्यात दोघा पोपनी यात्रास्थानाकरता काही भेटीही पाठवल्या होत्या. परंतु हा या 'अमेरिकनां'ना माहीत असण्याची शक्यता त्यांच्या मते नव्हती.

१५३१ डिसेंबरच्या नऊ तारखेला शनिवारी, सेंट जेम्सच्या चर्चचा एक दरिद्री नवखा भिक्षू तापेयाक टेकडीवरून, मेक्सिको शहरातल्या 'मास'ला उपस्थित राहण्याकरता घाईघाईने चालला होता. त्याचे नाव वान दिएगो. त्याचे वय होते पंचावन्न वर्षांचे. तो निम्मी टेकडी उतरला आणि त्याच्या मार्गात त्याला प्रकाश उजळलेला दिसला. एक लावण्यवती त्याच्यापुढे प्रकट झाली. हीच प्रभूची माउली. निळा सोनेरी वेष तिने परिधान केला होता. त्याला नावाने हाकारून ती म्हणाली, ''वान, तुझ्या बिशपला शोध. आणि मी आता उभी आहे इथेच माझ्या नावे एक चर्च बांधायला त्याला सांग. जा आता– तू परत येईतोवर मी इथेच खोळंबेन.''

वान धावतच शहरात गेला. बिशपकडे गेला. तिथे त्याने घडली हकिकत सांगितली. बिशपचे नाव होते झुमराग. तो स्पॅनियर्ड होता. त्याने भिक्षुकाला उलटसुलट प्रश्नांनी खूप छेडले आणि बजावले की त्याला भेटलेली स्त्री ही कोणी पिशाच्च नसून प्रत्यक्ष प्रभूंची माउली आहे हे सिद्ध करण्याकरता काही खूणगाठ त्याने प्रथम आणून हजर करणे अवश्य होते. भिक्षुकाला त्याने निदर्यपणे वाटेला लावले आणि त्याच्यावर नजर ठेवण्याकरता वर एकाला त्याच्यामागे पिटाळले.

वान तिथून बाहेर पडला तो विषण्ण मनाने. त्याच्या वृद्ध काकाच्या, बर्नार्डिनोच्या घरी त्याने आश्रय घेतला. काका तापाने फणफणला होता. पडून होता. मृत्युपंथाला लागल्यासारखा होता. पुढले दोन दिवस त्याच्या शुश्रूषेत वानाने घालवले. बिशपने तंबी दिल्याने घडल्या प्रकाराबाबतचा त्याचा विश्वासही ढासळला होता आणि साहजकिच आपण खोळंबून राहू म्हणून 'प्रभूच्या माय'ने सांगून ठेवले होते त्या जागी तो दोन दिवस फिरकलाही नाही. मंगळवारी त्याने काकांसाठी औषध

आणण्याकरता शहराचा निरोप घेतला आणि तो आपल्या चर्चकडे निघाला; परंतु त्याला साक्षात्कार झाला ती जागा मात्र त्याने टाळली आणि दुसरीकडूनच तो पुढे गेला.

पुन्हा त्याच्या वाटेत त्याला प्रकाश उजळलेला दिसला. पूर्वीसारखी 'माय' त्याच्यापुढे पुन्हा अवतरली, म्हणाली, "वान, या मार्गानिसा जातोस?"

स्फुंदतच वानने तिला सर्व सांगितले. बिशपचा त्याच्यावर विश्वास बसला नव्हता ते सांगितले. रुग्ण काकांच्या शुश्रूषेत वेळ गेला हेही कबूल केले. 'माय' त्याच्याशी अगदी कनवाळू सुरात बोलली. म्हणाली, "तुझा काका घटकेच्या आत चांगला बरा होईल. बिशप झुमरागकडे परत जा आणि त्याला मी तुला प्रथम दिसले त्याच जागी चर्च बांधायला पुन्हा सांग. त्याचे नाव 'अवर लेडी ऑफ ग्वाडालूप'चे चर्च असेच असले पाहिजे. स्पेनमध्ये या नावाचे माझे प्रिय स्थान आहे." यावर वान म्हणाला, "ते खरे, पण बिशपला तुझ्या अस्सलपणाची काही खूणगाठ हवी." तेव्हा 'माय' म्हणाली, "डोंगरावर जा आणि गुलाब गोळा करून घेऊन ये."

तो खरा तर होता डिसेंबर. गुलाबाचे ते दिवस नव्हते. तरीही वान डोंगरावर पळाला आणि त्याला तिथे पूर्वी कधी पाहिला नव्हता असा गुलाबांचा बहर आढळला. त्याने त्याचा जाडाभरडा 'तिल्मा' भरेस्तोवर फुले गोळा केली. तो मूळ जागी परत आला तेव्हा 'माय'ने मोठ्या परिश्रमपूर्वक त्या फुलांची एक रचना केली आणि 'तिल्मा'चे शेव एकत्र बांधून ती म्हणाली :

"जा आता. बिशपपुढे जाईतोवर हे शेव सोडू नकोस."

वान पुन्हा शहरात गेला. वास्तविक बिशप 'व्हिकर' बरोबर काही वाटाघाटी करीत असता बिशपची भेट त्याने मिळवली.

तो म्हणाला, "युअर ग्रेस,'माय'ने तुमच्याकरता खूणगाठ पाठवली आहे."

असे म्हणून त्याने 'तिल्मा'चा एक शेव सोडला आणि फुले भुईवर ओघळू दिली. नवल म्हणजे, त्यासरशी बिशप झुमराग आणि व्हिकर खाली वाकले, विखुरलेल्या फुलांत लीन झाले. त्या भिक्षुकाच्या त्या जाड्याभरड्या झग्याच्या एका बाजूवर 'ब्लेसेड व्हर्जिन'चे चित्र होते. तिची वस्त्रे निळी, सोनेरी, गुलाबी होती– भिक्षुकाने तिला प्रथम पाहिली त्या वेळसारखीच.

हे चमत्कृतिपूर्ण चित्र जतन करून त्याची पूजाअर्चा करण्याकरता नवे यात्रास्थान उभारण्यात आले आणि तेव्हापासून तिथे कैक चमत्कार झाले होते. मोठमोठ्या संख्येने यात्रेकरू दर्शनार्थ कोठून कोठून येऊ लागले होते.

या चित्राबद्दल पॅड्रे एस्कोलास्तिकोला खूप काही म्हणायचे होते; त्या चित्राच्या

मनोहारी रंगयोजनेची आणि रंगसंगतीची त्याने ग्वाही दिली. असल्या हडस मडस, दरिद्री वस्त्रावर मुळात रंग बसले कसे याचेच त्या स्थानाला भेट दिलेल्या अनेक चित्रकारांना आश्चर्य वाटलेले होते. शिवाय तसे म्हटले तर एरवी ते विरविरीत वस्त्र इतके दिवस टिकले हेही आश्चर्यच होते; वास्तविक यापूर्वींच ते कुजून, विरून नष्ट व्हायचे. यात्रास्थानाहून आणलेली छोटी पदके पॅड्रेने फादर लतूर आणि फादर जोसेफला विनयपूर्वक नजर केली. या पदकांच्या एका बाजूला मूळ चित्राची प्रतिकृती होती आणि दुसऱ्या बाजूवर लेख होता : Non fecit taliter omni nationi. (कोणत्याही देशावर तिने अशी कृपा केलेली नाही.)

पॅड्रेच्या निवेदनाचा परिणाम फादर जोसेफ व्हेलंटच्या मनावर बराच झाला. पॅड्रेने निरोप घेताच व्हेलंटने फादर लतूरकडे ही यात्रा शक्य तितक्या लवकर करून येण्याचा आपला मनोदय बोलून टाकला.

"या मागासलेल्या भागाच्या दरिद्री रहिवाशांचे केवढे भाग्य!" चश्म्याची दमट भिंगे स्वच्छ करीत तो भावनेने जडावल्या स्वरात उद्‌गारला. "मार्गदर्शनाविना जगणाऱ्या या गरीब कॅथॉलिकांच्या श्रद्धेला निदान एवढा तरी आधार झाला म्हणायचा. त्यांच्या दृष्टीने 'माय'ने खुद्द त्यांच्या देशात एका गरीब कॅथॉलिकाला असे दर्शन देणे या गोष्टीला केवढे महत्त्व असले पाहिजे! विद्वानांकरता तत्त्वज्ञान उत्तम आहे, जीं; परंतु आम्हा सामान्यांना चमत्कार हीच ईश्वरी कृपेची जतन करण्यायोग्य खूण."

अस्वस्थपणे फादर व्हेलंट फेऱ्या घालू लागला आणि चिंतनशील होऊन फादर लतूर त्याला न्याहाळत राहिला. त्याच्या या जोडीदाराचा हाच गुण त्याला फार प्रिय वाटत आला होता. अखेर तो एवढेच म्हणाला, "परम श्रद्धा असेल तिथे चमत्कार घडतातच. साक्षात्कार म्हणजे करी काय? श्रद्धेने पार्थिव नजरेला घडविलेले सत्यदर्शन. बरे का जोसेफ, मला तू आहेस तसा दिसत नाहीस, तर माझ्या तुझ्याविषयीच्या जिव्हाळ्यातून तू मला प्रतीत होतोस. साक्षात्कार, चमत्कार म्हणजे फार लांब, आपल्या कक्षेपलीकडे असलेले काही जादूने आपल्या समोर प्रकट होते असे मी तरी मानीत नाही. होते इतकेच की श्रद्धेच्या बळाने आपली नजर अधिक तरल होते आणि आपल्या सभोवतीच नित्य वावरणारे असे एक तेजस्वी अस्तित्व आपल्या दृष्टीला, श्रुतीला एखाद्या निमिषाला प्रतीत होते."

दुसरा खण्ड

१.

मार्चच्या मध्याला फादर व्हेलंट अल्बुकर्कची यात्रा आटोपून परत निघाला होता. वाटेत मानुएल लुजॉन नावाच्या सधन मेक्सिकनाकडे त्याला थांबायचे होते. तिथे त्या माणसाच्या लग्नबाह्य संबंधात जगणाऱ्या नोकर-नोकराणींची लग्ने लावून देऊन शिवाय मुलांचे 'बॅप्टिजम्स' उरकायचे होते. रात्र तिथेच घालवावी लागणार होती. उद्या किंवा फार तर परवा त्याला सँता फेकडे निघता आले असते. मग मध्ये एक कार्यक्रम : सँतो डॉमिनिगोला थांबून प्रवचन आणि प्रार्थना करणे. या गावी एक जुने सुरेख चर्च होते; परंतु इथले रहिवासी इंडियन्स जात्या वृत्तीने भडक आणि संशयी होते. अल्बुकर्कला जाते वेळी त्याने इथे घरोघर फिरून प्रार्थनेच्या कार्यक्रमाला पुरेशी माणसे जमवली होती. गाव तसे मोठे आणि सधन होते, सुपीक होते. प्रार्थनेला जमलेले श्रोते शांत, प्रतिष्ठित आणि सावधचित्त वाटले होते. साध्या जमिनीवर ते ताठ बसले होते, ठेवणीतल्या शाली त्यांनी लपेटून घेतल्या होत्या. जमले तसे स्पॅनिश भाषेत त्याने त्यांना काही काही सुनावले आणि त्यांनीही ते आदरपूर्वक ऐकून घेतले. परंतु पोरांना 'बॅप्टाइज' करायला आणायला ते काही तयार होईनात. फार पूर्वी स्पॅनिअर्ड लोकांनी त्यांना फार अन्यायाने वागवले होते आणि हा सल अनेक पिढ्यांनंतरही त्यांच्या मनात कायम होता. फादर व्हेलंटला तेव्हा 'बॅप्टाइज' करण्याकरता एकही मूल मिळू शकले नव्हते; परंतु उद्या पुन्हा एकवार एक प्रयत्न करून पाहण्याची त्याची इच्छा होती. तिथून घोड्यावरून ला बजादा टेकडी पार करून बिशप लतूरकडे.

एका 'अमेरिकन' किंवा 'यांकी' व्यापाऱ्याकडून त्याने त्याचा घोडा खरेदी केला होता आणि या व्यवहारात तो पार फसला होता. दिवशी वीस ते तीस मैल वेगाची मजल आठवडाभर मारूनच ते जनावर मरायला टेकल्यागत दिसू लागले होते आणि ला बजादा टेकडी ते कसे चढून जाते, ही काळजीच होती. मॅनुएल लुजॉनच्या घराशी तो पोचला तेव्हा अशा अनेक भौतिक चिंतांनी त्याचे मन ग्रस्त होते. लुजॉनच्या मालकीचे ते स्थळ तसे मोठे आणि अनेक पागांमुळे एखाद्या गावासारखेच भासत होते. प्रत्यक्ष घर लांबलचक आणि बुटके होते. त्याला काचेच्या तावदानांच्या खिडक्या आणि झगझगीत निळ्या रंगाची दारे होती. भिंतींना रिकिबी, जिने, उंच बूट, लगाम, बंदुका आणि जंगली जनावरांची कातडी लटकवलेली होती.

फादर व्हेलंट फाटकावाटे आत शिरताच चहूबाजूंनी मुलांचा घोळका त्याच्याकडे धावत आला. यातल्या कुणाकुणाच्या अंगावर आखूड खमिसापलीकडे दुसरे वस्त्र नव्हते. त्यांच्या पाठोपाठ शालीविना मस्तकाच्या काही बाया धावत आल्या. परंतु हाती टोपी काढून घेतलेला हसतमुख लुजॉन जातीने बाहेर आणि सामोरा येताच हे सर्व जण कुठे ना कुठे दिसेनासे झाले. लुजॉनचे वय सुमारे पस्तिशीचे होते; कुडीने तो भरीव होता आणि हनुवटीखाली स्थूलपणाच्या खुणाही काहीशा दिसत होत्या. प्रभूच्या वतीने त्याने फादर जोसेफचे आगतस्वागत केले आणि त्याला घोड्यावरून उतरण्याकरता आधार म्हणून हात पुढे केला. परंतु फादर जोसेफ आपला आपणच चपळपणे घोड्यावरून उतरून उभा राहिला.

"प्रभू तुमच्यावर आणि तुमच्या या घरावर सदैव कृपाछत्र धरो; मानुएल, परंतु लग्ने लावायची ती माणसे कुठे आहेत?"

मानुएल म्हणाला, "पुरुष शेतावर आहेत, पॅड्रे. तशी कसली घाई नाहीच. आधी आमचा थोडा पाहुणचार स्वीकारा, विश्रांती घ्या, मग लग्नविधी."

"पाहुणचाराचा अव्हेर शक्य नाही; परंतु तो नंतर, खरे तर जेवणाची वेळ साधून मला तुम्हा सर्वांना एकत्र गाठायचे होते, पण घोड्यापायी वेळ मोडला. माझ्या थैल्या कोणाला तरी घेऊन यायला सांगा म्हणजे त्यातली माझी पेशाची वस्त्रे मी परिधान करतो. तोवर तुमच्या माणसांना शेतावर बोलावणी पाठवा. लग्नाकरता पुरुषाने काम थांबवायला हरकत नाही."

या जबाबाने यजमान दिपून गेला, म्हणाला, "विश्रांतीचा अधिक आग्रह मी धरण्याचा उपयोग नसेल, तर पॅड्रे, प्रथम इथल्या मुलांचा बॅप्टिजम उरका. मुले सगळी हजर आहेत. तोवर पुरुषमाणसेही येतील."

"मला जरा हातपाय धुऊन कपडे बदलण्याकरता घेऊन चला. तुमची पुरुषमाणसे येईतोवर मी एवढे उरकून येतो. काही झाले तरी प्रथम लग्नविधी; नंतर बॅप्टिजम्स.

ख्रिश्चन धर्माची तशी पद्धत आहे. उद्या सकाळी मुलांचे बॅप्टिजम्स मी उरकीन तोवर त्यांच्या आई-बापाचे लग्न होऊन निदान एक रात्रभर तरी उलटलेली असावी.''

फादर जोसेफला त्याच्या खोलीकडे नेण्यात आले आणि लग्नाच्या पुरुषांना आणण्याकरता पोरे शेताडीपार पिटाळण्यात आली. लुजॉन आणि त्याच्या दोघा मुलींनी मिळून एकीकडे क्रूस उभारण्याला सुरुवात केली. दोन म्हाताऱ्या येऊन जमीन साफ करू लागल्या आणि पाठोपाठ एकीने खुर्च्या, स्टुले आणून ठेवली.

एक जण दुसरीच्या कानात म्हणाली, ''इश्श्य! पॅड्रे तर अगदीच कुरूप आहे! पण तो मोठा पुण्यशीलही असला पाहिजे. आणि त्याच्या हनुवटीवरची ती मोठी चामखीळ पाहिलीस का? माझी आजी हयात असती तर तिने ती काढून टाकली असती. चिमायोच्या 'पवित्र चिखल' बद्दल कोणी तरी या पॅड्रेला सांगायला हवे. त्या चिखलाने ही चामखीळ कदाचित वाळून तुटेल. पण चामखिळी काढणारे माणूस मात्र आता कोणी जगून राहिले नाही.''

दुसरी म्हणाली, ''खरे गं खरे. काळ वाईट आला. आता ही लग्ने लावली म्हणून इथली माणसे का सुधारणार आहेत? लग्नाशिवायच एकत्र राहिली, मुलेदेखील झाली; आता लग्नविधीचा काय फायदा? आणि पुरुष त्या पाब्लोसारखे आणखी कोणा बाईचा विचारही मनात वागवत असतील. रविवार रात्रीचीच गोष्ट. त्या त्रिनिदादच्या थोरल्या मुलीबरोबर झाडीमागून बाहेर येताना मी या डोळ्यांनी त्या पाब्लोला पाहिले!''

फादर जोसेफ पुन्हा त्या जागी आला आणि त्या सांगोवांगीच्या गोष्टी थांबल्या. फादरने तात्पुरत्या क्रूसापुढे गुडघे टेकून आपल्या वैयक्तिक प्रार्थनेला आरंभ केला. कामाच्या बाया आवाज न करता तिथून निघून गेल्या. लग्नविधीकरता नोकरांना घाई करावी म्हणून सीनोर लुजॉनही नोकरांच्या राहत्या जागांकडे निघून गेले. तिथल्या बायका खिदळत होत्या, एकमेकींची ठेवणीतली वस्त्रप्रावरणे हिसकत होत्या. कोणी पुरुषांनी तर हातही धुऊन ठेवले होते. सगळे तात्पुरत्या चर्चमध्ये जमले आणि अत्यंत उत्साहाने फादर जोसेफने एकेका जोडप्याचे लग्न लावून दिले.

फादरने मग जाहीर केले, ''उद्या सकाळी मुलांचे बॅप्टिजम्स. आयांनी इकडे येताना मुले जरा स्वच्छ स्थितीत आणावीत.''

प्रवासाचे कपडे पुन्हा चढवल्यावर फादर जोसेफने यजमानांना त्यांची भोजनाची वेळ विचारली. भल्या सकाळी केलेल्या न्याहारीनंतर आपल्या पोटात काही गेलेले नाही हे त्याने त्यांच्या नजरेस आणले.

यमजान लुजॉन म्हणाला, ''तसे काय, स्वैपाक झाला की आम्ही जेवायला बसतो. सहसा सूर्यास्तानंतर हे शक्य होते. महाराजांच्या भोजनाकरता एक कोवळे

कोकरू मारण्यात आले आहे.''

फादर जोसेफचे मन या वार्तेने उजळले. त्याने विचारले, ''ते शिजवणार कसे बरे?''

सीनोर लुजॉनने खांदे उडवले. ''शिजवायचे काय त्यात? एका भांड्यात मिरची घालून ते चुलीवर ठेवायचे. काही कांदेही त्यात चिरून घालतो आम्ही.''

''अच्छा, म्हणूनच म्हणतो मी. मला हे असले मटन फार झाले आहे. माझ्या पद्धतीने मी स्वैपाकघरात जाऊन थोडे शिजवू का?''

लुजॉनने हात फलकवला. तो म्हणाला, ''हे माझे घर तुमचेच समजा, पॅड्रे! स्वैपाकघरात मी तरी जात नाही कारण तिथे बायांचा सुळसुळाट असतो. पण स्वैपाकघर ते तिकडे आहे आणि त्याची प्रमुख म्हणून काम पाहते रोजा.''

फादर स्वैपाकघरात शिरला तेव्हा तिथे बायकांचा एक घोळका लग्नविधी प्रकरणीच चर्चा करीत असलेला त्याला दिसला. लगबगीने त्या पांगल्या आणि चुलाण्याशी म्हातारी रोजा तेवढी उरली, फादर जोसेफला शिजत्या मटनाचा परिचित गंध जाणवला. दाराबाहेर, कापलेली अर्धी बकरी रक्ताने रंगलेल्या गोणपाटाच्या आवरणाखाली लटकत होती. फादरने रोजाला चुलाणा पेटवायला सांगितले आणि मटनापैकी मागल्या पायाचा फरा आपल्याला त्यावर शिजवून घ्यायचा असल्याचा मनोदयही व्यक्त केला.

''पण पॅड्रे, लग्न लागण्याआधीच माझे काम आवरले. आता चुलाणा जवळजवळ थंड झाला आहे. पुन्हा पेटवायचा तर निदान तासभर तरी लागेल. आणि जेवणाला उरले आहेत दोनच तास.''

फादर जोसेफ जरा तापूनच म्हणाला, ''केले तर सारे शक्य आहे, आजीबाई. आणि मला रक्त आटायला नकोच आहे. लवकर चुलाण्यात विस्तव करा.''

जेवणाच्या टेबलावर फादरचे विशेष मटन आले तेव्हा ते कापताना गुलाबी द्रव सुरीमागून उतरत होता तो पाहताना वाढप्या मुलीच्या अंगावर काटाच आला. मॅनुएल लुजॉनने एक तुकडा आग्रहाखातर पानात घेतला पण तो खाल्ला मात्र नाही. फादरने ते सारे मटन स्वतःच संपवले.

प्रथम साऱ्या पुरुषमाणसांची आणि मुलांची पंगत बसली. बायकामुली नंतर बसणार होत्या. फादर जोसेफ आणि लुजॉनने 'बोर्ड्युक्स मद्याची एक बाटली आपापसात संपवली. लुजॉन म्हणाला की ती मेक्सिको नगराहून आणविलेली होती. सँता फेच्या परतीच्या मार्गाबाबत त्यांची चर्चा चालू असता आणि फादर जोसेफ आपण सान्तो डोमिनिगोला मुक्काम करणार असल्याचे म्हणाला असता लुजॉनने त्याला विचारले, ''तुम्ही तिथे एखादा घोडा का मिळवू नये? तसेच तुम्ही सँता फेला पोचणे मला तर जवळजवळ अशक्य वाटते. सान्तो डोमिनिगोला

घोड्याची निपज उत्तम आहे. तुम्ही एखाद्या घोड्याचा सौदा कराच.''

''छे.'' फादर जोसेफने नकार दिला. ''नकोच. इथले इंडियन्स मोठे संशयी आणि आतल्या गाठीचे. मी त्यांच्याशी सौदा बोलू लागलो तर माझ्या हेतूविषयी ते संशय घेतील. त्यांची आत्मिक उन्नती आपल्याला करायची असेल तर आपल्याला त्यांच्याकडून काही लभ्यांश हवा आहे असे त्यांना वाटू देता कामा नये. अल्बुकर्कच्या फादर गॅलोगोसला मी हेच सांगितले.''

मॅनुएल लुजॉन हसला. त्याने आसपासच्या इतरांकडे पाहिले आणि त्यांनीही आपले शुभ्र दात दाखवले. ''अल्बुकर्कच्या पॅड्रेला तुम्ही असे सांगितले? तुमचे धाडस मोठेच म्हणायचे. तो तर मोठा गबर माणूस आहे. मला अर्थात त्याच्याविषयी आदरच आहे. त्याच्याबरोबर मी पोकर खेळलो आहे. मोठा अव्वल जुगाऱ्या आहे तो आणि वेळप्रसंगी खिशाला नाट लागला तरी कुरकुरत नाही. एकदा डाव टाकल्यावर अध्येमध्ये थांबणे त्याला माहीत नाही. एखाद्या अमेरिकनासारखा खेळतो तो.''

यावर फादर जोसेफ तत्काळ उद्गारला, ''अशा धर्मगुरूविषयी मला काडीचाही आदर नाही.''

''म्हणजे तुम्ही नाही वाटते खेळत?'' लुजॉनने किंचित आश्चर्यपूर्वक विचारले. ''माझी निराशाच झाली म्हणायची. जेवण झाल्यावर दोन डाव टाकू या अपेक्षेत मी होतो. इकडे जेवणानंतर काही दुसरी करमणूक नाही. तुम्ही 'डोमिनोज' देखील खेळत नाही, म्हणता?''

''ती गोष्ट वेगळी.'' फादर जोसेफ म्हणाला. ''गंमत म्हणून शेकोटीशी बसून कॉफीचे घुटके घेत किंवा आता तुमच्या कृपेने आस्वाद घेता आला तसल्या द्राक्षांच्या मद्याची चव चाखत डोमिनोजचा एकादा डाव टाकणे वेगळे, त्याने मन तेवढेच उल्हसित होते. मला सांगा, मॅनुएलितो, हे मद्य तुम्ही कुठून मिळविता? फ्रेंच मद्यासारखे आहे हे.''

''साठवणीचे आहे ते. माझ्या आजोबांच्या काळात बर्नालिल्लोला गाळण्यात आलेय ते. अद्यापही तिथे मद्य गाळतात; परंतु त्याला जुनी सर नाही.''

दुसऱ्या दिवशी सकाळी कॉफी झाल्यावर, घरातली मुले 'बॅप्टिजम'साठी तयार होत असता यजमान लुजॉनने फादर जोसेफ व्हेलंटला आपली पागा दाखवायला नेले. शेजारी शेजारी बांधलेली दोन पांढरी शुभ्र घोडी काहीशा अभिमानाने त्याने फादरला दाखवली. स्वतःच्या हाताने त्यांना पागेबाहेर काढले. या जनावरांची अंगे पांढऱ्या घोड्यांची असतात त्याप्रमाणे निळसर पांढरी नव्हती. अगदी स्फटिकासारखी पांढरीफटक होती. सावलीत ती आणखीच उठावदार आणि आकर्षक दिसत. त्यांच्या शेपट्या टोकाशी कापून त्यांना घंटांचा आकार दिला होता.

लुजॉन म्हणाला, "कशी आहेत जनावरे, पॅड्रे? याचे नाव कॉंटेण्टो आणि याचे एजेलिका. ईश्वराने यांना केवळ मगज दिला नाही, पॅड्रे, त्यात समजही दिली आहे, असे म्हटले पाहिजे. त्यांच्याशी बोलू लागलो की जातीच्या ख्रिश्चनासारखे ते माझ्याकडे लक्ष देऊन ऐकत राहतात. माणसाचा लोभही त्यांना फार आहे. त्यांना बाहेर काढायचे तर नेहमी बरोबरीने काढले जाते आणि त्यांची दोस्ती अगदी जिगरजान आहे."

फादर जोसेफने एकाला काढणीला धरून किंचित फिरवले. तो म्हणाला, "जनावरे नेहमीच्यातली नव्हेत. पांढरी घोडी मी पाहिली आहेत; पण असला पांढरा रंग प्रथमच पाहतो आहे." आणि यजमानाला आश्चर्यात टाकून तो हाडकुळा धर्मगुरू चपळपणे एका उडीत कॉंटेण्टोवर आरूढ झाला. लुजॉनला तर राहोच, पण कॉंटेण्टोलाही याचे नवल वाटलेले दिसले. स्वतःला त्याने गदागदा हलवले. उसळून धाव मारली. फाटकाशी तो थांबला. एवढे करून पाठीवरचा स्वार जागचा ढळला नव्हता, त्या अर्थी त्याच्या अश्वारोहणचातुर्याबद्दल खात्री बाळगणे भाग होते. असेच जणू मानून ते जनावर निमूट वळले, मूळ जागी आले आणि एंजेलिकाशेजारी तटस्थ उभे राहिले.

"कमाल आहे तुमची, पॅड्रे!" लुजॉन उद्गारला. "आत्ता फादर गॅलेगॉस काही घोड्यावर कायम राहिला नसता. तसा तो सराईत शिकारी असूनही बहुधा जमिनीवर आदळला असता."

"त्याचे असे आहे लुजॉन," फादर जोसेफ म्हणाला, "या तुमच्या देशात रिकिब हेच माझे घर होऊ बघतेय. शिवाय या जनावरांची धाव मोठी सफाईदार आहे. आणि पाठही निरुंद आहे. माझ्या हे वैशिष्ट्याने ध्यानी आले आहे, कारण माझ्यासारख्या आखूड पायांच्या माणसाला रुंद आसाच्या घोड्यावर आठ आठ तास स्वारी करायची म्हणजे शिक्षा वाटते. आणि ती मला दिवसचे दिवस भोगावी लागते. इथून आता मी सँता फेला जाणार. पुन्हा बिशपशी बोलणे झाले की निघालो तिथून 'मोरा'कडे."

"मोराकडे!" लुजॉन चीत्कारला. "फारच मोठी मजल आहे ती. शिवाय सडका खराब. तुमच्या घोडीवरून तुम्हाला ते अशक्य होईल. ती मरूनच जाईल." हे तो म्हणत असताना फादर त्या जनावरावरच बसून त्याला थोपटीत होता.

"त्याला इलाज नाही." तो म्हणाला. "माझ्याकडे दुसरे जनावर नाही. प्रभूने एवढीच कृपा करावी की अन्नपाणी मिळणे अशक्य आशा जागी तरी तसला प्रसंग आणू नये. कारण तसे फार सामान मला बरोबर नेता येणार नाही. नेता येतील माझी धर्मगुरूची वस्त्रे. आणि काही तसलेच अत्यावश्यक साहित्य."

लुजॉन विचारात अधिकाधिक व्यग्र झाल्यासारखा दिसला. काही तरी फार

महत्त्वाचा निर्णय तो घेत असावा आणि हा निर्णय मोठासा उत्साहजनक नसावा, असा त्याचा चेहरा दिसत होता. एकाएकी त्याचा चेहरा बदलला. तो फादर जोसेफकडे सस्मित वळला. त्या स्मितात एक प्रकारचा पोरगेला उल्हास होता. किंचित नाटकी सुरात तो फादरला म्हणाला, "फादर व्हेलंट, माझ्या घराचा तुम्ही स्वर्गाशी संबंध जोडून दिला आहात. आणि त्याबद्दल माझ्याकडून तुम्ही फारसा मोबदलाही घेत नाही. तर मग तुमच्याकरता मला काहीतरी फार चांगले केलेच पाहिजे. मी माझा काँटेण्टो तुम्हाला नजर करतो. प्रार्थना कराल तेव्हा माझ्या वतीनेही स्मरणपूर्वक प्रभूला काही सांगा एवढीच अपेक्षा."

जमिनीवर उडी मारून फादर व्हेलंटने यजमानाला कवेत कवटाळले. तो म्हणाला, "मनुएलितो, या तुमच्या बक्षिसाबद्दल मी तुमच्या वतीने प्रार्थना करून तुम्हाला स्वर्गप्राप्तीदेखील घडवू शकेन, इतका उत्कट आनंद मला झाला आहे! इतकी मोठी कृतज्ञता मला वाटते आहे!"

लुजॉन हसला. फादरला त्याने थोपटले. हातात हात घालून दोघे 'बाप्टिजम्स' करण्याच्या जागेकडे गेले.

दुसऱ्या दिवशी सकाळी, लुजॉन फादरला न्याहरीकरता पाचारण करण्यासाठी शोधू लागला तेव्हा फादर त्याला परसात आढळला. त्या दोन शुभ्र जनावरांना तो इतस्ततः फिरवीत होता, त्यांची उजळ पांढरी काया कुरवाळीत होता. मात्र त्याच्या मुद्रेवर कालचा उल्हास नव्हता.

तो लुजॉनला बघताच तत्काळ म्हणाला, "मनुएल, तुमचे बक्षीस मला घेता येत नाही. रात्रभर मी त्यावर विचार केला. आणि मला कळून आले आहे की या तुमच्या सुंदर जनावराचा स्वीकार मी करता कामा नये. सँता फेचे बिशपही माझ्याप्रमाणेच हालअपेष्टा काढतात, कष्ट सोसतात, फिरतात. त्यांचे जनावर माझ्या घोडीहून काही फारसे उजवे नाही. या भागात येताना गॅल्व्हेस्टनला जहाज बुडून त्यांना त्यांची सारी चीजवस्तू गमवावी लागली; यात या भागातल्या प्रवासाकरता त्यांनी मुद्दाम बनवून घेतलेली गाडीही गेली. माझे बिशप जोवर एका सामान्य घोड्यावरून प्रवास करतात, तोवर मला या असल्या अव्वल जातीच्या जनावराचा स्वीकार करणे अशक्य आहे. यावर बसण्याची मला लाज वाटेल. माझ्या आहे त्याच घोडीवरून मला माझे प्रवास करायला हवेत."

लुजॉन अस्वस्थ झाला, काहीसा दुःखीही झाला. जड सुरात तो म्हणाला, "असे म्हणता पॅड्रे?" त्याला वाटले, कालच्या साऱ्या आनंदीआनंदानंतर हे असे काहीतरी बोलण्याची, करण्याची या फादरला काय जरूर होती? काल आपल्याला कसे एखाद्या उदारधी सम्राटागत वाटत होते. आणि आज हा पॅड्रे आपले औदार्य अव्हेरतो! तो पुढे म्हणाला, "तुमची घोडी मात्र ला बजादा टेकडी पार करू

शकेल असे मला वाटत नाही. असे करा, माझे सारे घोडे एकदा नीट पाहा आणि त्यातला तुम्हाला हवा असलेला कोणताही घ्या. ते सगळेच तुमच्या घोडीपेक्षा ताकदीने उजवे आहेत.''

फादर व्हेलंटने निश्चयाने नकार भरला. तो म्हणाला, ''मनुएलितो, ही तुमची दोन जनावरे पाहिल्यानंतर मला दुसरे काही स्वीकारण्याची इच्छा होणे अशक्य. लग्नविधीची माझी दक्षिणा मी वाढवीन आणि पैसे जमवून तुमचे हे एक जनावर मी विकत घेईन! आम्हा धर्मप्रसारकांना या भागात घोडे हीच संगतसोबत. मला माणसाच्या मगजाचे तुमचे हे समजदार, देखणे जनावरच हवे.''

सिनोर लुजॉनने सुस्कारा टाकला. या विचित्र प्रसंगातून सुटका शोधण्यासाठीच जणू तो इतस्ततः पाहू लागला.

फादर जोसेफ उत्स्फूर्तपणे त्याच्याकडे वळला आणि म्हणाला, ''मनुएल, मी तुमच्यासारखा सधन 'रँचेरो' असतो तर या वेळी काय केले असते ते सांगतो. मी ही दोन्ही जनावरे या मागासल्या भागातल्या धर्मप्रसाराकरता, प्रभूच्या सेवेत देऊन टाकली असती आणि सार्थक मानले असते.''

''तसे होऊ दे, पॅड्रे.'' लुजॉन मंद सुरात लागलीच म्हणाला, ''मात्र बदल्यात माझ्याकरता तुम्ही ईश्वराकडे वारंवार शब्द टाकला पाहिजे. कारण या माझ्या साऱ्या मिळकतीत या दोन जनावरांच्या तोडीचे दुसरे काही नाही. दीर्घ काळ त्यांची ताटातूट होती तर एक दुसऱ्याकरता झुरले असते हेही खरेच. त्यांची कधीच ताटातूट झालेली नाही आणि परस्परांवरची माया दाट आणि दृढ आहे. घोड्यांत हा मायेचा भाग नेहमीचा मोठा असतो. ही देणे मला कठीण वाटते आहे.''

फादर जोसेफ अंत:करणपूर्वक उद्‌गारला, ''या दानाचे पुण्य तुम्हाला लाभल्यावाचून राहणार नाही, सिनोर. जेव्हा जेव्हा या जनावरांचे स्मरण तुम्हाला होईल, तेव्हा तेव्हा तुमच्या मनात कृतकृत्यताच वाटेल.''

न्याहरी आटोपली आणि लागलीच फादर जोसेफ व्हेलंट पुढल्या मार्गाला लागला. त्याने 'काँटेण्टो'वर स्वारी केली होती आणि मागून 'एंजेलिका' निमूटपणे येत होती. घराच्या फाटकाशी या जनावरांकडे भरल्या डोळ्यांनी पाहत लुजॉन ती दिसेनाशी होईपर्यंत उभा होता. त्याची ही जनावरे त्याच्याकडून उगीच नेण्यात आली असे त्याला वाटत होते आणि तरीही कोणताही आकस त्याच्या मनात नव्हता. फादर जोसेफच्या आत्मार्पण बुद्धीविषयी त्याला संशय नव्हता. त्याच्या हेतूच्या पावित्र्याविषयीही त्याची खात्री होती. काही झाले तरी अखेर बिशप तो बिशप होता आणि व्हिकर तो व्हिकर. एकाच्या विचारावाचून दुसरा वागणे शक्यही नव्हते आणि योग्यही नव्हते. 'काँटेण्टो' आणि 'एंजेलिका' वरून ते

दोघे आपापल्या कार्यार्थ फिरतील तेव्हा आपल्याला बिलकूल खंत वाटणार नाही, असा दिलासा त्याला वाटू लागला. झाले ते आता त्याला चांगलेच वाटत होते.

२.

बिशप आणि व्हिकर, दोघे 'ट्रुकास' डोंगरातून भर पावसात वाट काढीत होते. वरच्या अंगाने मारणाऱ्या वाऱ्याने पावसाचे जाडे, काळसर थेंब तिरके अंगावर येत होते. नाका-तोंडावर सपासप बसत होते. पोकळ असल्यासारखे फुटत होते. डोंगराच्या त्या उंचवट्यावर झाडीच झाडी पसरली होती आणि काही दिवसांत पाणी खाऊन ती चांगली हिरवी जर्द आणि टवटवीत होणार होती. आता मात्र तिचा रंग भुरकट काळा वाटत होता. दुतर्फा दऱ्या-कपारी पसरल्या होत्या. निळसर हिरव्या फर झाडांची आच्छादने त्यांना लाभली होती. त्यांच्या पाठीशी डोंगरांचे उंच उंच सुळके. आभाळ ठेंगणे वाटत होते. काळपट ढगांनी साऱ्या आसमंतावर धुक्यासारखे तलम, दाट पांघरूण धरले होते. वरच्या काळवंडल्या, निथळत्या अवकाशात उजळ प्रकाशाचा एकही पुंजका कुठे पायरवत नव्हता. ती दोन शुभ्र पांढरी जनावरेदेखील ओलीचिंब भिजून काळसर भासत होती.

फादर लतूर पुढे चालला होता. त्याच्या जनावरावर तो ताठ बसला होता. आणि पावसाची झड थेट डोळ्यांत मारू नये इतपतच त्याने हनुवटी खाली घेतली होती. मागून फादर व्हेलंट येत होता. त्याला फारसे काहीच दिसू शकत नव्हते. कारण या हवेत त्याचा चश्मा निरुपयोगी होई, म्हणून त्याने तो काढून ठेवला होता. घोड्याला चिकटून, अंगाची मुरगशी करून तो बसला होता. त्याचे बाहू 'कॉण्टेण्टो'च्या मानेभोवती जवळजवळ लपेटले होते. फादर जोसेफची बहीण फिलोमेन पुइ-ड-डोम भागात तिच्या गावी एका कॉन्व्हेंटची 'मदर सुपीरिअर' होती. फादरच्या पत्रांच्या अनुरोधाने ती त्या दोघांचे घोड्यावरचे प्रवास कल्पनेने दृष्टीसमोर रेखाटण्याचे प्रयत्न करी. तिच्या परिचयाच्या सेंट फ्रान्सिस झेवियरच्या चित्रासारखे हे दोघे तिला दिसू लागत. या वेळी प्रत्यक्षात हे दोघे फारसे चित्रयोग्य दिसत नव्हते– परंतु एक तरीही खरे कोणी पाहते तर त्यांना व्यापारी किंवा पारधी नक्कीच समजले नसते. 'नेकचीफ्स'ऐवजी त्यांनी गळ्याला 'क्लेरिकल कॉलर्स' लावल्या होत्या आणि बिशपच्या 'बक्स्किन'च्या कोटाच्या छातीवर चांदीच्या छड्याला चांदीचाच क्रूस लटकताना दिसत होता.

ते मोराच्या मार्गावर वाटचाल करीत होते. प्रवासाचा हा तिसरा दिवस. अजून किती मार्ग काढायचा होता याचा अंदाज लागलेला नव्हता. सकाळपासून कोणी प्रवासी त्यांना भेटला नव्हता की कुठे वस्ती पायरवली नव्हती. आपण

मार्ग चुकलेलो नाही हा भरवसा त्यांना वाटत होता; कारण दुसरा मार्ग त्यांना वाटेत दिसला नव्हता. पहिली रात्र त्यांनी 'रिओ ग्रॅण्ड'च्या उबदार खोऱ्यात सांताक्रुझला घालवली होती. इथल्या शेतांतून आणि रायांतून वसंताची चाहूल जागोजाग जाणवत होती. परंतु एस्पनोलाचा टापू त्यांनी मागे टाकला आणि त्यांना प्रथम वाऱ्यावादळांना आणि मग थंडीला तोंड द्यावे लागले. बिशप मोराला चालला होता तो तिथल्या स्थानिक धर्मगुरूच्या घरी बरेच आश्रयार्थी तळ ठोकून होते, त्यांच्या पुढल्या व्यवस्थेचा उद्देश मनात ठेवून. कॉनेजोस खोऱ्यातील एक अलीकडली वसाहत इंडियन लोकांनी हल्ले करून उद्ध्वस्त केली होती. या हल्ल्यांत वसाहतीतले बरेच रहिवासी जीवे मारले गेले होते, आणि उरले होते ते मूळ मोराचेच असल्याने कसेबसे, कंगाल स्थितीत मोराला पोचले होते. ते हे आश्रयार्थी.

डोंगर निम्माअधिक पार करतात तो त्या दोघा धर्मगुरूंवर पावसाबरोबर हिमही पडू लागले आणि त्यांचे ओले कपडे गोठून गेले. बर्फाच्या मऊ गुठळ्या त्यांच्या अंगावर पडून पुढे घसरत जाऊ लागल्या. या स्थितीत रात्र उघड्यावर काढण्याची कल्पना सहन होत नव्हती. शेकोटी पेटली नसती, पांघरुणांत ऊब टिकली नसती. मोराच्या बाजूला डोंगर उतरत असताच दिवस भराभर मावळू लागला. तसे म्हटले तर तेव्हा फक्त चारच वाजले होते. फादर लतूर वळून म्हणाला,

"जोसेफ, घोडी थकली आहेत. त्यांना घास घातला पाहिजे."

फादर जोसेफ व्हेलंट म्हणाला, "जाववेल तेवढे सध्या पुढे सरकू या. रात्र पडण्याआत काही निवारा गवसेलसे वाटते." जोसेफ सारखा मनाशी प्रभूची करुणा भाकत होता आणि तो अंतर देणार नाही याविषयी त्याची खात्री होती. आणि खरोखर, तासाभरात ते एका पडीक घरापाशी आले. घर इतके पडीक आणि दरिद्री होते की वाटेनजीक ठळक जागी नसते तर त्यांच्या नजरेतही आले नसते. घरानजीकची जागाच त्यांना वसतीकरता उजवी वाटली आणि रात्र तिथेच काढण्याचे त्यांनी ठरवले.

दाराशी ते पोचले आणि एक जण बाहेर आला. तो बोडका होता. आणि आश्चर्य असे की तो मेक्सिकन नसून अमेरिकन होता. त्यांना जवळजवळ अगम्य अशा बोली भाषेत तो बोलला. रात्री मुक्काम करण्याची त्यांची इच्छा आहे काय, असे त्याने विचारले. त्यानंतरच्या थोड्याशाच संभाषणात फादर लतूरला वाटले की या सीध्या न वाटणाऱ्या संशयास्पद माणसाबरोबर नाइलाजानेदेखील या घरात राहणे योग्य नव्हे. इथून जावेच. तो माणूस अंगाबांध्याने उंच, धिप्पाड आणि बेढब होता. त्याची मान सर्पासारखी होती. मस्तक छोटे आणि भरीव होते.

आखूड केसांखाली जाड जाड वळ्या दिसत होत्या. त्याच्या छोट्या, सुपासारख्या कानांमुळे त्याच्या चेहऱ्याला आणि मस्तकाला अधिकच कुरूप कळा आली होती. त्याच्या त्या अवतारामुळे तिथे राहावे असे तर वाटत नव्हते आणि त्याचे ते तेवढेच घर मोराच्या त्या निर्जन रस्त्यावर उपलब्ध होते.

दोघे धर्मगुरू घोड्यांवरून खाली उरतले. जनावरांना बांधण्याची आणि दाणापाणी करण्याची सोय त्यांनी त्याला विचारली.

तो म्हणाला, ''माझा कोट चढवून येऊन मीच ते करतो. सध्या चला आत.''

त्याच्या मागोमाग ते एका खोलीत गेले. कोपऱ्यात शेकोटीची भट्टी धगधगत होती. तिथे जाऊन ते हातांना ऊब आणू लागले. आडोशाच्या दिशेने त्यांच्या यजमानाने एक रागीट, गुरगुरता सूर टाकला आणि लगतच्या दालनातून एक स्त्री आत आली. ती मेक्सिकन होती.

दोघा धर्मगुरूंनी तिला अदबपूर्वक स्पॅनिश बोलीत अभिवादन केले. तिने तोंड उघडले नाही. फक्त क्षणभर त्यांच्याकडे शून्य नजरेने पाहिले. मग ती अधोमुख झाली. भयभीत झाल्याप्रमाणे अंग चोरून उभी राहिली. दोघा धर्मगुरूंनी याचा अर्थ न कळून प्रश्नार्थक मुद्रांनी एकमेकांकडे पाहिले. हा माणूस या ना त्या तऱ्हेने तिला छळत असावा हे त्यांच्या लक्षात आलेले होते. एकाएकी तो माणूस तिच्याकडे वळून म्हणाला.

''पाहुण्यांची व्यवस्था कर. त्या खुर्च्या रिकाम्या कर. धर्मगुरू असले तरी खाणार नाहीत ते तुला.''

भराभर ती स्त्री खुर्च्यांवरचे ओले नाहीतर मळके कपडे गोळा करू लागली. हातांना कंप होता आणि मधूनच एखादा कपडा तिच्या हातून पडत होता. तशी ती वयस्क नव्हती, बरीच तरुणही असू शकत होती. परंतु डोक्याने ती अर्धवट असावी. तिच्या चेहऱ्यावर भयाव्यतिरिक्त कसलाच भाव नव्हता.

तिच्या नवऱ्याने कोट चढवला. बूट घातले. तो दाराकडे गेला. कडीवर हात ठेवून तो वळला. गोंधळलेल्या तिच्याकडे त्याने तिरस्काराचा एक कडवट कटाक्ष टाकला.

''चल, माझ्याबरोबर ये. तुझी जरूर लागेल!''

खुंटीवरची काळी घोंगडी घेऊन ती मागून गेली, दाराशी ती वळली. पाहुण्यांशी तिची नजरानजर झाली. ते तिच्याकडे मूढ होऊन परंतु कणवेने पाहत होते. पाहता पाहताच तो अर्धवट वाटणारा चेहरा आशयाने भरला. बोटाने तिने त्यांना लांब, लांब जायला सुचवले आणि शब्दांना अशक्य असे भय मुद्रेने व्यक्त करीत मस्तक मागे झुकवून आपला पंजा तिने आपल्या कंठावरून आडवा फिरवला.

आणि ती निघून गेली. दार ओके ओके झाले. तिकडे पाहत ते दोघे धर्मगुरू निःशब्द राहिले. घडले, उमगले ते इतके निश्चित आणि भयंकर होते की त्यांची वाचाच बसल्यासारखी झाली होती.

प्रथम फादर जोसेफचा शब्द फुटला, "पिस्तूल भरलेले आहे ना तुझे, जीं?"

"हूं, परंतु ते गारठले आहे, तरी पण हरकत नाही."

ते घाईने घराबाहेर पडले. काळवंडल्या प्रकाशात, पावसाच्या धारेतून पागा दिसू शकत होती. दोघे तिकडेच गेले.

बिशपने हाक मारली, "सिनोर अमेरिकन, कृपा करून आमची जनावरे सोडून बाहेर आणता का?"

तो माणूस बाहेर आला. म्हणाला, "काय हवे तुम्हाला?"

"आमची घोडी. बेत बदलला आहे आमचा. तडक मोरा गाठायचे ठरवले आहे आम्ही. तुम्हाला तसदी पडली त्याबद्दल हा डॉलर."

त्या माणसाने धमकीवजा पवित्रा घेतला. त्या दोघांकडे तो पाहू लागला तशी त्याचे मस्तक सापाच्या फणेसारखे झुलले. "काय प्रकार आहे? घर पसंत नाही माझे तुम्हाला?"

"खुलाशांची गरज नाही. फादर जोसेफ पागेत जाऊन घोडी बाहेर आणा."

"हां, जाऊन तर पाहा माझ्या पागेत–"

बिशपने पिस्तूल सरसावले. "याद राखा, सिनोर, तुमच्या उद्दाम जिभेपासून दूर जाण्यापलीकडे आम्हाला दुसरे काहीएक नको. आहात तिथेच उभे राहा."

तो माणूस निःशस्त्र होता. जनावरे घेऊन फादर जोसेफ पागेतून बाहेर आला. त्यांच्यावरचे जिन अद्याप उतरवलेले नव्हते, हे बरे होते. दोन्ही जनावरांच्या तोंडी चाऱ्याचा घास होता. त्यांनाही हे स्थान मानवले नसावे. कारण पाठीवर धन्यांचे वजन जाणवताच ती सडकेकडे धावली. उतरत्या सडकेने पुढे निघाली. फादर जोसेफ म्हणाला, "त्याच्या घरात खात्रीने बंदूक असेल. पाठीत गोळी खाऊन मरण्याची आपली तरी इच्छा नाही."

"माझी तरी कुठे आहे? परंतु तशी भीतीही नाही. काळोख बराच पडला आहे. आता घोड्यावरून त्याने पाठलाग आरंभला तर गोष्ट निराळी. पागेत आणखी घोडी होती?"

"होते एक." फादर जोसेफची मदार मुख्यतः सेंट जोसेफवर होती. अडीअडचणीला तो त्याच्यावरच भार टाकीत आला होता. त्या अनोळखी स्त्रीने आकस्मिकपणे त्यांना दिलेला इशाराही तो सेंट जोसेफचीच कृपा मानत होता.

डोंगरचा मुख्य भाग उतरून होईतो चांगलीच रात्र पडली होती आणि पावसाची

धारही वाढली होती.

बिशप म्हणाला, "या अंधारात मार्गाची खात्री नाही. परंतु आपल्या पाठीवर तरी कोणी नाही असा विश्वास वाटतो. आता या हुशार जनावरांवरच विसंबावे हे उत्तम. त्या बिचाऱ्या गरीब बाईचा मात्र तो अधम संशय घेऊन तिचा छळ करील अशी मला भीती वाटते." वाटेवरल्या काळोखात त्याला सारखी तीच दिसत होती– कंठावरून पंजा फिरवताना!

मध्यरात्रीनंतर थोड्या अवकाशात ते मोराला पोचले. स्थानिक धर्मगुरूंचे घर आश्रयार्थींनी भरून गेले होते. या दोघांना बिछाना मिळावा म्हणून दोघा आश्रयार्थींना त्या बिछान्यातून बाहेर घालवावे लागले.

सकाळी पागेतून एक पोरगा आला आणि त्याने बातमी दिली की तिथल्या चाऱ्यांत एक वेडी स्त्री पहुडलेली त्याला दिसली होती. दोघा धर्मगुरूंची भेट ती परोपरीने मागत होती. 'पागेतल्या शुभ्र घोड्यांचे धनी' म्हणून ती त्यांचे वर्णन करीत होती.

तिला त्यांच्यासमोर आणण्यात आले. तिच्या अंगावरच्या वस्त्राच्या चिंध्या झाल्या होत्या आणि अंगभर चिखलाचे डाग दिसत होते. आदल्या रात्रीची, आपले प्राण वाचविणारी स्त्री ती हीच, हे ओळखणे त्या धर्मगुरूंना जड गेले, इतकी तिची रया बदलली होती.

आपण पुन्हा घरात गेलोच नाही असे तिने सांगितले. तिचे नाव होते मॅग्डालेना. हे दोघे धर्मगुरू घोड्यांवरून निघून गेले तशी बंदूक आणण्याकरता तिचा नवरा घरात धावला होता, आणि संधी साधून पागेपल्याडल्या कपारीवरून तिने खाली उडी झोकली होती. तशीच रात्रभर वाटचाल करून ती मोराला पोचली होती. नवरा आपल्याला गाठून ठार करील हे भय तिला सर्व वाटभर अर्धमेले करीत होते; परंतु तसे घडले मात्र नव्हते. फटफटत्या पहाटे ती त्या गावी पोचली होती. पागेत उबेकरता आणि निवाऱ्याकरता जाऊन, घर जागे होण्याची वाट पाहत पडली होती. बिशपपुढे वाकून ती इतक्या एकाहून एक भयंकर गोष्टी सांगू लागली की त्याने तिला मध्येच थांबवले आणि स्थानिक धर्मगुरूकडे तो वळला. म्हणाला, "स्थानिक अधिकाऱ्यांकडे हे प्रकरण सुपूर्त करण्यात आले पाहिजे, इथे मॅजिस्ट्रेट आहे का?"

मॅजिस्ट्रेट तर नव्हता. परंतु गावात एक म्हातारा पारधी होता. तो पंच म्हणून काम पाहत असे. जाबजबाबाकरिता साक्षीदार म्हणून त्याचा उपयोग होत असे. त्याला बोलावणे धाडण्यात आले आणि मध्यंतरी मग फादर लतूरने या भाबड्या स्त्रीची सर्व प्रकारे काळजी घेण्याला भोवतालच्या आश्रयार्थी बायांना समजावले.

घटकाभरात, मॅग्डालेना अन्नाने आणि दयेने तृप्त होऊन आपली कर्मकथा

सांगण्याकरता तवानी झाली. पंचाने त्याचा एक कॅनेडियन स्नेही, स्पॅनिश समजणारा सेंट रेन याला बरोबर आणले होते. तो त्या स्त्रीला ओळखत होता, हे आणखी विशेष. त्याने तिचे नाव मॅग्डालेना वाल्डेझ असल्याचे आणि ती चोवीस वर्षांची, लॉस रॅन्कोड ड ताओसची असल्याचे हमीपूर्वक सांगितले. त्याच्या म्हणण्याप्रमाणे तिचा नवरा मूळचा व्योमिंग भागातला. पारध्यांच्या एका गटाबरोबर तो त्या भागात प्रथम आला होता. तिथल्या गोऱ्या लोकांना त्यांची उत्तम माहिती होती; परंतु स्थानिक मेक्सिकन मुलींच्या दृष्टीने मात्र अमेरिकनाशी लग्न म्हणजे श्रीमंती असे समीकरणच होते. सहा वर्षांमागे मॅग्डालेनाचे त्याच्याशी लग्न झाले होते. मोरा मार्गावरच्या त्या भिकार घरात तिने त्याच्याबरोबर तब्बल सात वर्षे काढली होती. या काळात वाटेत त्याच्याइथे रात्रीकरता मुक्काम केलेल्या चार मुसाफिरांना त्याने लुबाडून ठार केले होते. त्या भागात कोणाच्या ओळखीपाळखीचे ते नव्हते, लांबचे होते. मॅग्डालेनाही आता त्यांची नावे विसरली होती. तिला आठवत होते एवढेच, की त्यातला एक जर्मन मुलगा होता. त्याला स्पॅनिश आणि इंग्लिश फार जुजबी येत होते. त्याचे डोळे निळे होते. त्याच्या हत्येचे दुःख तिला विशेष झाले होते. पागेमागच्या भुसभुशीत जमिनीत सर्वांना पुरण्यात आले होते. त्यांची प्रेते पावसात बाहेर येतील हे भय तिला नेहमी व्यापून राही. त्या मुसाफिराचे घोडे रात्रीच्या रात्री लांब उत्तरेकडे नेऊन इंडियनांना विकण्यात आले होते. लग्नापासून मॅग्डालेनाला एकूण तीन मुले झाली होती. जन्मानंतर काही दिवसांत यांतले प्रत्येक मूल तिच्या नवऱ्याने ठार केले होते– अशा अघोरी पद्धतीनी की ते सारे तिला सांगता सांगवत नव्हते. पहिले मूल त्याने मारले तेव्हा ती त्याच्याकडून पळून जाऊन रँकोसला राहणाऱ्या तिच्या आई-बापाकडे जाऊन राहिली होती. परंतु तो मागोमाग आला आणि म्हाताराम्हातारीला धमक्या देऊन त्याने तिला बळजोरीने परत नेले होते. कुठे मदतीकरता याचना करण्याला ती सतत घाबरली होती; परंतु आश्रयार्थ आलेल्या मुसाफिरांना असेच दोनदा तिने संधी साधून इशारे देऊन वेळीच घालवून लावले होते. या वेळी ती या धर्मगुरूंमागे आली होती ती, ते तिला नक्की निवारा आणि संरक्षण देतील या खात्रीने. अधिक हत्या तिला आता पाहवणे शक्य नव्हते. मरण येईल तर तिला हवे होते. त्याआधी शक्य तर या लोकांच्या आश्रयाला राहून पापपुण्याचा हिशेब जमेल तितका मनाजोगता करून घेण्याची तिची इच्छा होती.

ताबडतोब सेंट रेन आणि त्याच्या मित्राने माणसे जमवली. स्केलच्या घराकडे ते गेले. पागेमागे चार माणसांचे सांगाडे त्यांना मिळाले. ताओसच्या रस्त्यावर तिकडून बायकोचा शोध घेऊन परत येणाऱ्या स्केलला त्यांनी कैद केले. त्याला मोराला आणले. सेंट रेन तसाच ताओसला मॅजिस्ट्रेटला आणण्याकरता गेला.

गावात तुरुंग नव्हता, म्हणून एका रिकाम्या पागेत स्केलला पहाऱ्यात डांबण्यात आले. बायकोला उद्देशून स्केल सारखा शिव्याशाप उच्चारत होता आणि हे पाहायला मोठी गर्दी जमली होती. मॅग्डालेनाला स्थानिक धर्मगुरूच्या घरी ठेवण्यात आले होते. सँता फेला आपल्याला न्या म्हणून ती घाबरलेली स्त्री फादर लतूरची सारखी प्रार्थना करीत होती. स्केलला तसे बांधून टाकण्यात आले असले तरी ही बाई फादरच्या मतेही असावी तितकी सुरक्षित नव्हतीच. रात्रभर तो आणि गावचा पंच असे दोघे पिस्तुले घेऊन पहाऱ्याला बसून होते.

सकाळी मॅजिस्ट्रेट त्यांची माणसे घेऊन येऊन पोचला. पंचामार्फत त्याला सर्व हकिगत सुनावण्यात आली. ताओसमध्ये मॅग्डालेनाची काही व्यवस्था होईल का, म्हणून बिशपने जमलेल्या मंडळीला विचारले. कारण या गावी तिला निश्चिंत वाटणे शक्य नव्हते.

शिकारीच्या कातडी पोशाखातला एक इसम गर्दीतून पुढे आला. मॅग्डालेनाच्या भेटीची इच्छा त्याने प्रकट केली. फादर लतूरने त्याला, मॅग्डालेना पडून होती त्या खोलीत नेले. तो नवखा माणूस तिच्याजवळ गेला, जाताना त्याने आपली टोपी हातात काढून घेतली. तो खाली वाकला आणि आपला हात त्याने तिच्या खांद्यावर ठेवला. तो अमेरिकन होता हे स्पष्ट दिसत होते; परंतु तो सफाईदार स्पॅनिशमध्ये बोलत होता.

"मॅग्डालेना, ओळखलेस का मला?"

एखाद्या काळ्या भिंतीआडून डोकवावे तसे तिने त्याच्याकडे पाहिले. तिच्या बैचेन, व्यथित नजरेत काहीतरी चाळवले. त्याचे गुडघे, तिने दोन्ही हातांनी घट्ट पकडले.

"क्रिस्टोबल!" ती कण्हली. "तुम्ही क्रिस्टोबल!"

"मॅग्डालेना, माझ्याबरोबर मी तुला घरी नेतो. माझ्या बायकोबरोबर राहा. तिथे राहायला तुला भीती वाटेल का?"

"नाही नाही, क्रिस्टोबल, तुमच्याकडे मला भीती कसली? मी काही पापिणी नव्हे की डाकिणी नव्हे. मी तसली कुणी नव्हे."

त्याने तिचे मस्तक कुरवाळले. "तू फार चांगली आहेस, मॅग्डालेना, पूर्वीपासून तू फार चांगली आहेस. आता सारे ठीक होईल. माझ्यावर भरवसा ठेव."

मग तो बिशपकडे वळला. म्हणाला, "सिनोर व्हिकारिओ, माझ्याबरोबर येईल ही. ताओसनजीक राहतो मी. माझी बायको मूळ या भागातलीच. तिचे आणि हिचे चांगले जमेल. तो हरामखोर तुरुंगातून सुटला किंवा पळाला तरी माझ्याकडे फिरकणे शक्य नाही. मला ओळखतो तो. माझे नाव कार्सन."

या माणसाला भेटण्याचे फादर लतूरच्या मनात आधीपासूनच होते. नावावरून

आणि 'स्काउट'च्या पेशावरून हा माणूस कोणी धिप्पाड आणि जरब वाटावी अशा समर्थ कुडीचा इसम असेल अशी त्याची कल्पना होती. परंतु हा कार्सन तर बिशपइतकाही उंच नव्हता, कुडीचा भारी सडपातळ होता, त्याची मुद्रा विचारी आणि सावध होती. निळ्या डोळ्यांत कायमचे कुतूहल होते. पिंगट मिश्यांखालच्या जिवणीत सुसंस्कृततेचे स्पष्ट वळण होते. ओठ नाजूक वळणाचे आणि भरदार होते. जिवणीपासच्या रेषांत किंचित् औदासीन्य, चिंतनशीलता आणि या दोहोपोटचा संभाव्य हळवेपणाही प्रतीत होत होता. त्याच्याकडे पाहताना बिशपच्या मनात समाधान दरवळून आले. त्याच्या साऱ्या व्यक्तिमत्त्वात उच्च मूल्ये, निष्ठा इत्यादी वैशिष्ट्यांची ग्वाही त्याला जाणवली. शब्दांतून व्यक्त न होणारी, न पटणारी; परंतु या प्रकारची दोन माणसे एकत्र येताच निःशब्दपणे प्रकट होऊन क्षणार्धांत पटणारी ही ग्वाही. बिशपने कार्सनचा हात हाती घेतला. "तुम्हाला भेटण्याची इच्छा मनात केव्हापासून होती. या भागात येण्याआधीपासून ही इच्छा मी बाळगून होतो. सँता फेला आपली गाठ केव्हा ना केव्हा पडेल, असे मी मानले होते."

कार्सनने स्मित केले. तो म्हणाला, "मी जरा संकोचीच आहे. आणि अपेक्षाभंगाच्या धास्तीत मी नेहमी असतो. पण आता प्रश्न नाही. इथून पुढे आपल्यांत कसलाच अडथळा निर्माण होणार नाही."

एका प्रदीर्घ स्नेहाचा हा आरंभ होता.

कार्सनच्या 'रँच'कडे परतताना मॅग्डालेना फादर व्हेलंटच्या हवाली होती आणि बिशप आणि कार्सन असे दोघे घोड्यांवरून बरोबरीने पुढे दौडत होते. केवळ पद्धत आणि उपचार म्हणून आपण कॅथॉलिक झालो असल्याचे कार्सनने संभाषणात स्पष्ट केले. मेक्सिकन मुलीशी लग्न लावण्यास हा पंथ स्वीकारण्याची अमेरिकनांची पद्धत होती. त्याची बायको वृत्तीने खूप चांगली आणि सेवातत्पर, धार्मिक स्त्री होती. कॅलिफोर्नियाच्या गेल्या प्रवासापूर्वी धर्म ही बायकांची बाब तो मानीत होता. कॅलिफोर्नियात तो आजारी पडला. तिथल्या मिशन्सपैकी एका मिशनच्या धर्मगुरूंनी त्याची सेवाशुश्रूषा केली, त्याला बरे केले. "मग मात्र मला वेगळे वाटू लागले. माझे मत, माझे समज बदलले. आतल्या स्फूर्तीने आपण केव्हा तरी श्रद्धावंत कॅथॉलिक होऊ असे वाटू लागले. धर्मगुरू हलकट आणि जोगिणी नीच असतात, असा आमचा लहानपणापासून समज करवून देण्यात आलेला. मिसुरीत हे असेच मानण्यात येते. इथल्या अनेक धर्मगुरूंकडे पाहिले तर तेच खरेही वाटते. आमच्या ताओसचा पाद्री मार्टिनेझ हा अशांतला. इथल्या वस्ती-वस्तीत त्याची पोरे आणि नातवंडे पसरली आहेत. ॲरोयो होंडोचा पाद्री ल्युसेस वृत्तीने दमडीचोर. धार्मिक कारणांसाठी दरिद्री जनतेला लुबाडीत असतो."

कार्सनबरोबर स्थानिक जनतेच्या गरजांबद्दल बिशपचे बरेच बोलणे झाले.

कार्सनच्या निष्कर्षाबद्दल त्याला मनस्वी विश्वास वाटू लागला होता. ते दोघेही वयाने सारखेच– चाळिशी नुक्ती ओलांडलेले. दोघांचाही अनुभव व्यापक. त्यामुळे आलेली समज आणि धार मोठी. जगप्रसिद्ध संशोधन योजनांत कार्सनने वाटाड्याचे काम केलेले होते; परंतु पूर्वी पारध्याचा पेशा तो करी तेव्हा होता तसाच तो आताही दरिद्री होता. छोट्याशा खोपटात तो त्याच्या मेक्सिकन बायकोसमवेत राही. सँता फे आणि पॅसिफिकचा किनारा यांच्या दरम्यानचा प्रचंड टापू एखाद्या पद्धतशीर नकाशाच्या रूपाने अद्याप कोणी आखून, रेखून नवख्यांकरता उपलब्ध केलेला नव्हता. किट कार्सनच्या मेंदूत मात्र त्याचा नकाशा सुसज्ज होता. एखादा प्रदेश वा चेहरा ताडण्यात सीमेच्या वाकबगार असलेल्या या हुशार माणसाला अक्षरओळख मात्र बिलकूल नव्हती. जेमतेम त्याला सही करता येत असे. तो असा निरक्षर राहिला तो अपघाताने; या टापूत येऊन पडल्यामुळेच. चौदाव्या वर्षापासून या भागातल्या प्रवाशांकडे तो भटारी किंवा खेचरहाक्या म्हणून काम करू लागला होता. यांत कोणी क्रूर आणि मोथेफिरू लोकही असत. यांच्याशी वारंवार संबंध आल्याने स्वाभिमान आणि दयार्द्रता त्याच्या हृदयात पक्की मुरली होती. मॅग्डालेनाबद्दल बिशपकडे बोलताना तो उदारपणे म्हणाला, ''ताओसमध्ये मी तिला पाहत असे तेव्हा ती केवढी देखणी होती म्हणून सांगू? आणि आता काय ही तिची दशा!''

रीतसर खटला चालवण्यात येऊन सराईत खुनी बक स्केल्सला फाशी देण्यात आले. एप्रिलच्या आरंभी सँता फेहून बिशप सेंट लुईला निघाला. बाल्टिमोरच्या प्रादेशिक मंडळाच्या बैठकीकरता तो जात होता. सप्टेंबरमध्ये तो परतला तेव्हा आपल्यासमवेत त्याने पाच जोगिणी आणल्या होत्या. या साऱ्याच मोठ्या धीराच्या बाया होत्या. सँता फेमध्ये मुलींकरता शाळा काढावी असा बिशपचा बेत होता आणि म्हणूनच त्याने या पाच जणींना आणले होते. येऊन पोचताच त्याने मॅग्डालेनाला बोलावणे पाठवले आणि तिला या पाच जणींच्या सेवेकरता नेमले. त्या पाच जणींविषयी तिला नितांत आदर वाटला आणि त्यांच्या सेवेत तिचा काल मनस्वी समाधानाने जाऊ लागला. इतका की शाळेला भेट देताना बिशप स्वयंपाकघराच्या दाराने आत शिरून मॅग्डालेनाच्या सोज्ज्वळ, सुंदर समाधानी चेहऱ्याचे दर्शन एकदा घेतल्याविना राहत नसे. तिचे सौंदर्य आता, कार्सनने म्हटले होते तसे पुन्हा एकवार विकसित झाले होते. मध्यंतरीचा यमपुरीचा अनुभव तिच्या मनावरून, ईश्वराच्या सेवेत, आता पुसून निघत होता.

तिसरा खण्ड

१.

सँता फेला आल्यापासून वर्षभरात बिशप लतूरचा मुक्काम खुद्द त्याच्या नेमलेल्या टापूत जेमतेम चार महिनेच होता. सहा महिने बाल्टिमोरच्या मंडळाच्या बैठकीत खर्च झाले होते. तिकडले बोलावणे आल्यानेच तो तिकडे गेला होता. तो प्रवास थोडाथोडका नव्हता. सँता फे ट्रेलच्या मार्गाने सुमारे हजार मैलांची मजल मारून तो प्रथम सेंट लुईला गेला होता. तिथून वाफोराने पिट्सबर्गला, तिथून डोंगर ओलांडून कम्बर्लंडला आणि मग नव्या रेल्वेने वॉशिंग्टनला. परतीचा प्रवास याहून लांबणीचा आणि मंद गतीचा झाला होता. कारण बरोबर त्या पाच जोगिणी होत्या. सप्टेंबरच्या अखेरीला बिशप त्यांच्यासमवेत सँता फेला पोचला.

आतापर्यंत, बिशप लतूरचे सारे कार्य दूरदूरच्या फिरतीच्या स्वरूपाचेच झाले होते. त्याचे नेमून दिलेले विस्तीर्ण कार्यक्षेत्र अद्याप तसे त्याला अपरिचित, अगदी गूढ होते. त्याचा परिचय करून घेण्याला, तेथल्या माणसांशी ऋणानुबंध जोडण्याला तो आता उत्सुक होता. चर्चेसच्या उभारणी आणि प्रस्थापनेच्या जबाबदारीतून त्याला आता तात्पुरती मुक्तता हवी होती आणि पश्चिमेकडल्या पुरातन, एकीकडल्या अशा सांतो डॉमिंगो, इस्लेता, लगुना, ॲकोमा इथल्या मिशन्सना त्याला भेटी द्यायच्या होत्या, तेथील परिस्थिती जाणून घ्यायची होती.

ऑक्टोबरच्या उत्तम हवेत, अंथरुणे-पांघरुणे आणि कॉफीचे भांडे घेऊन, बरोबर जाकिंतो या पेकॉस प्युएब्लोच्या तरण्याताठ्या इंडियनला वाटाड्या म्हणून घेऊन, बिशप लतूर पश्चिमेकडे निघाला. अल्बुकर्कला येथल्या उमद्या वृत्तीच्या

लोकप्रिय पॅड्रे गॅलेगॉसच्या सहवासात त्याने एक रात्र आणि एक दिवस काढला. सँता फे नंतर त्याच्या कार्यक्षेत्रातले अल्बुकर्क हे दुसरे महत्त्वाचे चर्च. तेथला धर्मगुरू वजनदार अशा मेक्सिकन कुळीचा होता. त्याने आणि त्याच्या भक्तमंडळींनी त्यांच्या आवडीनुरूप चर्चचे स्वरूप घडवले होते. चर्च त्यांनी खूप शृंगारले सजवले होते. पॅड्रे गॅलेगॉस तसा बिशप लतूरहून दहा वर्षांनी ज्येष्ठ असला तरी 'फडँगो'चे नृत्य लागोपाठ पाच रात्री कायम उत्साहाने नाचण्यात माघार घेणारा नव्हता. अमेरिकन वसाहतीत त्याचे बरेच स्नेही होते; त्यांच्याबरोबर तो एरवी 'पोकर' खेळत असे किंवा शिकारीला जात असे. वेगवेगळ्या बनावटीच्या उंची मेक्सिकन मद्यांचा अद्ययावत साठा त्याच्याकडे होता. पाहुणचाराची त्याला आवड होती आणि नशीब उलटलेला जुव्वेबाज किंवा नशा उतरू घातलेला सैनिक यांचे त्याच्याकडे उत्तम आदरातिथ्य होत असे. एका स्थानिक सधन मेक्सिकन विधवेचा या पॅड्रेवर मोठा लोभ होता आणि त्याच्याकडल्या मेजवान्यांतून ती नेहमी यजमानिणीची जबाबदारी पार पाडीत असे. त्याची इतर कामेही ती एरवी मनापासून आणि दक्षतेने करीत असे. रविवारी प्रवचन आणि प्रार्थना संपल्यावर अल्बुकर्कमध्ये एकमेव अशी तिची बंद बग्गी चर्चपुढे बराच वेळ खोळंबून असे आणि मग पॅड्रे तिच्यासमवेत तिच्याकडे भोजनार्थ म्हणून जाई.

बिशप लतूर आणि फादर व्हेलंटने पॅड्रेच्या या वर्तणुकीची व्यवस्थित चौकशी केली होती आणि क्रिसमसपूर्वी चर्चला लांच्छनास्पद अशा या प्रकरणाचा निर्णय लावून टाकण्याचे नक्की केले होते.

परंतु या खेपेला, प्रत्यक्ष तिथे मुक्काम ठेवल्यावर, लतूरने तिथल्या परिस्थितीबाबत नापसंती वा नवल यांपैकी काहीच दर्शवले नाही. पॅड्रेही त्याच्याशी आनंदी वृत्तीने आणि सभासमारंभातल्या अदबीनेच वागला. बिशपने, आपल्या मुक्कामात 'कन्फर्मेशन'साठी कोणी न आल्याबद्दल किंचित नवल व्यक्त केले तेव्हा पॅड्रेने न कचरता, न अडखळता खुलासा केला की 'बॅप्टिजम'च्या वेळीच मुलांना 'कन्फर्म' करण्याची त्याची पद्धत होती.

तो म्हणाला, "इथल्यासारख्या ख्रिश्चन जमातीत हे चालते. पुढे मुले वाढतील तसतसे त्यांना धार्मिक शिक्षण मिळेलच, हे आम्हाला माहीत असते. म्हणून आरंभालाच आम्ही त्यांना कॅथॉलिक दीक्षा देऊन टाकतो. त्यात गैर काय आहे?"

बिशप त्याच्या दौऱ्यावर कदाचित सोबतीला आणि साहाय्याला आपल्याला बोलावील, अशी भीती पॅड्रेच्या मनात होती. मिळेल त्या अन्नावर आणि वाटेल त्या परिस्थितीत जगण्याची, दिवस काढण्याची त्याला सवय नव्हती; म्हणूनच, बिशप यायच्या आधी अनेक रात्री तो उत्साहपूर्वक नाचत असला तरी बिशपचे स्वागत करताना त्याने एका पायाला बँडेज बांधले होते आणि संधिवाताची तक्रार

तो वारंवार करीत होता. ॲकोमाला शेवटचे 'मास' त्याने केव्हा घेतले या बिशपच्या प्रश्नावर त्याने जवळजवळ मुग्धता पाळली. तिथल्या मागासलेल्या लोकांचीच तशी इच्छा नव्हती, एरवी तो 'पॅशन वुइक'मध्ये तिकडे मागे त्याकरिता जात असे, असे गुळमुळीत उत्तर त्याने दिले. तो म्हणाला, ''मी अखेरचा तिकडे गेलो होतो तेव्हा तिथल्या चर्चमध्ये मला प्रवेशही मिळाला नाही. तिथल्या लोकांनी त्यांच्याकडे चर्चची चावी नसल्याची बतावणी केली; त्यांच्या मते गव्हर्नरकडे ती होती; पण तो काही कामकाजाकरता म्हणे सेबोलेटा डोंगराकडे गेला होता.''

बिशपला पॅड्रे गॅलेगॉसची संगत पुढल्या प्रवासात नको होती. उघड नकार दर्शविण्याचा प्रसंग टळत असल्याबद्दल त्यालाही आनंद वाटला. आणि पॅड्रेचा औपचारिक निरोप घेऊन तो अल्बुकर्कहून निघाला. वाटेत त्याचे मन या गॅलेगॉसच्या विचारातच व्यग्र राहिले. धर्मगुरू म्हणून तो टाकाऊ होता. त्याची आत्मसंतुष्टता आणि लोकप्रियतेची हौस एवढी मोठी होती की, त्याचे मार्ग तो बदलणे कदापि शक्य नव्हते. तसा सराईत जुव्वेबाज तो दिसत नसे; परंतु त्याच्या वागण्या-दिसण्यातली एक चमक आणि कसब दुहेरी आणि गुप्ततेने भरलेले जीवन सुचवीत होती. एक मार्ग मोकळा होता : धर्मगुरूंच्या पदावरून त्या माणसाला दूर करणे. अशा प्रकारे आसपासच्या टापूंतल्या छोट्या धर्मगुरूंना ताकीद मिळेल असे करणे.

फादर व्हेलंटने बिशपला आगाऊच बजावून ठेवले होते की इस्लेताला एक रात्र त्याने मुक्काम केलाच पाहिजे. तिथला म्हातारा, जवळजवळ आंधळा धर्मगुरू पॅड्रे जीसस द बॅका बिशपला आवडेल अशी त्याला खात्री होती. इस्लेताच्या इंडियन जनतेतही तो कैक वर्षांच्या सेवेने फार प्रिय झाला होता.

इस्लेतानजीक येताच बिशपला नवी उमेद वाटू लागली. समोरचे दृश्य त्याला रमणीय वाटले. चर्चची ती ठळक, शुभ्र आकृती, तिच्याभोवती विखुरलेले गाव. ॲकासियाची काही झगझगीत निळी-हिरवी झाडे, त्या झाडाच्या दर्शनाने नेहमीच बिशपच्या मनी काही मधुर स्मृतितरंग उठत. फ्रान्सच्या दक्षिणेकडले एक उद्यान त्याच्या स्मृतीत तरळे. तिथे त्याच्या तरुण भाच्यांना तो भेटायला जात असे. चर्चच्या वाटेने बिशप घोड्यावरून पुढे झाल्यावर, तो म्हातारा धर्मगुरू त्याचे स्वागत करण्याकरता लगबगीने बाहेर आला. पहिल्या अभिवादनानंतर तो आपल्या अधू डोळ्यांवर आडव्या पंजाची सावली धरून बिशपला कष्टपूर्वक न्याहाळू लागला.

उद्गारला, ''आपण माझे बिशप? इतके तरुण?''

बागेच्या वाटेने दोघे त्या धर्मगुरूच्या निवासस्थानी गेले. चर्चमागेच हे होते. बागेत वेगवेगळ्या पद्धतीची मोठमोठी खूप झाडे होती. आणि त्यातून लाकडी पिंजऱ्यातून पोपट पाळले होते. एक पंख कापलेले काही पोपट उघड्यावरदेखील उड्या मारताना दिसत होते. ठेवणीतल्या कपड्यांकरता शोभा म्हणून पोपटांच्या

पिसांचा तेथल्या इंडियनांना फार शौक असल्याचे धर्मगुरूने बिशपला सांगितले. त्या दृष्टीने तिथल्या लोकांत प्रिय होण्याकरता एक साधन म्हणून, त्याने हे पोपट मोठ्या प्रमाणावर पाळण्याचे ठरवले होते आणि पाळले होते, असे तो म्हणाला.

त्या धर्मगुरूचे घर अंतर्बाह्य शुभ्र रंगाचे होते. इस्लेतामध्ये घरांचा हाच प्रकार सामान्यपणे प्रचलित होता. तेथल्या कोठल्याही घराप्रमाणे धर्मगुरूंचे घरही ओकेबोके वाटत होते. तो म्हातारा स्वतः निष्कांचन होता आणि आपल्या चैनीकरता स्थानिक लोकांवर भार घालणे त्याला पसंत नव्हते. एक स्थानिक मुलगी त्याचे स्वैपाकपाणी करी. त्याव्यतिरिक्त कसलीच मोठी गरज त्याला भासत नसे. मुलीला स्वयंपाकाचे मोठेसे कसब अवगत होते असे नव्हे, पण ती वागायला दिसायला स्वच्छ आणि नीटनेटकी होती, असे तो म्हणाला. हे एकूण गावच, अगदी यांतल्या सडकादेखील आपल्याला स्वच्छ वाटल्या असे बिशप म्हणाला तेव्हा तो धर्मगुरू त्यावर म्हणाला की जवळच एक टेकडी होती, तिच्यावर एक शुभ्र खनिज द्रव्य उपलब्ध होते. स्थानिक लोक ते खणून आणून पांढऱ्या रंगासारखे वापरीत- त्यामुळे स्वच्छता. ही युक्ती त्यांना फार पूर्वीपासून अवगत होती आणि सर्वभरच्या शुभ्र कळेबद्दल हे गाव पूर्वापार प्रसिद्ध होते. धर्मगुरूशी थोडी बातचीत केल्यावर बिशपच्या ध्यानी त्याचा बालिश निरागसपणा, साधेपणा आणि अतिश्रद्धाळूपणा आला. त्याचबरोबर मनाचा एक दुर्मिळ मोठेपणाही त्याच्याकडे त्याला आढळला. त्याच्या डाव्या डोळ्यात फूल पडलेले होते. त्यामुळे मस्तक सदा कलते धरून तो त्या फुलाआडून पाहण्याचा प्रयत्न करीत असल्यासारखा पाही. त्याच्या साऱ्या हालचाली डावीकडे झुकलेल्या होत्या. वाटे की वाटेतले काही अडथळे तो टाळण्याचा, ओलांडण्याचा सतत प्रयत्न करतो आहे.

पोपटांनी फुललेल्या त्या बागेतून धर्मगुरूंच्या निवासस्थानी आल्यावर बिशपच्या ध्यानी आले की याच्या दारिद्री घरातली एकुलती एक शोभेची वस्तू म्हणजे एक लाकडी पोपटच आहे! एका दांडीवर तो पक्का बसवून आढ्याला लटकवला होता. फादर जीसस आतमध्ये त्याच्या स्वैपाकिणीला सूचना देत असता उभ्या उभ्या बाहेर बिशपने तो पोपट खाली काढून न्याहाळला. अखंड लाकडातून तो कापला होता. बरोबर जिवंत पोपटाच्या आकाराचाच तो होता. शरीर आणि शेपूट ताठरलेले, टणक. मस्तक किंचित वळलेले. पंख, शेपूट आणि कंठापासची पिसे कोरीवकामाने आणि रंगांनी ओझरतीच दर्शवली होती. आकृतीच्या मानाने तिचे हलके वजन लक्षात येऊन बिशपला नवल वाटले. खूप जुन्या लाकडाची शुभ्र तुकतुकी, तलमपणा त्या पोपटाच्या पृष्ठभागावर जाणवत होता. कोरीव काम होते ते जेमतेम, रंगही नावापुरतेच शिडकवले होते, आकारही तसे म्हटले तर फार सफाईने घडवला नव्हता, परंतु गंमत अशी की तरीही तो पोपट मोठा

जिवंत आणि अस्सल भासत होता.

बिशपच्या हाती तो पोपट पाहताच पॅड्रे हसला.

"माझी इस्टेट तुमच्या हाती लागली तर एकूण! युअर ग्रेस, हा पोपट ही या वस्तीतली सर्वांत जुनी वस्तू– असेच म्हणा की या वस्तीहूनही जुनी."

तो पुढे म्हणाला, "या भागातल्या इंडियनांच्या दृष्टीने पूर्वापार पोपट हा मोठा नवसाचा आणि जवळ बाळगावा असा आवडीचा पक्षी राहत आला आहे. पूर्वापार त्याच्या पिसांना इकडे फार किंमत देण्यात येते. स्पॅनिअर्डस् या भागात यायच्याही आधी, उत्तरेकडल्या न्यू मेक्सिकोतले लोक पोपटांच्या पिसांकरता आपली माणसे मध्यंतरीचे धोक्याचे, प्राणघातक मार्ग पार करून ट्रॉपिकल मेक्सिकोमध्ये धाडीत. कोणी मोठ्या कौशल्याने जिवंत पोपटच आणल्यास त्या पक्ष्याचे अमाप कौतुक होई. तो मेला तर सारी वस्ती दुःखाने, विषण्णतेने भारावत असे. पुढे त्याच्या अस्थी श्रद्धापूर्वक जतन केल्या जात. इथे अशी पोपटाची एक कवटी जतन केलेली उपलब्ध आहे. हा लाकडी पोपट मी माझे बरेच ऋण मानणाऱ्या एका म्हाताऱ्याकडून घेतला. तेव्हा तो मृत्युपंथाला लागला होता आणि त्याला कोणी वारस नव्हता. त्याच्याकडे हा असल्याचे मला केव्हापासून माहीत होते. असे म्हणत की माझ्या पूर्वजांनी हा त्यांच्या मूळ वस्तीतून इकडे आणला. मी तरी याला, त्या काळचे धोके आणि प्राणघाताचे भय पत्करूनही जिवाचा दिवा करून कोणी तरी ट्रॉपिकल मेक्सिकोहून बरोबर आणलेल्या कोणा अस्सल पोपटाचीच प्रतिकृती मानतो."

लगुना आणि ॲकोमाच्या परिस्थितीचे उत्तम चित्र फादर जीससने बिशपपुढे उभे केले. तरुण होता तेव्हा तो त्या भागात प्रवचनाकरता जात असे. सारे त्याच्याशी तेव्हा आदराने, स्नेहानेच वागत.

तो म्हणाला, "ॲकोमाला जाल तेव्हा एक पर्वणी सोडू नका. सेंट जोसेफचे एक चित्र आहे तिथे. स्पेनच्या एका राजाने ते फार मागे केव्हा तरी भेट म्हणून धाडले होते. जागृत स्थान मानतात त्याला. अवर्षण आले की ते चित्र काढून लोक ते त्यांच्या शेतावर नेतात आणि हमखास पाऊस येतो. या साऱ्या टापूत नसतो तेव्हा त्यांच्याकडे मात्र पाऊस येतो. त्यामुळे दुष्काळातही त्यांच्याकडे चांगले पीक निघते."

२.

भल्या सकाळी इस्लेता आणि त्याच्या त्या वृद्ध धर्मगुरूंचा निरोप घेऊन फादर लतूर आणि त्याचा वाटाड्या असे दोघे अल्बुकर्कच्या पश्चिमेकडल्या वैराण

मैदानातून दिवसभर जात राहिले. तो सारा भाग राखेने जणू भरलेला वाटत होता. मरगळलेली, सुकलेली रोपे. आणि जरा टवटवीत वाटणारी जंगली 'पम्पकिन'ची दाट उंच झुडपे यांचाच पाहावा तिकडे तुरळक शिडकावा भासत होता. या झुडपांचे वैशिष्ट्य हे, की त्यांना पसारा नव्हता. त्यांची बाणाच्या आकाराची अणकुचीदार, लांबट पाने झुबक्याझुबक्यांनी उंच वाढलेली असत. त्यामुळे दिसताना ती अनेक भुरे हिरवे जिवाणू सरपटताना अचानक दचकून ताठ व्हावेत तशी वाटत.

दिवस चढू लागला तशी वायूच्या एका वावटळीने त्या प्रवाशांना गाठले आणि दिवसा मावळतीचा अंधकार सर्वभर दाटला. तसा जाकिंतोला तो प्रदेश चांगला परिचयाचा होता. लगुनाच्या धार्मिक नृत्य समारंभांना तो वारंवार गेला होता तो इथूनच. परंतु आता तो तोंडाला रुमाल बांधून, मुंडी खाली घालून घोड्यावरून जात होता. मुबलक रान आणि पाणी असलेल्या वस्तीतला तो मूळचा असल्याने या वैराण भागाबद्दल त्याला कोणतेही प्रेम नव्हते. दुपारी त्याने घोड्यावरून उतरून थोडासा लाकूडफाटा गोळा केला आणि बिशपकरता कॉफी बनवली भाकरी चघळताना कचकचत होती कारण भोवतालची वाळू तिच्यावर बसली होती.

मावळतीला, वाळूने मळलेल्या वातावरणात त्यांनी मुक्काम टाकला आणि ते पांघरुणात शिरले. रात्रभर गार वारा त्यांच्या अंगावरून भणभणत होता. दोघेही इतके गारठले की फादर लतूर तर दिवस फटफटण्याआत किती तरी वेळ जागा झाला. अखेर एकदाची पहाट फुटली. आभाळ स्वच्छ उजळले. लवकरच दोघे मुक्काम आवरून पुढे निघाले.

दुपारी केव्हा तरी खूप दूरवरचे लगुना जाकिंतोने बिशपला दाखवले. झगझगीत पिवळ्या वाळूच्या मोठमोठ्या उंच टेकड्यांपलीकडे ते दिसत होते. पुढे पुढे गेल्यावर या टेकड्यांच्या पायथ्याशी पाण्याचे एक दगडी कुंड लागले. या कुंडाच्या नावावरूनच त्या वस्तीला 'लगुना' हे नाव पडले होते.

इस्लेताच्या दयाळू पॅड्रेने त्याच्या आचाऱ्याच्या भावाला, नव्या 'हाय-प्रीस्ट'च्या आगमनाची वर्दी लगुनाच्या रहिवाशांना देण्याकरता पायी पुढे पाठवलेच होते. त्याने हेही कळवण्याची व्यवस्था केली होती की हा नवा 'हाय-प्रीस्ट' सज्जन माणूस असून, तो पैसे घेणार नाही. त्यानुसार तेथले रहिवासी बिशपच्या स्वागतार्थ तयारच होते. गावचे छोटे शुभ्र चर्च स्वच्छ करण्यात आले होते. त्याची द्वारे खुली करण्यात आली होती. ते चर्च आतून पाहताच, त्यातली पंचमहाभूतांची चित्रे आणि नक्षीकाम पाहताच फादर लतूरला लिऑन्सला असता तिथल्या एका प्रदर्शनात पाहिलेल्या पर्शियन टोळीवाल्या म्होरक्याच्या तंबूचा अंतर्भाग आठवला. हे नक्षीकाम स्पॅनिश मिशनऱ्यांनी केले असेल की ख्रिस्ती इंडियनांनी, ते त्याला ठरवता आले नाही. समजलेही नाही.

त्याला सांगण्यात आले की 'मास'साठी गावकरी सकाळी जमणार आहेत. बरीच मुलंही 'बॅप्टाइज' करायची होती, असे त्याला कळले. चर्चनजीकच्या दालनात त्याची झोपण्याची व्यवस्था केली होती; परंतु एक तर तिथे कुबट वास मारत होता आणि फादर लतूरने बाहेर उघड्यावर झोपण्याचा बेत आधीच मनाशी योजूनही ठेवलेला होता.

जाकिंतोने जळण जमवले. स्थानिक रहिवाशांकडून पाणी आणले आणि गावाच्या उत्तरेकडल्या एका निवांत ठिकाणी त्यांनी तळ ठोकला. मागल्याच बाजूला मोठमोठी टेकाडे होती. बिशपने जाकिंतोला अगदी नजीकच्या टेकाडाचे नाव विचारले.

"मला नाव माहीत नाही." जाकिंतो अर्धवट स्वतःशी म्हणाला. "पण इंडियन नाव माहीत आहे."

"काय आहे ते?"

"हिमपक्षी टेकडी म्हणतात त्याला."

"वा! छान नाव आहे." बिशप उद्गारला. "फारच गोड."

"इंडियनांकडेसुद्धा छान नावे असतात!" जाकिंतो तात्काळ म्हणाला. आणि मग हा टोमणा आपण या मोठ्या माणसाला उगीच मारला असे वाटून तो पुढे म्हणाला, "हायप्रीस्ट तुमच्यासारखा तरणा असावा याचे इथल्या लोकांना भारी आश्चर्य वाटतेय. गव्हर्नर तर म्हणाला, हा तर माझ्या पोरासारखा. याला मी 'पॅड्रे' कसा म्हणू?"

जाकिंतोच्या सुरात अभिमान होता. बिशपला तो सुखद वाटला. या इंडियनांच्या बोलीतले एक वैशिष्ट्य त्याला जाणवले. साधी स्तुतीही उत्तम शिफारशीप्रमाणे वाटायला लावण्याचे सामर्थ्य तिच्यात होते.

"पण जाकिंतो, मनाने आता मी तसा फारसा तरणा नाही. तुझे वय काय रे?"

"सव्वीस."

"मूलबाळ काही?"

"एक आहे. नुक्तेच झाले आहे."

मग दोघे बराच वेळ स्तब्ध होते. संभाषणाची ही पद्धत त्यांच्या चांगली परिचयाची झालेली होती. कथलाच्या भांड्यातून कॉफीचे घोट घेत बिशप बसून होता. आता सूर्य बुडाला होता. उजळ खडक काळवंडले होते. स्वयंपाकघरातल्या शेगड्यांनी गावातल्या घरांच्या खिडक्या लाल ठिपक्यांगत भासत होत्या. धूर वर तरळत होता. पश्चिमेकडले सारे आभाळ सुवर्णाने माखलेल्या भुऱ्या मातीसारखे दिसत होते. त्यात क्वचित लाल रंगाची नाजूक छटा एखाद्या ढगाला धरून डोकावत होती. क्षितिजावर खूप उंच, नुक्त्या उजळलेल्या फुलवातीसारखा सायंतारा

चमचमत होता. त्याजवळच स्थिर प्रकाश देत त्याहून खूप लहान असा दुसरा तारा उगवला होता.

जाकिंतोने विडीचे थोटूक लांब फेकले आणि तोच बोलू लागला.

प्रथम इंग्रजीत प्रत्येक अक्षरावर जोर देत तो म्हणाला, ''दि इ-व्हि निं-ग स्टार.'' आणि स्पॅनिशमध्ये पुढे म्हणाला, ''पॅड्रे, तो जवळचा छोटा तारा पाहिलात? त्याला इंडियन्स मार्गदर्शक, वाटाड्या म्हणतात.''

भोवती रात्र दाटत असता दोघे बसून आपापल्या विचारात गढले होते. आभाळ गडद निळे होते. त्यावर चांदण्यांची शोभा रेखली होती. उंच टेकाडे त्यात उंचवर घुसल्यासारखी भासत होती. जाकिंतोचे विचार वा त्याची श्रद्धास्थाने जाणून घेण्याचा प्रयत्न बिशपने फारसा केलेला नव्हता. एक तर त्याच्या दृष्टीने ते रीतीला धरून नव्हते आणि त्यात मतलबही नव्हता असे त्याला वाटत होते. कारण युरोपच्या संस्कृतीतले त्याच्या मनावरचे संस्कार जाकिंतोच्या इंडियन मनात उतरवणे त्याला अशक्य होते. आणि जाकिंतोमागेही एक मोठी दीर्घ परंपरा होती हे त्याला दिसत होते. कोणत्याही भाषेत प्रयत्न केला तरी ही परंपरा त्याला पूर्णपणे उमगणे अशक्यच होते. अंधाराबरोबर गारठा वाढला. फादर लतूरने आपला जाडजूड कोट चढवला आणि जाकिंतोने अंगभर लपेटलेले वस्त्र ढिले करून ते मस्तकापर्यंत ओढून घेतले.

''कितीतरी चांदण्या. या चांदण्यांबद्दल तुम्हाला काय वाटते, पॅड्रे?'' त्याने विचारले.

''जाणते लोक सांगतात जाकिंतो, की आपल्या या जगासारखीच त्या चांदण्या म्हणजेही जगे आहेत.''

जाकिंतोच्या ओठातल्या विडीचे जळते टोक उजळले आणि मंद झाले. मग तो म्हणाला, ''छे बुवा. आपल्याला नाही पटत.'' एखादे विधान साकल्याने विचारात घेऊन निकालात काढणाऱ्या माणसाचा त्याचा सूर होता. ''मला तर वाटते, पॅड्रे, की ते महान आत्मे आहेत.''

अंधारात बिशप उद्गारला, ''असतीलही. कुणीही का असेनात, पण महान मात्र आहेत. मति गुंग होते, जाकिंतो, आपण आपले आता या जगन्नियंत्याची प्रार्थना करू आणि झोपू या.''

एकदमच दोघांनी प्रार्थना केली आणि दोघे पांघरुणात शिरले. झोपताना बिशपच्या मनात, या इंडियन मुलाशी आपले काही अनौपचारिक नाते जडते आहे याविषयीचे समाधान होते. या तरुण इंडियनांना 'मुलगा' म्हणावेसे वाटे; कारण त्यांच्या अंगकाठीतच एक पोरगेला चळवळेपणा आणि उत्साह जाणवे. एरव्ही त्यांच्या वागण्यात अमेरिकन वा युरोपियन अर्थानेही पोरवयातला नैसर्गिक उथळपणा

बिलकुल नसे, जाकिंतो याला अपवाद नव्हता. तो कोणत्याही प्रसंगात बिचकत नसे की गोंधळत नसे, खोल विचार करण्याचा प्रयत्न करी. या इंडियनांना मुळात जे काही वळण मिळत होते तेच कुठल्याही परिस्थितीला तोंड देण्याकरता त्यांची तयारी करीत असले पाहिजे. हा जाकिंतो त्याच्या घरी निर्घोर असे तितकाच बिशपच्या राहत्या जागेतही असे. आणि केव्हा केव्हा तो तसा फार निर्घोक असत नसे, आपण आपल्या या मार्गदर्शकाचा स्नेह जोडण्यात, कशी का होईना, बरीच प्रगती केली आहे हे फादर लतूरला जाणवत होते.

याचे कारण असे होते ही जाकिंतोला फादरची माणसे जोडण्याची, त्यांच्याशी वागण्याची पद्धत आवडत असे, पॅड्रे गॅलेगॉसशी त्याचे वागणे अचूक असे तसे पॅड्रे जीससशीही तितकेच अचूक असे. आणि इंडियनांशीही तो अस्सल सौजन्याने वागे. त्याचा आधीचा अनुभव असा की हे गोरे लोक इंडियनांपुढे नेहमी सौजन्याचा आणि कनवाळूपणाचा खोटा आव आणीत. याचे एक उदाहरण म्हणजे फादर व्हेलंट. यांच्या मुद्रेवर अशा वेळी सौजन्य असे; पण त्याच वेळी आग्रही वृत्तीही लपत नसे. बिशप लतूरचे तसे नव्हते. तो नेहमी सहज मोकळा वागे. लगुनाच्या गव्हर्नरशी बोलताना त्याचा जो चेहरा तोच जाकिंतोशी बोलताना आणि तो एखाद्या पॅड्रेशी बोलताना. जाकिंतोच्या दृष्टीने हे काहीतरी विशेष होते, महत्त्वाचे होते.

३.

दुसऱ्या दिवशी सकाळी जरा लवकरच 'मास' उरकून फादर लतूर आणि त्याचा वाटाड्या, असे दोघे लगुना आणि ॲकोमा या दरम्यानच्या सखल वाटेला लागले. साऱ्या फिरतीत बिशपने असा प्रदेश पाहिला नव्हता. लाल मातीच्या मैदानात मधून मधून प्रचंड दगडी स्तंभ उभे होते. यांचा आकार 'गॉथिक' पद्धतीचा होता. मोठमोठ्या चर्चेसचे ते असावेत, असा भास होत होता. त्यांची रचना अस्ताव्यस्त नव्हती. मध्ये चांगले अंतर टाकून ते व्यवस्थित उभे कलेले होते. हे मैदान ही एके काळी कदाचित एखादी विस्तीर्ण नगरी असेल. त्यातल्या छोट्या इमारती आता काळाच्या घणांनी मातीला मिळून सार्वजनिक इमारती तेवढ्या या स्वरूपात कशाबशा शिल्लक असाव्यात. दगडी बांधकामाचे हे डोंगराएवढे उंच वाटणारे अवशेष. कुठे कुठे थोडी फार वनस्पती आढळली होती. कुठे 'ज्युनिपर्स' तर कुठे 'रॅबिट ब्रश.'

या साऱ्या भागाला एका अपुरेपणाची हुरहूर चिकटून राहिली होती. जणू जग घडवण्याचे सारे सामान जमवून परमेश्वर कचरला. निघून गेला आणि मागे सारे तसेच पडून राहिलेले होते. त्याने कदाचित इथे एखादा डोंगर बांधला असता,

किंवा सपाट मैदान बनवले असते किंवा पठार घडवले असते; पण त्याने काय केले असते त्याचा निर्णय घेता न यावा अशा स्थितीत सारे होते.

अशा या चमत्कारिक भागाची आठवण बिशपला पुढे दीर्घ कालपर्यंत राहिली. त्याला विशेष नवल वाटले होते ते या गोष्टीचे, की या दगडी स्तंभाआड त्यांच्याच आकाराचे मेघांचे स्तंभ त्याला प्रतिबिंबासारखे उभे दिसले होते. हे त्या त्या स्तंभामागे निश्चल उभे तरी होते किंवा सावकाश मागून मागून सरकत होते. परंतु असे हे मेघस्तंभ सतत दिसत; मग आभाळ कितीही तप्त आणि निळे गडद असेना का. या मेघांचे आकार आता एक तर मग दुसराच असे बदलत. आणि असे वाटे की या उंच खडकांमागे खरोखरीचे एखादे पौर्वात्य नगरच वसले आहे. या मेघडंबरीविना हे मैदान आणि यातले हे खडक खोटेच वाटावेत इतकी ती या प्रदेशाचा एक अविभाज्य भाग झालेली होती.

सँता फेच्या वाटेने कन्सासच्या मोठ्या थोरल्या सपाटीवर उतरताच फादर लतूरला जमिनीपेक्षा आकाश रखरखीत भासू लागले होते. पहावा तिकडे त्याला एकच एक गडद निळा रंग, फ्रेंच नजरेला तर हा रंग जास्तच कंटाळवाणा वाटावा. परंतु एकदा पेकॉसच्या पश्चिमेला येताच हे सारे बदलले. आता आभाळात सतत बदल, ढग जमायचे आणि सरकत राहायचे. कधी ते काळसर, भरीव असत तर केव्हा कापसासारखे हलके आणि शुभ्र. कसेही असले तरी त्यामुळे खालचा प्रदेश मनस्वी बदलून जायचा. खालचा वैराण टापू, डोंगर आणि खडक या साऱ्यांना पाहता पाहता वेगवेगळे रंग चढायचे. या सततच्या पालटांमुळे नजरेसमोरचे सारे दृश्य दिवसभर ताजे आणि टवटवीत वाटायचे.

जाकिंतोने फादरच्या विचारलहरीत व्यत्यय आणला.

खेचर रोखून तो उद्गारला, ''ॲकोमा!''

फादरने त्याच्या बोटाच्या रोखाने नजर वळवली. खूप दूर त्याला दोन उंच खडक दिसले. आकाराने ते जवळजवळ चौकोनी होते आणि या अंतरावरून परस्परांच्या फार जवळ वाटत होते. प्रत्यक्षात मात्र त्यात काही मैलांचे अंतर असावे हे समजत होते.

जाकिंतो अजूनही दाखवीत होता, ''ते– ते तिकडे लांब.''

बिशपची नजर त्याच्या या तरण्या वाटाड्याइतकी चांगली नव्हती; परंतु आता ते उभे होते त्या उंचवट्यावरून लांबवरच्या खडकांच्या दिशेने पाहताना खडकाच्या विस्तीर्ण काळसर पृष्ठभागावर एक पांढरा चौकोनी आकार त्याला दिसला. अनेक चौकोनांचा मिळून हा चौकोन बनवल्यासारखा वाटत होता. जाकिंतोने म्हटले, ''हं. तीच ॲकोमाची वस्ती.''

पुढे जाऊन, पहिल्या खडकाशी त्यांनी चाल किंचित थांबवली आणि जाकिंतोने

सांगितले की याही खडकावर ॲकोमासारखीच एक वस्ती फार पूर्वी होती; परंतु वर जाण्याचा मार्ग एका वादळात उद्‌ध्वस्त होऊन वरचे लोक वरच भुकेने तडफडून मेले होते.

परंतु बिशपला नवल वाटले ते असल्या खडकाच्या टोकावर, शेकडो फूट उंचावर, ना पाणी की ना काही उगवेल अशी जमीन, अशा जागी राहण्याची कल्पना काढणाऱ्या माणसांचे. हे नवल त्याने जाकिंतोकडे बोलूनही दाखवले.

जाकिंतोने खांदे उडवले. म्हणाला, "जिवावर बेतले म्हणजे माणूस काय वाटेल ते करील, वाटेल तिथे जाऊन राहील. या भागात उत्तरेला नॅव्हॅजो इंडियन्स, दक्षिणेला ॲपेक इंडियन्स. म्हणून ॲकोमाच्या रहिवाशांनी सुरक्षिततेकरता खडकाचा शेंडा पत्करला."

बिशपला जाकिंतोकडून शेवटी मिळाली ती माहिती अशी की- एके काळी हा सारा भाग लढायांनी आणि अत्याचारांनी बजबजलेला होता. म्हणून आजन्म भयाने भारलेल्या आणि अत्याचारांना पिढ्या न् पिढ्या बळी पडून मूठभर उरलेल्या या इंडियनांनी खडकांवर राहणे पसंत केलेले होते. तसे ते शेती कसविण्याकरता किंवा शिकारीकरता खाली उतरत; परंतु वेळ पडली तर आता त्यांना उंचवर एक सुरक्षित निवारा होता. नॅव्हॅजो इंडियनांची एखादी टोळी आसपासच्या टापूत असेल तर आता तसे भय नव्हते. खडकावरचे मूठभर लोक खालून वर येऊ पाहणाऱ्या टोळीवाल्यांचा यशस्वीरीत्या प्रतिकार करू शकत होते. या खडकावर एकच वेळ सोडली तर केव्हाही कोणी कब्जा करू शकले नव्हते– आणि ती एक वेळही चिलखतवाले स्पॅनिअर्ड्स चालून आले होते तेव्हाची. डोंगरापेक्षा या खडकाचे स्वरूप बरेच भिन्न होते. हा एक तर अगदी एकाकी होता; दिसायला उघडानागडा आणि भयावह वाटणारा होता. कल्पनेला अधिक आवडणारा होता. विचार करू लागले म्हणजे वाटे की हा खडक मानवी गरजेच्या सामर्थ्याचे प्रतीक आहे. प्रेम आणि स्नेहातल्या निष्ठेशी याची उत्तम तुलना होण्याजोगी आहे. स्वतः ख्रिस्ताने, त्याच्या चर्चच्या चाव्या ज्याच्याकडे सुपूर्त केल्या, त्या त्याच्या शिष्याच्या बाबतीत ही तुलना वापरलेली होती. आणि नित्य परकी प्रदेशात बंदी म्हणून नेले जाणारे 'ओल्ड टेस्टॅमेंट'चे हिब्रू खडकांतच ख्रिस्त पाहत, ईश्वरी अस्तित्व पाहत. त्यांच्या जेत्यांना एवढे एकच समाधान त्यांच्याकडून हिरावता येत नसे.

इंडियन लोकांच्या जीवनात बिशप लतूरला याआधीपासूनच एक रुक्ष व्यवहारीपणा, रोखठोकपणा जाणवत आला होता. त्याला तो खटके. ॲकोमाच्या रहिवाशांनाही साऱ्या मानवजातीप्रमाणेच स्थैर्याचा, सातत्याचा ध्यास लागून राहिला असावा आणि त्यांना या गुणांची मूर्तीच असा हा खडक मिळाला. या त्यांच्या खडकावर ते मग राहिले होते. तिथेच ते जन्मत होते आणि मरतही होते.

ॲकोमाच्या खडकाशी येताच त्यामागे काळसर ढग साचू लागले. स्वच्छ कागदावर शाईचा डाग पडून पसरावा, तसे ते उजळ आभाळात पसरू लागले.

जाकिंतो म्हणाला, "पाऊस येतो आहे. फार छान. वरच्या लोकांना तेवढेच बरे वाटेल."

खडकाच्या पायथ्याच्या एका कपारीत खेचरे बांधून, चिरगुटे बरोबर घेऊन घाईघाईने जाकिंतोने फादरला जिन्याकडे नेले. खडकामधल्या एका भेगेत चिरे पडून हा जिना निसर्गतःच तयार झाला होता. त्यात जिथे जिथे चिऱ्यांना धोक्याचे स्वरूप आले होते, तिथे तिथे हाताने धरण्याकरता आधार बनवून ठेवले होते. खडकावर वनस्पतीचे नाव नव्हते. परंतु त्याच्या पायथ्याशी मातीत एका प्रकारची झुडपे ठळकपणे डोकावत होती. 'ईस्टर लिलीज'सारख्या फुलाचा शुभ्र बहर या झुडपांना आला होता. त्यांची पाने गडद निळी हिरवी, पसरट आणि राठ टोके असलेली होती. चकाकत्या रेशमाच्या हाती बनवलेल्या झाडांसारखी ही झाडे फादरला वाटली.

खडक चढत असता माथ्यावर विजेचा केवढा तरी कडकडाट झाला आणि शतधारांनी पाऊस धो धो ओतू लागला. जिन्याच्याच एका वळचणीला राहून त्यांनी पावसाचा जाड, दडस पडदा बनताना पाहिला. ते उभे होते त्या कपारीला खळाळत्या झऱ्याच्या पात्राचे स्वरूप आले. खडकांनी विखुरलेला समोरचा भव्य प्रदेश पावसाच्या पडद्याआडून पाहताना लांबवरच्या डोंगरावर सूर्यप्रकाशाची उधळण बिशपने पाहिली. पुन्हा एकवार त्याच्या मनात आले की जग निर्माण झाले ती प्रभात अशी असेल. अवकाशातून प्रथम कोरडा भूप्रदेश तेवढा बाहेर आणला होता आणि बाकी कशाचा पत्ता नव्हता तेव्हाची प्रभात.

अर्ध्या तासाभरात पाऊस थांबला. वादळ संपले. जिन्याच्या वरच्या टोकाशी बिशप आणि त्याचा वाटाड्या पोचतात तो भर माध्यान्हीचा सूर्य ॲकोमाच्या माथ्यावर भर तेजाने तळपू लागला होता. गावाची दगडी जमीन पावसाने धुपून आणि उन्हाने उजळून पांढरी स्वच्छ दिसत होती. खडकांतल्या सखल भागांतून– ॲकोमानिवासी यांना 'कुंडे' म्हणत– पावसाचे ताजे पाणी साठले होते. बायका धुणी घेऊन धुण्याकरता बाहेर पडत होत्या. पिण्याचे पाणी खालच्या एका गुप्त झऱ्यांतून आणण्यात येत असे; आणि बाकी गरजांकरता ॲकोमाच्या रहिवाशांना पावसाच्याच साठीव पाण्यावर अवलंबून राहावे लागे.

खडकाच्या शेंड्यावरची सपाटी एकूण सुमारे दहा एकरांची होती. या दहा एकरांत कुठे गवताचे पाते नव्हते की झाडाचे पान नव्हते. मातीही नव्हती– होती ती चर्चनजीकच्या स्मशानभूमीत; खालून त्याकरताच मुद्दाम आणण्यात येणारी. घरे पांढरी शुभ्र आणि दोन किंवा तीन मजली होती. ती इतस्ततः विखुरलेली

नसून, पुंजक्याने उभी होती. त्यांच्या आगे मागे कडेकपारीचा कसला आधार नव्हता की निवारा नव्हता. सपाट दगडावर ती उभी होती. सूर्यप्रकाशाची दीप्ति त्यांच्यावर परावर्तित होऊन नजर दिपवीत होती.

खडकाच्या अगदी कडेला, खालच्या कड्याला लागून आपली दगडी भिंत वागवीत ॲकोमाचे जुनाट, गढीवजा दोन मनोऱ्यांचे चर्च उभे होते. त्याचे छप्पर बरेच विस्कटलेले होते आणि जुनाटपणाची कळा त्याच्या अंगाअंगातून मारत होती. आतला विस्तृत ओकाबोका भाग पाहून, कधीच नव्हे इतके बिशपला विषण्ण वाटले. दुपारीच त्याने तिथे प्रार्थना घेतली, प्रवचन केले; परंतु त्याचे चित्त थाऱ्यावर नव्हते. त्याच्यासमोर होते आतल्या अर्धवट उजेडात, भडक शालीत आणि पांघरुणात गुरफटलेले पन्नास-साठ मुग्ध चेहरे. त्यांच्या आगे मागे त्या धुरकट भिंती. एखाद्या समुद्राच्या तळाशी, तेथल्याच अमानवी प्राण्यांकरता आपण प्रवचन करतो आहोत, असे त्याला वाटू लागले. हे प्राणी तरी कसे, जुनाट, निबर, एका भल्या जाड कवचात स्वतःला बंद करून राहिलेले. त्यांच्यापर्यंत कॅलव्हरीचे दिव्य पोचणेही अशक्य. धर्मविधींनी त्यांना लहान अर्भकाप्रमाणे पावन करून घेणे शक्य; परंतु त्यांच्या अनुभवांतून ते आपला उद्धार कदापि करून घेऊ शकतील हे असंभवनीय. त्यांना आशीर्वाद देऊन परत धाडताना बिशपच्या मनात पराभवाची, मर्यादेची एक तीव्र जाणीव डाचत होती.

आपली पवित्र वस्त्रे उतरून ठेवल्यावर जाकिंतोबरोबर तो चर्चचे अधिक निरीक्षण करण्याकरता फिरू लागला. जसजसा तो फिरत होता, तसतशी त्याच्या मनात एक आश्चर्याची भावना वाढत होती. ॲकोमाला या एवढ्या भव्य चर्चची जरूर तरी का भासावी? सोळाव्या शतकात फ्रे वॉन रमिरेझने बांधलेले हे चर्च. हा रमिरेझ वीस वर्षे या गावात राहिला, झिजला. मोठा थोर मिशनरी. खडकावर घोडी आणता यावीत म्हणून वेगळा मार्ग त्यानेच तयार केला. या मार्गालाही नाव होते : एल् कामिनो डेल पॅड्रे.

चर्चचा अधिकाधिक अभ्यास करताना फादरला एक पटले की स्थानिक गरज लक्षात न घेता ही एवढी मोठी चर्चची इमारत बांधण्यामागे रमिरेझची किंवा त्याच्यामागून इकडे येऊन राहिलेल्या मिशनऱ्याची ऐहिक महत्त्वाकांक्षाच असली पाहिजे. त्याला त्याच्या वैयक्तिक समाधानाकरिता हे एवढे मोठे चर्च हवे होते. चर्चची ही रमणीय जागा, इथल्या निसर्गाचे वैभव, यांनी त्या भल्या माणसाचे माथे किंचित चढले असले पाहिजे. या अनावश्यक कामाकरिता इथल्या इंडियन रहिवाशांचे नाहक श्रम कोणत्याही लष्करी पाठबळाविना घेणारे ते स्पॅनिश मिशनरी मोठे जबरे असले पाहिजेत, यात शंका नव्हती. त्या साऱ्या बांधणीमागे कित्येक स्त्री-पुरुषांचे आणि मुलांचे अपार श्रम आणि धपाप स्पष्ट जाणवत होती. वरच्या

नक्षीदार भल्या थोरल्या लाकडी बहालांकडे चकित नजरेने फादरने पाहिले. आसपासच्या भागात तर खुरटी झुडपे सोडली तर एकही मोठे झाड त्याला आढळले नव्हते. मग ही बहाले आली कुठून? जाकिंतोला त्याने विचारले. तेव्हा तो उत्तरला, "बहुतेक सान मतिओ डोंगरातून."

"पण ते तर चाळीस-पन्नास मैल दूर आहेत. तिथून एवढे अवजड लाकूड कुणी आणि कसे इथवर आणले?"

जाकिंतोने सवयीनुसार खांदे उडवले. तो म्हणाला, "इथल्या लोकांचे खांदे होते ना." आणि खरेच! याशिवाय काही खुलासाही मिळण्याजोगा नव्हता.

चर्चलगतच एक भक्कम वसतिगृह होते. त्यालगत एक चांगली बाग केलेली होती. यासाठी लागलेली विपुल माती अर्थातच खालून वर आणण्यात आलेली होती. वसतिगृहाला खिडक्या नव्हत्या. बाहेर उकाडा असताना इथे थंडगार वाटत होते. एक दार होते ते थेट बागेत जाण्यासाठी होते. आणि बागेवरचा आकाशाचा एक तुकडा तेवढा बागेसमवेत आतून नजरेत येत होता. म्हणजे या अशा सुखद जागेत राहून इथल्या मिशनऱ्यांना बाहेरच्या सामान्य भणंग माणसांचा, त्यांच्या हालकष्टांच्या जिण्याचा विसर पडला असेल यात नवल नव्हते. मनाने ते त्यांच्या पिरिनीजच्या पायथ्याच्या संपन्न मायदेशातच वावरत असले पाहिजेत.

बागेत पीचची दोन मरतुकडी झाडे जीवन शोषणाऱ्या, अंगावरच्या बांडगुळांशी झटापट करून थकल्यासारखी उभी होती. द्राक्षवेलीचे बुडखेही फादर लतूरला आढळले.

या वसतिगृहाच्या वायव्य बाजूच्या एका छोट्या छपरीत रात्र काढण्याचे बिशपने ठरवले. इथून गाव चांगले दिसू शकत होते. इथूनच त्याने सूर्यास्त पाहिला; नंतरचा दाटता अंधार न्याहाळला. हा अंधार खालची सपाटी व्यापून एखाद्या धोकेबाज जिवाणूसारखा वर सरपटत येताना पाहिला. सपाटीवरचे लांबलांबचे, सूर्यास्तानंतरच्या लालीने उजळून निघालेले उंच उंच खडकांचे माथे तेवत्या मेणबत्त्या कोणी पटापट विझवाव्यात तसे विझताना पाहिले. तो स्वतः एका खडबडीत, रखरखीत खडकावर होता, जणू अश्मयुगात होता. मनात घरचे, मायभूमीचे विचार गर्दी करू लागले. फ्रान्स, युरोप, त्याची पिढी. त्याआधीचा काल. युरोपिअन माणसाची स्वप्ने आणि आकांक्षा यांचा एक वैभवशाली इतिहास. फटफटत्या पहाटेच्या पूर्व क्षितिजासारखे त्याचे सारे जग गेल्या अनेक शतकांत बदलत आले होते. आताचा रंग मग नाही, मगचा नंतर नाही. परंतु लोक तेच– तसेच– एखाद्या उंच खडकावर कासवासारखे चढून बसलेले. त्यांची संख्या ती, आणि आकांक्षाही त्याच. एका असमाधानाने बिशपचे मन भरून गेले.

परतताना बिशपने आणखी एक रात्र इस्लेताच्या फादर जीससच्या सहवासात

काढली. आणखी पश्चिमेकडल्या, मोकी टापूतल्या अशाच खडकांवरच्या खेड्यांबाबत त्यांचे बोलणे झाले. आणि हकिगतीतून हकिगत निघताना ॲकोमाच्या, विस्मृतीत गडप झालेल्या 'फ्रायर'बद्दलची एक हकिगत निघाली, ती पुढीलप्रमाणे :

४.

सतराव्या शतकाच्या अगदी आरंभाला केव्हा तरी, म्हणजे या भागातल्या इंडियन लोकांच्या फार मोठ्या उठावात न्यू मेक्सिकोच्या उत्तर कक्षेतले सारे मिशनरी आणि स्पॅनिअर्ड्स ठार वा हद्दपार केल्यानंतर सुमारे पन्नास वर्षांनंतर, म्हणजेच त्यानंतर पुन्हा तो भाग कबजात आणण्यात येऊन तिथे नवे मिशनरी येऊन रुजू झाल्यावर, बाल्ताझार मोंतोया या नावाचा एक 'फ्रायर' ॲकोमाच्या चर्चचा धर्मगुरू होता. वृत्तीने तो छळवादी आणि एककल्ली होता. ॲकोमाच्या रहिवाशांचा त्याने फार छळ केला. आज जवळपास नष्ट झालेली सारी मिशन्स तेव्हा चालू होती आणि त्यातल्या प्रत्येकाला त्याचा एक कायम धर्मगुरू होता. हा त्याच्या वृत्तीनुरूप स्थानिक लोकांकरता खपे किंवा लोकांना खपवून घेई. फादर बाल्ताझार हा महत्त्वाकांक्षी होता. त्याची अशीच श्रद्धा होती की ॲकोमाची वस्ती ही तेथल्या सुंदर चर्चची निगा राखण्याकरता आणि त्याला पोसण्याकरताच अस्तित्वात होती; आणि त्याच्या चर्चचा त्याला जेवढा अभिमान होता, तेवढाच या स्थानिक लोकांनाही असणे जरूर होते. गावातले उत्तम पीक सारे तो घेई, फळाचे अति रुचकर रस त्याच्या संग्रही दाखल होत, मेंढी कापली जाई तेव्हा तिचे निवडक भाग प्रथम त्याच्याकडे रवाना होत. याशिवाय लोकांचे श्रम तो हक्काने घेई ते वेगळे. चर्चची त्याच्या मनातली सुधारणा कधी पुरीच होत नव्हती. चर्चचे पटांगण त्याने वाढवून घेतले, वसतिगृहालगतची मातीच्या उत्तम थराची उत्तम बाग बनवून घेतली, तिला रोज पाणी घालण्याचे कामही तो स्थानिक बायकांना करायला लावी. वास्तविक धर्मगुरूच्या वसतिस्थानात स्त्रीने प्रवेश करू नसे, असा दंडक असूनही तो हे करवून घेई. यात या बायकांचे श्रम तर खर्ची पडतच; शिवाय त्यांचे पाण्याचे साठेही तेवढे कमी होत.

बाल्ताझार तसा ऐदी माणूस नव्हता. त्याच्या तेथल्या कारकिर्दीच्या पहिल्या काळात, अंगाने जाडजूड होण्यापूर्वी, चर्चच्या आणि बागेच्या कामाकरता तो लांबलांबचे प्रवास करी. केवळ पीचचे उत्तम बी मिळवण्याकरता तो अनेक दिवसांची वाटचाल करून ओराईबीपर्यंत जाऊन येई. (ओराईबीची पीचची झाडे फार जुनी आणि मुळात स्पेनहून आणण्यात आलेल्या बीपासूनची होती.) स्थानिक इंडियन आणि मेक्सिकन रहिवासी जेमतेम पोटापाण्याला मिळाले की समाधानाने राहत असता,

हे चर्चचे धर्मगुरू मात्र त्या काळात उत्तमोत्तम बी-बियाण्याचा मोठा धंदा करीत.

फादर बाल्ताझार स्पेनमधल्या एका उच्च आणि सधन धार्मिक घराण्यातला होता. तो स्वतः उत्तम स्वयंपाक करी आणि सुतारकामही त्याला थोडेबहुत येत असे. खडकाच्या टोकाच्या त्या वसतिस्थानी स्वतःला शक्य तेवढा आराम मिळावा म्हणून त्याने बराच त्रास घेतला होता. दोन इंडियन मुलांना त्याने आपल्या चाकरीत घेतले. यांतल्या एकाकडे त्याने त्याच्या गाढवाची आणि बागेची निगा राखण्याचे काम सोपवून दिले. आणि दुसऱ्याकडे स्वयंपाकाचे आणि वाढपाचे काम दिले. पुढे तो जसजसा सुखावत, रुंदावत गेला, तसा त्याने आणखी एक तिसरा मुलगा नोकरीला ठेवला. लांबच्या कामांकरता निरोप्या म्हणून तो त्याचा उपयोग करी. लाल कापड, फावडे किंवा नवा चाकू असल्या वस्तूकरता तो मुलगा पायी लांबलांबच्या मजला मारी. व्हिलापर्यंत जाई. येताना द्राक्षाचे मद्यही घेऊन येई. कधी मासे धरण्याकरता त्याला सांदिआला जावे लागे, तर सशांच्या जोडीकरता झुनीकडे रवाना व्हावे लागे. सहसा त्याची कामे अशी उपरीच असत. त्यांना धार्मिक स्वरूप वा हेतू फारसा नसे.

हे उघडच होते की ॲकोमाचा हा फ्रायर लोकांच्या आध्यात्मिक उन्नतीपेक्षा स्वतःच्या ऐहिक सुखाकरताच जगत होता. या ओसाड खडकावर सुग्रास अन्न अशक्य हे पटवून घेण्यापेक्षा तो युक्तीप्रयुक्तीने, हर प्रयत्नांनी ते उपलब्ध करून घेई. परंतु त्याच्या या वासनेची धाव चार रुचकर पदार्थ आणि फुलझाडे, फळझाडे यापलीकडे मात्र कधी गेली नाही. तसे म्हटले तर इंडियन बायांशी अनैतिक व्यवहार त्याला फार सुलभ होता; आणि असल्या गोष्टींचा मोह व्हावा असे त्याचे वयही होते. परंतु साऱ्याच मिशनऱ्यांना एक गोष्ट कळून चुकली होती की त्यांच्या असल्या नैतिक अधःपतनाच्या प्रमाणात त्यांचे स्थानिक जनतेवरचे वजन तितके कमी होत असे. देवाला नवस म्हणून किंवा भुताखेतांवर रामबाण इलाज म्हणून स्थानिक रहिवासी अनेकदा आपापसांत असले व्यवहार करीत; आणि त्यांच्या पॅड्रेनेही तो करावा अशी त्यांची इच्छा अर्थातच फार होती. परंतु स्पेनपेक्षा इथे असल्या वर्तणुकीची फळे कडू येण्याचा संभव जास्त होता आणि फ्रायर बाल्ताझारने स्थानिक जनतेला आपले उणेदुणे काढण्याची संधीच दिली नाही.

सुबत्तेची पंधरा वर्षे त्याने ॲकोमावर 'राज्य' केले. या कालावधीत वारंवार त्याने चर्चची आणि स्वतःच्या वसतिगृहाची सुधारणा करवून घेतली. बागेत नवनवीन झाडे लावली. अंगाने स्थूल झाला तरी त्याचे हात बळकट होते आणि बोटात कौशल्य शिल्लक होते. स्वतःचे छोटे राज्य न्याहाळावे तसा हमेशा तो ही बाग न्याहळी. स्थानिक स्त्रियांना पाणी घालण्याच्या कामी बिलकूल सूट मिळू देत नसे. त्याच्या पहिल्या चाकरांची लग्ने ठरताच त्याने त्यांना सेवेतून मुक्त केले

आणि नवी मुले घेतली. यांना अधिकच बारकाईने वळण लावण्यात आले.

बाल्ताझारचा जुलूम दिवसानुदिवस थोडा थोडा वाढतच गेला आणि काही वेळा अॅकोमाच्या रहिवाशांची मने बंड करून उठवण्याच्या अवस्थेप्रत येऊ लागली. परंतु पॅड्रेचे दैवी सामर्थ्य किती असेल त्याची कल्पना त्यांना येत नसल्याने त्याची परीक्षा पाहण्याला ते कचरत होते. हे खरेच होते की स्पेनच्या राजाकडून सेंट जोसेफचे पवित्र चित्र आले ते पॅड्रेच्या वशिल्यानेच. आणि गावच्या पाऊस पाडणाऱ्या मांत्रिकांना जमले नव्हते ते त्या चित्राने जमून गेले होते. अवर्षण टळू लागले होते. त्याची षोडशोपचारे उपासना केली की पाऊस पडू लागला होता. ते चित्र आले तेव्हापासून गावात कधी दुष्काळ नव्हता– लगुना आणि झुनी इथे मात्र तो अनेकदा पडून दुष्काळाकरताच बाजूला काढलेल्या साठ्याच्या धान्यावर तिथल्या रहिवाशांना आपला निर्वाह चालवण्याची पाळी आली होती.

ते पवित्र चित्र आपल्याला तात्पुरते भाड्याने मिळावे म्हणून लगुनाचे इंडियन्स वारंवार या गाववाल्यांकडे रदबदली करीत होते; परंतु फ्रायर बाल्ताझारने ताकीद देऊन ठेवली होती की चित्र गावाबाहेर जाता कामा नये. त्या चित्राचे छत्र गावावरून गेले किंवा पॅड्रेची मंत्रशक्ती गावाविरुद्ध फिरली तर अर्थातच त्या गावाची धडगत नव्हती. त्यामुळे बाल्ताझारच्या कलाने सारे– न मानवूनही– केले जात हाते, त्याची सारी कौतुके पुरवली जात होती. वर वर गाववाले आणि पॅड्रे यांचे संबंध स्नेहाचेच होते.

एका उन्हाळ्यात– वाढत्या आकारामुळे पॅड्रेला आता फिरतीवर जाणे फारसे शक्य होत नव्हते– संगत सोबत आवश्यक वाटू लागली, कोणी तरी आपल्या या इथल्या सोयीचे, सुखाचे कौतुक करावे असे वाटू लागले आणि म्हणून सेंट जॉन्स डे नंतरच्या सप्ताहात त्याने एक मेजवानी देण्याचा बेत योजला.

त्याने आपला निरोप्या झुनि, लुगाना, इस्लेता येथल्या पॅड्रेजकडे पाठवून त्यांना मेजवानीचे आमंत्रण दिले. ते एकूण चौघे जण ठरल्या दिवशी आले. (झुनीच्या चर्चला दोन पॅड्रे होते.) पाहुण्यांची घोडी बांधून पाहुण्यांना वर आणण्याकरता खडकाच्या तळाशी एक मुलगा उभा करण्यात आला होता. वर बाल्ताझारने त्यांचे पुढे होऊन स्वागत केले. सारे स्थान त्यांना फिरवून दाखवण्यात आले. आणि बाहेर सारा खडक उन्हाने कडकडीत तापला असता पॅड्रेच्या निवासस्थानाच्या थंडगार निवाऱ्याला बसून सकाळभर त्यांनी गप्पागोष्टी केल्या. वाऱ्याच्या झुळुकांत द्राक्षवेली डुलत होत्या. बागेतून एक सुवास दरवळत येत होता. पाहुण्यांचा ग्रह पॅड्रे बाल्ताझारच्या या जीवनाबद्दल फारच उत्तम झाला आणि त्याच्या या सुखासीन जीवनाची गुरुकिल्ली आपल्याला कळावी असे त्यांना वाटले. पॅड्रेने ज्या बढाईच्या भाषेत आपल्या या निवासस्थानाबद्दल त्यांना ऐकवले होते त्याबद्दल त्यावर कोणी ठपका ठेवला नाही.

भोजनाच्या बाबतीत पॅड्रेने विशेष कष्ट घेतले होते. स्वतः तो सेव्हिलच्या मार्गावरच्या एका धर्मपीठात स्वयंपाकाची कला शिकलेला होता. स्पॅनिश सरदार आणि खुद्द राजाही इथे पाहुणचार घेण्याकरता मुद्दाम मुक्काम करीत, असा या धर्मपीठाचा लौकिक होता. तिथे शिकलेली कला इथल्या एकांतात पॅड्रेने जोपासली आणि वाढवली होती. साधनांची उणीव हे त्याला एक आव्हानच वाटले होते.

त्या थंडगार जागेत, बाहेरच्या रखरखाटाचे पडद्यातल्या फटींवाटे ओझरतेच दर्शन घेत, त्या पॅड्रेजनी मेजवानीचा समाचार घेतला. असे अन्न आणि वातावरण त्यांना बऱ्याच कालात लाभलेले नव्हते. 'आपण पुन्हा याला तेव्हा बागेत कारंजा पाहाल' म्हणून पॅड्रे बाल्ताझार त्यांना विश्वासाने सांगत होता. पुढे येणाऱ्या अधिकाधिक उत्तम आणि रुचकर पदार्थांच्या हिशेबात पुढ्यातले जपून संपवण्याला सुचवीत होता. त्या दिवशी आचाऱ्याला स्वयंपाकघर सोडणे अशक्य असल्याने आधी पाहुण्यांना वर आणून सोडणारा मुलगा वाढप करीत होता. त्याच्या कामात चटपटीतपणा आणि कौशल्य होते. बाल्ताझार त्याच्यावर खूश होता आणि त्याला त्याच्या या कर्तबगारीबद्दल ब्राँझचे पदक द्यायचे की चांदीचे, याचाच विचार त्याच्या मनात चालू असावा.

उकडलेला ससा त्याच्या रश्शासहित वाढला जात असता इस्लेताचा धर्मगुरू कसलीशी एक गमतीशीर हकिगत सांगत होता. त्यावर बाकी सारे मोठमोठ्यांदा हसत खिदळत होते. वाढप करणाऱ्या मुलाला किंचित स्पॅनिश येत होते आणि तो या हकिगतीतले मर्म समजावून घेण्यासाठी एकाग्र असता, झुनीच्या थोरल्या धर्मगुरूमागून जाताना, त्याच्या हातातली थाळी उलटली आणि धर्मगुरूच्या डोक्यावर, बाहूवर तपकिरी रंगाचा तो रसरशीत रस्सा सांडला. बाल्ताझार माथ्याचा तापट होता. त्यात त्याने मद्यही बरेच घेतलेले होते. त्याने त्याच्या उजवीकडले रिकामे पण जड भांडे उचलले आणि एक शिवी उच्चारून त्या गोंधळलेल्या मुलावर फेकले. मस्तकाच्या बाजूला कानशिलाशी त्या मुलाला ते लागले. त्याने थाळी खाली टाकली, तो काही पावले धडपडत चालत गेला आणि खाली कोसळला. तो वर उठला नाही. हललाही नाही. तेव्हा वैद्यकशास्त्रात गती असणाऱ्या झुनीच्या पॅड्रेने, डोळ्यांवरचा रस्सा निपटून, वाकून त्या मुलाची परीक्षा केली.

तो बरोबरीच्या धाकट्या पॅड्रेला काहीतरी पुटपुटून म्हणाला. दोघे उठले आणि काहीच न बोलता घाईने जिन्याकडे धावले. पाठोपाठ क्षणभराच्या आत लगुना आणि इस्लेताचे पॅड्रे तसेच निघून गेले. अत्यंत वेगाने ते चारही पाहुणे खडकाखाली उतरून घोडी तयार करून आपापल्या मार्गाने नाहीसे झाले.

आपल्या उताविळीचे परिणाम सोसण्याला बाल्ताझार एकटा मागे उरला. शेवटचा पॅड्रे तिथून जाईपर्यंत, दुर्दैवाने, आचाऱ्याने दीर्घ स्तब्धतेचे नवल वाटून

तेवढ्यातच आत डोकावून पाहिले, त्याचा मित्र जमिनीवर उताणा पडला होता. फक्त त्यालाच ठाऊक असलेल्या वाटेने तो त्या जागेतून तात्काळ नाहीसा झाला.

फादर बाल्ताझार स्वयंपाकघरात गेला तेव्हा ते रिते होते. मेजवानीचे कोंबडे शिजल्या स्थितीत पडून होते. आता फादरची भूक पळाली होती. त्याला वाढत्या प्रमाणात बेचैन वाटत होते. पळाल्या पाहुण्यांविषयी मनात संतापही जळत होता. क्षणभर त्याला वाटले की आपणही त्यांचे अनुकरण करावे. परंतु अशा तऱ्हेने तात्पुरते पळण्याने त्याचे तिथले स्थान डळमळणार होते; आणि कायमचे पळणे तर शक्य नव्हते. बाग आत्ता कुठे बहरत होती. पीचची फळे पिकत होती. द्राक्षवेली फळांनी लहडल्या होत्या. त्याने शिजणारे कोंबडे, करपेल म्हणूनच जणू, उतरून ठेवले. आपल्या खोलीत तो गेला. गेले अनेक दिवस वेळेअभावी वाचता न आलेल्या 'ब्रेव्हिअरी'चे पठण त्याने सुरू केले.

दुपारचा तो या खोलीत विश्रांती घेई. वाऱ्यावर लटकणाऱ्या पक्ष्याच्या पिंजऱ्यासारखी ही खोली होती. तिच्या कमानीवाटे त्याने खालच्या गावाकडे पाहिले. त्यापलीकडे चहूकडे पसरलेल्या सपाटीवर नजर फिरवली. हातच्या कामात लक्ष टिकेना. समोरचे गाव भारी शांत होते. वास्तविक या वेळेला पाणवठ्यावर बायका धुणी-भांडी करीत असायच्या, पोरे खेळत बागडत आणि कोंबड्यांमागे धावत असायची. पण आता, रखरखीत उन्हात सारा खडक चूपचाप होता. एकही माणूस नजरेच्या टापूत नव्हते; पण नव्हते कसे, होते. क्षणाआधी ते नव्हते, आता होते. दगडी जिन्याच्या माथ्याशी खडकांवर चकचकीत काळ्या रंगाचा एक डाग दिसत होता. कुणा इंडियनाचे केस. जिन्याशी पहारा बसवण्यात आला होता.

पॅड्रेला आता अधिकच बेचैन वाटू लागले. वेळ होती तोवर इतरांबरोबर आपणही खाली पळायला हवे होते असे त्याला वाटले. या खडकावर आपण या वेळी असायला नको होते, असे त्याच्या मनाने आता घेतले. तशी जुन्या फादर रामिरेझच्या जनावराकरता केलेली वाट होती; पण इंडियनांनी एक रस्ता अडवला तसे इतरही अडवले असणार, हे उघड होते. काळ्या केसांचा तो ठिपका बिलकूल हलत नव्हता. वाटा एकूण दोन. त्या अडलेल्या. बाकी कुठूनही कड गाठावी तर खाली पन्नास फूट खोल कडा. पडताना झटायला ना एक झुडूप की ना झाड.

सूर्यास्त होऊ लागला तसा, खालच्या गावातून पुरुषांच्या आवाजांचा मंद घुमारा येऊ लागला. ही प्रार्थना नक्कीच नव्हती. फार महत्त्वाच्या बाबतीत इंडियनांमध्ये वाटाघाटी चालत त्यांचा हा घुमारा होता. १८६०च्या बंडातल्या धर्मगुरूंच्या कत्तलीतल्या एकाहून एक भयंकर हकिगती फादर बाल्ताझारच्या नजरेसमोर चमकू लागल्या. कुणाचे डोळे बाहेर काढण्यात आले, कुणाला जाळण्यात आले, जमेझच्या धर्मगुरूला नग्न करून रात्रभर चौफेर रांगायला लावण्यात आले होते. झिंगलेले

इंडियन्स त्याच्या पाठीवर फटके हाणीत होते, दणके मारीत होते. तो थकव्याने गतप्राण होईतोवर हे करण्यात आले होते.

फादर बसून होता त्या खोलीतून चंद्रोदय मोठा रम्य दिसे. आज रात्री मात्र हा चंद्रोदय होऊ नये असेच फादरला वाटले. कारण चंद्रोदयानेच खालच्या गावात दैनंदिन जीवन सुरू होई. भयभीत नजरेने फादर, क्षितिजाची सपाटी सोडून चंद्र वर सरकताना पाहत होता.

चंद्र वर आला. निमूटपणे पण शिस्तीने गावकऱ्यांचा एक घोळका गाव सोडून चर्चकडे आला. शिडी चढून ते सारे फादरच्या राखीव खोलीत आले. फादरने गुरगुरून 'काय हवे' म्हणून विचारले. त्यांनी उत्तर दिले नाही. त्याच्याशी वा एकमेकांशी अवाक्षरही न बोलता त्यांनी फादरचे हात-पाय बांधून टाकले.

पुढे ॲकोमाचे गावकरी सांगत त्याप्रमाणे, फादरने कसलाही प्रतिकार केला नाही. तो तसे काही करता तर त्याला वेगळ्या क्रौर्याला तोंड द्यावे लागले असते. पण त्याच्या त्या इंडियन 'प्रजे'ला तो चांगला जाणून होता. तिचा निश्चय एकदा ठरला की तो किती पक्का असतो हेही त्याला माहीत होते. याशिवाय तो मानी स्पॅनिअर्ड होता. त्याच्या सुदृढ शरीरात एक सामर्थ्य आणि जिगर वसत होती. अंमल गाजवण्याची सवय त्याला होती; विनवण्या करण्याची नव्हती. अखेरपर्यंत त्याने आपला ताठा सोडला नाही, नमते घेतले नाही.

त्यांनी त्याला सर्वांत उंच, तुटल्या कड्याकडे नेले. या बाजूने बायका फुटकी भांडी, वा कोंबड्या खात नसत अशी घाण टाकीत. तिथे सारे जमलेले होते. त्यांनी फादरला मोकळे केले. त्याचे हात-पाय पकडून त्याला काही वेळा पुढे मागे हेलकावले. तो तसा वजनदार होता, त्याला तसे अधिक हेलकावणे त्या लोकांना धोक्याचे वाटले असावे. ते हे करीत असता त्याच्या तोंडून जोराच्या श्वासोच्छ्‌वासाच्या आवाजापलीकडे काही निघत नव्हते. त्या लोकांनी मग त्याला अखेरचा वर धरला आणि खाली भिरकावून दिला.

अशा प्रकारे त्यांनी त्यांच्यावर जुलूम गाजवणाऱ्या परंतु एकंदरीने त्यांना आवडत आलेल्या फादर बाल्ताझारपासून त्यांचा खडक मुक्त केला. फादरला मारल्यावर चर्चची कोणतीही नुकसानी कोणी केली नाही. फादरची मालमत्ता तेवढी सर्वांनी वाटून घेतली. बाग सुकून जात असता बायका ती पाहून आनंद मानीत. तिथे जाऊन गप्पागोष्टी करीत.

अनेक वर्षांनी पुढचा धर्मगुरू आला तेव्हा गावात त्याला कोणतीही कटुभावना आढळली नाही. तो त्या भागातलाच मेक्सिकन होता. त्याच्या गरजा किमान होत्या. सुखाची व्याख्या मर्यादित होती. बाल्ताझारने राखलेल्या बागेत गावच्या कोंबड्या तो सुखाने फिरू देऊ लागला.

चवथा खण्ड

१.

बिशप अल्बुकर्कला आणि ॲकोमाला जाऊन आल्यावर महिन्याभराने सुखासीन वृत्तीच्या गॅलेगॉसला औपचारिकरीत्या कामावरून तात्पुरते दूर करण्यात आले आणि फादर व्हेलंटने स्वत: त्या 'पॅरिश'ची सूत्रे आपल्याकडे घेतली. आरंभाआरंभाला यापोटी थोडीफार कटू भावना दिसून येत होती; स्थानिक सधन 'रँचेरोज' आणि अल्बुकर्कच्या काही बायका या नवीन फ्रेंच धर्मगुरूबद्दल मनात एक अढीच बाळगून होत्या; परंतु फादरने आल्याआल्याच आपल्याला हव्या त्या सुधारणा प्रत्यक्षात आणण्याला सुरवात केली. सारे काही बदलले. सणासुदीला फादर गॅलेगॉसच्या कारकिर्दीत थाटाचे मोठे उत्सव होत ते जाऊन धर्मविधींना प्राधान्य आले. त्याआधी चकाट्या पिटण्यात आणि चैनमौज करण्यात जितका उत्साह चंचल वृत्तीची स्थानिक मेक्सिकन जनता दाखवी, तितकाच आता धार्मिक सोपस्काराबाबत दाखवू लागली. आपल्या 'पॅरिश'मधले वातावरण एखाद्या शाळेतल्यासारखे असते असे या संबंधात फादर व्हेलंटने फ्रान्समधल्या आपल्या बहिणीला, फिलोमेनला लिहिलेल्या पत्रात म्हटले होते. त्याने लिहिले होते- 'एका शिक्षकाच्या कारकिर्दीत खोड्यालबाड्या करण्यात एकमेकांशी स्पर्धा करणारी मुले दुसऱ्या शिक्षकाच्या कारकिर्दीत शिस्तपालनात स्पर्धा करतात, तसे येथे घडत आहे. याआधी क्रिसमसआधीच्या दिवसांत येथे नाचगाणी आणि थाटमाट होई; यंदा तितक्याच मनःपूर्वक धार्मिक विधी पाळून येथील रहिवाशांनी हा सोहळा साजरा केला.'

अल्बुकर्कचा धर्मगुरू म्हणून सर्व कामे पाहत असताच फादर व्हेलंट 'व्हिकर जनरल' होताच. फेब्रुवारीत बिशपने त्याला एका फार महत्त्वाच्या कामाकरता लास व्हेगासला पाठवले. परत यायचा त्या दिवशी तो परत येऊन पोचला नाही आणि पुढेही अनेक दिवस उलटले तरी त्याची काही वार्ता लागेना. तेव्हा फादर लतूरला काळजी लागून राहिली.

एके दिवशी भल्या पहाटे एक थकून गळून गेलेला आजारी इंडियन मुलगा फादर व्हेलंटच्या शुभ्र घोड्यावरून, काँटेंटोवरून बिशपच्या अंगणात येऊन पोचला. त्याने एक वाईट वार्ता आणली होती. त्याने सांगितले, पेकॉस डोंगर भागातल्या त्याच्या गावी गोवराची मोठी साथ चालू होती आणि मृतांचे अखेरचे संस्कार करण्याकरता पॅड्रे तिथे थांबले असता स्वतःच त्या आजाराने ग्रासले गेले होते. तो स्वतःदेखील निघताना नीट होता. परंतु मार्गात त्यालाही लागण झाली होती.

बिशप लतूरने त्या मुलाची बागेच्या टोकाकडल्या एकाकी घरात व्यवस्था केली. लॉरेटोच्या सिस्टर्सकडे त्याची शुश्रूषा सोपवली. 'मदर सुपीरिअर'ला त्याने त्याला सोबत नेता येतील तितक्या औषधांची आणि रुग्णोपयोगी वस्तूची एक थैली ताबडतोब बांधण्याला सांगितले. आचारी फ्रुक्तोसाला, नेहमी लांबच्या प्रवासात तो घेई तेवढे अन्नधान्य सज्ज करण्याला आज्ञा सोडली. जनावरे तयार होताच, प्रवासाचा पोशाख चढवलेला फादर लतूर त्याच्या अँगेलिकावर स्वार होण्यास आला; परंतु त्या जनावरांकडे एकच कटाक्ष टाकून त्याने सांगितले, "हिला कॉण्टेंटोसोबत राहू द्या. नवे घोडे जास्त तगडे आहे. या प्रवासात ते चालेल."

मागून सामान लादलेले दुसरे घोडे ओढीत बिशप सुमारे दोन तासांच्या अवधीत घोड्यावरून सँता फेच्या वेशीबाहेर पडला. इथून सरळ तो पेकॉस गावाकडे जाणार होता. तिथे जाकिंतोला बरोबर घेऊन तो पुढे होणार होता. त्या गावी तो पोचला तेव्हा संध्याकाळ होऊ घातली होती. 'फर'नी अर्धवट झाकलेल्या डोंगराच्या रांगांनी गाव मागून निम्मे वेढले गेले होते. समोर सेडर आणि ज्युनिपर वृक्षांचे रान पसरले होते. पेकॉसला पुढच्या डोंगरातल्या मजलीच्या दृष्टीने घोडी बदलण्याचा बिशपचा मनोदय होता. तेवढे करून ताबडतोब तो पुढे निघणार होता. परंतु जाकिंतो आणि भोवती जमलेल्या इतर इंडियन रहिवाशांनी त्याला परोपरीने सांगितले की रात्री इथेच मुक्काम करून भल्या सकाळी पुढे व्हा. आभाळात सूर्य तळपत होता. परंतु पश्चिमेकडे, डोंगरांच्या रांगांमागे एक मोठा काळा ढग स्थिर राहिलेला होता. जमलेल्या वयस्क माणसांनी त्याकडे पाहून माना हलवल्या.

"फार मोठे वादळ होणार." गावचा प्रमुख व्यग्र मुद्रेने उद्गारला.

काहीसा इच्छेविरुद्धच बिशप घोड्यावरून उतरला. जाकिंतोकडे त्याने जनावरे सोपविली. त्याच्या दृष्टीने वेळ वाया जात होता. रात्र पडण्याला अद्याप तासभर होता. गाव आणि जुने मिशन चर्च या दरम्यानच्या ओसाड खडकाळीवर बेचैनपणे पुढे-मागे फिरण्यात त्याने तो व्यतीत केला. सूर्य आता बुडत होता. डोंगरमाथ्यांवर त्याची लाली सर्वभर पसरली होती. तो मोठा काळा ढग कडांनी उजळून निघाला होता. पडक्या मिशनच्या मोठाल्या लाल मातीच्या भिंती समोर उघड्यावाघड्या उभ्या होत्या. छताचा काही भाग पडला होता आणि उरलेलाही फार काळ टिकण्याची शक्यता नव्हती.

त्या क्षणी फादर जोसेफ तिकडे ऐन थंडीत कुडकुडणाऱ्या एका इंडियन गावातल्या घाणीत आजाराने फणफणत होता. बिशपला प्रश्न पडला होता. त्याला आपण या वनवासात का ओढले? फादर व्हेलंट तसा लहानपणापासून नाजूक प्रकृतीचा. त्याचा काटकपणा दिसे तो मुख्यत: अदम्य उत्साहापोटचा. माँटफेरँडच्या 'ब्रदर्स'नी हाताखालच्या मुलांना लाडावण्याची रीत नव्हती; परंतु या एका मुलाला मात्र ते उंच व्होल्व्हिक डोंगरांवर हवापालटासाठी दर साल पाठवीत; कारण कॉलेज जीवनाच्या शिस्तीत त्याच्या मनाची उमेद कोमेजून जात असे. तो आणि फादर लतूर असे दोघे ओहिओमध्ये मिशनरी असताना दोन वेळा जोसेफ मरणाच्या दारी जाऊन परत आलेला होता. एकदा तर तो कॉलऱ्याने इतका आजारी झाला होता की वृत्तपत्रांनी मृतांच्या यादीत त्याचे नाव छापून टाकले होते. त्या प्रसंगी ओहिओच्या त्यांच्या वरिष्ठ धर्मगुरूने– बिशपने– फादर व्हेलंटला 'ट्रॉम्प-ल-पोर्त' असे नवे संबोधन बहाल केले होते. फादर लतूरला आता वाटले, हो, इतक्या वेळा जोसेफने मृत्यूला परतवले तसे तो याही खेपेस परतल्याविना राहणार नाही.

पडक्या मिशनच्या भिंतीभोवती घिरट्या घालताना बिशपच्या लक्षात आले की तेथली एक खोली सुकी आणि स्वच्छ होती. रात्र तिथेच एका दगडी बाकावर पांघरुणात गुरफुटून व्यतीत करण्याचे त्याने ठरवले. या खोलीचे निरीक्षण करीत असता, त्या जुनाट चर्चबाहेर वारा मोठ्याने घोंघावू लागला, झपाट्याने अंधारून आले. गावच्या घरांच्या ठेंगण्या दारांआडून शेकोटीचा उजेड दिसू लागला. डोळ्यांना तो सुखद वाटत होता. खडकांवर त्याची वाट पाहत उभ्या असलेल्या जाकिंतोची सडसडीत आकृती त्याने तत्काळ ओळखली. त्याने त्याचे पांघरूण डोक्याभोवती लपेटून घेतले होते आणि वाऱ्याचा सपाटा अंगावर घेत तो किंचित वाकला होता.

जेवण तयार असल्याची वर्दी त्याने दिली. बिशप त्याच्यामागून एकसारख्या आकाराच्या त्या एकाच वेळी बरोबरीने बांधल्या गेलेल्या घरांपैकी एका ठरावीक

घरात गेला. जाकिंतोच्या या घराच्या दाराशी शिडी होती, तीवरून माडीवर जाता येत असे; परंतु तिथे दुसरे कुटुंब राहत होते. वरच्या कुटुंबाला जाकिंतोच्या बागेच्या छताचा व्हरांड्यासारखा उपयोग करता येत असावा. बुटक्या दाराशी मस्तक वाकवून बिशप आत शिरला. एक मोठी पायरी उतरून जमिनीवर आला. तो उतरून आला ती खोली लांबोडकी, चिंचोळी होती. तिला नितळ पांढरा रंग दिलेला होता. पाहायला तरी ती तिच्या रितेपणामुळे, साधेपणामुळे स्वच्छ वाटत होती. भिंतीवर काही मोजक्याच शोभेच्या वस्तू सोडल्या तर बाकी काही नव्हते. जाकिंतोला ज्यांचा नेहमी अभिमान वाटे, ती रंगीबेरंगी ब्लँकेट एका कोपऱ्यात व्यवस्थित घड्या करून ठेवलेली होती. शेकोटीजवळच्या जागेवर जाकिंतो आणि त्याची बायको झोपत असे. दिवसभराच्या उन्हाने ती जागा तापत असे आणि ही उष्णता ती रात्रभर मग पुरवत असे. रशियन शेतकऱ्याच्या, शेकोटीची व्यवस्था असलेल्या पलंगासारखीच ती होती. शेकोटीवर सुके मांस आणि काही धान्य शिजत लावलेले होते. जळत्या 'पिनॉन' लाकडांमुळे घरभर एक गंधयुक्त धूर पसरलेला होता. बिशप आत आला तशी जाकिंतोच्या बायकोने– क्लाराने– त्याचे स्मितपूर्वक स्वागत केले. शेकोटीनजीक बिशप आणि जाकिंतो भोजनाला बसले आणि क्लाराने त्यांच्या भांड्यांत रस्सा वाढला. त्या दोघांच्या मधोमध एका भांड्यात तिने गरम गरम भाकऱ्या ठेवल्या होत्या. बिशपने आरंभी एक प्रार्थना म्हणून भाकरीचा तुकडा मोडला. ते दोघे पुरुष भोजन करीत असता क्लारा त्यांना एकीकडे न्याहाळत होती आणि एकीकडे नजीकची पाळणेवजा झोळी हलवीत हाती. सांबराच्या कातड्याची ही बनवलेली होती. छताच्या आढ्यांना ही बांधली होती. विचारणा करता जाकिंतो दुःखमय सुरात म्हणाला की मूल आजारी होते. फादरने मूल पाहायची इच्छा व्यक्त केली नाही, कारण एकावर एक चिरगुटात ते आपादमस्तक गुंडाळलेले असणार याची त्याला कल्पना होती. थंडीविरुद्ध ही काळजी घेण्यात येई. थंडीत इंडियन मुलांना अंघोळ घडत नसे आणि यांतले कोणी आजारी पडले तरीही उपाय सुचवणे निरुपयोगी असे. त्या बाबतीत इंडियन माणूस कुणाचे ऐकून घ्यायलाच तयार नसे.

जाकिंतोच्या मुलाचे आपल्याला काही करता येऊ नये याचा बिशपला विषाद वाटला. गावात फार पाळणे उरलेले नव्हते. बालमृत्यूचे प्रमाण वाढते होते. आणि त्या मानाने एकूण मुले फार जन्मत नव्हती. जमात रोडावत चालली होती. देवी आणि गोवरात वारंवार मोठ्या प्रमाणावर माणसे बळी पडत होती.

याला अर्थात इतरही काही खुलासे सँता फेतली चांगली चांगली माणसे देत. पेकॉसबद्दल बऱ्याच बऱ्या-वाईट कथा प्रचलित होत्या. गौरवर्णीय लोकांना पूर्वपार त्याचे एक आकर्षण वाटत आले होते आणि त्याचा असा काही इतिहास

घडला होता, म्हणूनही या कथा असतील. असे सांगत की या लोकांनी फार प्राचीन कालापासून डोंगरातल्या एका कोठल्या तरी अज्ञात गुहेत एक आगटी सतत पेटत ठेवलेली होती. ही विझू देण्यात आलेली नव्हती. आणि कधीही एखाद्या गौरवर्णीयाच्या नजरेसही पडू दिलेली नव्हती. असे म्हणत की या आगटीच्या सेवेत असणाऱ्या गावातल्या उजव्या उजव्या तरुणांची ताकद ती शोषून घेत असे. फादरचा यावर अर्थातच विश्वास बसला नाही. वृक्षांनी फुललेल्या डोंगरावर, कोणाच्या नजरेला शतकानुशतके न पडणारी ही लहानशी आगटी पेटती ठेवण्याकरता पडून पडून किती श्रम पडणार होते आणि ताकद तरी किती खर्च होणार होती?

सापाबद्दलची एक कथाही प्रचलित होती. या भागात आरंभी आलेल्या स्पॅनिश तशा अमेरिकन प्रवाशांकडून ही पसरवण्यात आली होती. आणि अद्याप तिच्यावर लोकांचा विश्वास होता. ही जमात तर वैशिष्ट्याने सर्पपूजक होती. घरात ते साप दडवून ठेवीत असत. त्याशिवाय डोंगरात एक भला मोठा साप त्यांनी राखला होता; विशिष्ट सणासुदीला त्याला गावात आणण्यात येई. अशी वदंता होती की या सापाच्या तोंडी लहान अर्भके बळी देण्यात येत आणि त्यामुळे त्यांची संख्या घटत होती.

परंतु याहून मोठी शक्यता होती ती गोऱ्या लोकांनी या भागात येताना काही सांसर्गिक रोग बरोबर आणले असण्याची. यामुळे ही जमात रोडावत चालली असावी, हे जास्त पटण्याजोगे होते. या लोकांत गोवर, डांग्या खोकला अशा रोगांना टायफस किंवा कॉलऱ्याइतके प्राणघातक स्वरूप प्राप्त होई. दर साल जमातीची लोकसंख्या घटतच होती. जित्याजागत्या गावाच्या एका टोकाला जाकिंतोचे घर होते. पलीकडे मृत गाव– ओकी, रिती, पडकी, उद्ध्वस्त घरे. केवळ मातीच्या ढिगाऱ्यांगत उरलेली. जित्या गावात एकूण प्रौढ माणसे फार तर शंभर असतील. एके काळी संपन्न आणि लोकसंख्येने भरभराटीत असलेल्या या कोरोनॅडोच्या संशोधनात प्रकाशात आलेल्या 'सिकुये' भागापैकी हे एवढेच काय ते आता उरले होते. त्या काळी, कोरोनॅडोने नमूद केल्याप्रमाणे, या भागात सहाशेची वसती होती. पेकॉस नदीच्या पाण्याने भिजून जमीन चांगली सुपीक झालेली होती. झऱ्यांतून मुबलक मासे मिळत. डोंगरात शिकारी सापडत. या मोठमोठ्या डोंगराच्या मांडीवरच जणू हे गाव एखाद्या लाडक्या मुलासारखे बसलेले त्या काळी त्या संशोधकाला दिसले होते. खालच्या बाजूला, ज्युनिपर्सनी विखुरलेल्या सपाटीवर स्पॅनिश लोकांचा तळ होता. असहाय इंडियन 'यजमानां'कडून मोठ्या प्रमाणावर जबरीने धान्य, केसाळ कातडी, सुती कपडे मिळवून हे पाहुणे लोक सुखाने राहत होते. अशी कथा सांगण्यात येई की येथूनच ते वसंत ऋतूत क्विव्हेराच्या सात सुवर्णनगरांच्या शोधार्थ, सोबत पेकॉसमधून काही गुलाम आणि बटकी सक्तीने

घेऊन, कोणत्या तरी कुमुहूर्तावर निघून गेले होते.

शेकोटीशी बसल्या बसल्या बिशप लतूरला बाहेरला डोंगरांवरून खाली आणि पुढे सपाटीवर घोंघावणारा वारा ऐकू येत होता. मनात हे विचार चाळवले होते. मध्येच त्याच्या मनात आले, शेजारच्या जाकिंतोच्याही मनात हेच विचार तर नसतील? तोही स्तब्ध बसून होता. सूर्यास्ताला डोंगरांमागे दिसला तो प्रचंड काळा ढग या सुसाट वाऱ्यामागे असावा, हे समजत होते. परंतु कदाचित तितक्याच काळ्या भूतकाळातूनही तो वारा सोसाटत येत असेल असे फादरला वाटले. त्याविरुद्ध एकच एक मानवी आवाज उठत होता आणि तो होता पाळण्यातल्या, जाकिंतोच्या आजारी, दुबळ्या, व्यथित पोराचा. कोपऱ्यात बसून क्लारा मुकाट्याने चार घास पोटात लोटीत होती. जाकिंतो शेकोटीवर टक लावून बसला होता.

तासभर बिशपने शेकोटीच्या प्रकाशात 'ब्रेव्हिअरी'चे वाचन केले. नंतर, अंगात पुरेशी ऊब आली आहे, अंथरुण पांघरुणे उबून निघाली आहेत अशी खात्री करून घेऊन बिशप झोपायला जाण्याकरता उठला. बिशपमागून त्याची ती अंथरुण-पांघरुणे आणि स्वतःकडले एक जाड चिरगूट घेऊन जाकिंतो मागून निघाला. ठेंगण्या ठेंगण्या दरवाजांच्या, आतल्या शेकोटीच्या प्रकाशाने उजळलेल्या एका हारीपुढून ते पुढे गेले, खडकाची सपाटी मागे टाकून पडक्या मिशनपर्यंत पोचले. जोराच्या वाऱ्याशी अद्याप त्या ओक्याबोक्या भिंती धैर्याने झगडत होत्या. चांदणे आत डोकावत होते.

२.

लवकर जागे होणे बिशपला मुळीच जड गेले नाही. मध्यरात्रीनंतर त्याचे शरीर अधिकाधिक गारठत गेले, वळू लागले आणि झोपणे अशक्य झाले. पांघरुणांबाहेर येण्याआधी त्याने आपली प्रार्थना करून घेतली. आधीच प्रार्थना आटपून घेतली की मग इतर कामांना भरपूर वेळ सापडतो, हे फादर व्हेलंटचे वचन त्याला स्मरले.

गाढ झोपलेल्या निःस्तब्ध गावातून जाकिंतोच्या घराकडे जाऊन बिशपने त्याला जागे केले आणि शेकोटी पेटवण्यास सांगितले. जनावरे सज्ज करण्याकरता तो निघून गेला असता, फादरने त्याचे कॉफी करण्याचे भांडे आणि कथलाचा पेला बांधलेल्या सामानातून बाहेर काढला. मेक्सिकन पद्धतीच्या भाकरीचा एक तुकडाही काढून घेतला. काळी कॉफी आणि भाकरी एवढ्यावर दिवस दिवस तो प्रवास करू शकत असे. न्याहरी न घेताच निघावे असा जाकिंतोचा बेत दिसला;

परंतु फादरने त्याला आपल्याबरोबर भाकरी खायला लावले. क्लारा अद्याप मुलाला घेऊन बिछान्यात पडलेली होता.

चारच्या सुमाराला फटफटताना, दोघे सडकेला लागले. जाकिंतो ओझ्याच्या घोड्यावर बसला होता. त्याच्या या भागातल्या डोंगरप्रदेशातून जाणाऱ्या वाटा त्याला चांगल्या परिचित होत्या; इतक्या की अंधारातही त्याला त्या समजत होत्या. दुपार झाली तशी जनावरांना जरा विश्रांती द्यावी असे बिशपने सुचवले. परंतु आकाशाचा वेध घेऊन जाकिंतोने नकार दर्शवला. सूर्य कुठेच दिसत नव्हता; हवा कुंद होती. आसमंत काळवंडले होते. बर्फ पडण्याची चांगलीच शक्यता होती. थोडक्याच अवधीत ते पडूही लागले– प्रथम झिरमिरते, परंतु पुढे सारखे वाढत्या प्रमाणात. समोरच्या पाइन झाडांचे बुंधे बर्फाच्या थरांनी भराभर बुजू लागले. माध्यान्हीनंतर किंचित्कालात वाऱ्याच्या एका वावटळीने या दोघा प्रवाशांच्या भोवती बर्फाचे एक आवर्तच सोडून दिले. मग मोठे वादळ सुरू झाले. समुद्रावर तुफान उठते तसा वारा वाहत होता. बर्फाच्या वर्षावाने पुढले काही दिसत नव्हते. बिशपला त्याचा मार्गदर्शक जेमतेम पायरवत होता. क्वचित त्याचे मस्तक तर क्वचित खांदे, तर क्वचित तो बसला होता त्या खेचराचा मागला भाग दृष्टीस अस्पष्ट पडे. बाजूची पाइनची झाडे क्षणमात्र दिसत, तर पुढल्या क्षणी बर्फाच्या मोठ्या वर्षावात अदृश्य होत. खुद्द सडक, वाटेतल्या नैसर्गिक खुणा, डोंगर, सारे बर्फात भराभर बुजून चालले होते.

जाकिंतो घोड्यावरून तत्काल खालीच उतरला आणि त्याने पांघरुणे काढून घेतली. बिशपकडे इतर सामानाची बोचकी फेकत तो म्हणाला, ''पॅड्रे, त्वरा करा. मला एक निवारा माहीत आहे. चला.''

जनावरांना तसे सोडण्याला बिशपने विरोध दर्शविला. परंतु जाकिंतो म्हणाला, ''त्याला इलाज नाही. त्यांची काळजी त्यांना. तुम्ही मात्र चला लवकर–''

पुढला तासभराचा काळ फादरला मोठा कसोटीचा गेला, कष्टांचा गेला. सहनशीलतेची मर्यादा जाणवू लागली. नजरेला काही दिसत नव्हते, नाकाने श्वास घेणे महाकठीण होत होते. उघड्या तोंडाने धाप चालू होती. अस्पष्टशा दिसणाऱ्या खडकावर तो कसाबसा चढत होता, आडव्या पडलेल्या झाडांना ठोकरत अडळखत होता, मोठमोठ्या खड्ड्यांत कोलमडत होता, पुन्हा कसबसा जिवाच्या कराराने बाहेर येत होता. पुढल्या जाकिंतोच्या खांद्यावरल्या रंगीत पांघरुणांमागून जायचे तेवढे त्याला समजत होते, कारण बर्फाच्या भिंतीमागे जाकिंतो दिसेनासा होई तेव्हा ती पांघरुणे मात्र दिसत.

एकाएकी हिमवर्षाव ओसरलासे वाटू लागले. जाकिंतो थबकला. ते उभे राहिले. वर खडकांची एक कमान बिशपला नीट पाहत दिसली. बर्फापासून

तिच्यामुळे चांगला आडोसा झाला होता. खांद्यावरची पांघरुणे जाकिंतोने खाली टाकली; ती कपार चढून जाण्याची तयारी तो करू लागला. वर पाहता बिशपच्या नजरेला खडकांना त्या बाजूला एक विशिष्ट आकार आल्याचे दिसले. दोन गोलाकृती कपारी एकमेकीवर तटलेल्या. मधोमध बिळासारखी पोकळी. माणसाच्या किंचित विलगलेल्या आणि पुढे काढलेल्या ओठांसारखी ती जागा दिसत होती. या ओठांशी जाकिंतो भराभर चढून गेला. पाय कुठे रोवायचे ते त्याला चांगले माहीत दिसले. वर चढून खालच्या ओठावर तो आडवा झाला आणि तिथून त्याने बिशपला वर घेतले. खाली राहिलेले सामान आणेस्तोवर इथेच वाट पाहण्याला त्याने त्याला सुचवले.

काही क्षणांत सामान घेतलेल्या जाकिंतोबरोबर बिशप त्या गुहेत शिरला. आत एक लाकडी शिडी होती. ती सहजपणे उतरून दोघे खाली जमिनीवर आले.

अस्पष्टपणे एखाद्या 'गॉथिक' पद्धतीच्या प्रशस्त चर्चसारख्या आकाराची ती जागा बिशपला वाटली. गुहेच्या तोंडाकडून आत येत होता तेवढाच इथला प्रकाश. खाली उतरताना, इथे येतानाच बिशपच्या मनात या जागेविषयी एक नावड, नापसंती दृढावली होती. इथली हवा थंडगार होती. ती हाडी फुटत होती. शिवाय एक मंद कुबट दर्पही नाकपुड्यांत एकसारखा भरत होता. माथ्यावर वीस एक फूट उंचावर गुहेचे तोंड दिवसाच्या कुंद प्रकाशात विवरासारखे वाटत होते.

हे सर्व नजरेने टिपून घेत तो उभा असता, गुहेच्या आकाराचा अंदाज घेत असता, त्याचा वाटाड्या जाकिंतो तेथल्या जमिनीच्या, भिंतींच्या अभ्यासात मग्न झालेला होता. शिडीच्या पायथ्याशी अर्धवट जळलेली काही लाकडे दिसत होती. म्हणजे तिथे शेकोटी पेटवण्यात आलेली होती. विझवताना तिच्यावर ताजी माती टाकण्यात आली होती. भिंतीशी पिनॉनच्या काटक्या एका ढिगाने रचलेल्या होत्या. जमिनीचा व्यवस्थित अभ्यास केल्यावर, सावधपणे जाकिंतोने हा भारा एक एक काटकी उचलून हलवण्याला सुरुवात केली. तो दुसऱ्या जागी रचला. बिशपला वाटले. आता हा तात्काळ एक शेकोटी पेटवेल. परंतु जाकिंतोचा तसा मनोदय दिसेना. काटक्यांचा भारा हलवताच त्या जागी आसन ठोकून जाकिंतो विचारात मग्न झाला. जास्त उशीर न लावता शेकोटी पेटवण्याचा आग्रह फादरने त्याला केला.

तेव्हा तो इंडियन मुलगा म्हणाला, ''पॅड्रे, तुम्हाला इथे आणले हे योग्य केले की अयोग्य ते मला समजत नाही. काही समारंभांसाठी आमचे लोक ही जागा वापरतात आणि केवळ आमच्या लोकांनाच ही आतापर्यंत माहीत होती. इथून बाहेर पडाल तेव्हा इथे आला होतात हे विसरा.''

''जरूर विसरेन. पण तू इथे आता शेकोटी पेटवणार नसशील तर आपण

आपले बाहेर बर्फातच जाऊन उभे राहू. इतक्यातच मला इथे कसेसे वाटू लागले आहे.''

जाकिंतोने चिरगुटे सोडली आणि त्यातले एक त्यातल्या त्यात कोरडे पांघरूण कुडकुडणाऱ्या बिशपच्या अंगाभोवती टाकले. मग तो शेकोटीच्या राखेवर आणि जळक्या लाकडांवर वाकला, जाळ मर्यादित ठेवण्याकरता वापरलेले बरेच छोटे दगड त्याने वेचून घेतले आणि तो गुहेच्या मागच्या भिंतीकडे गेला. तिथे, त्याच्या डोक्यापासून काही अंतरावर एक विवर होते. खूप मोठ्या कलिंगडाइतके ते रुंद, लांबोडके आणि अनियमित आकाराचे होते.

'पाजारितो' भागातल्या ज्वालामुखीमुळे निर्माण झालेल्या कपारीतून अशा आकाराची विवरे खूप असत. इथे हे एकटेच होते. अंधारे वाटत होते. दुसऱ्या एका गुहेत ते पोचत असावेसे वाटत होते. जाकिंतोच्या मस्तकाच्याही वर ते होते तरी त्याचा हात तिथवर पोचू शकत होता. तो हातातले दगड त्या विवराशी एकावर एक रचून बिलकुल आवाज न करता ते बंद करू लागला आणि त्याने ते पूर्णपणे बंद केले तेव्हा बिशप नवलाने थक्क झाला होता. मग जाकिंतोने 'पिनॉन'च्या काटक्या कापून त्या त्या दगडांच्या अध्येमध्ये फटीफटीतून बसवल्या. शेवटी शेकोटीतली मूठभर माती उचलून त्याने गुहेच्या तोंडाआत वाहून आलेल्या थोड्याशा ओल्या बर्फात कालवली. हा घट्ट चिखल त्याने बंद केलेल्या विवरावर सारवला आणि पंजाने थापून टाकला. हे सारे करण्याला त्याला पुरी पंधरा मिनिटेही लागली नाहीत.

मग काही न बोलता, कसला खुलासा न करता तो शेकोटी पेटवण्याच्या उद्योगाला लागला. बिशपला न मानवणारा कुबट दर्प पेटल्या शेकोटीमुळे हळूहळू नाहीसा झाला आणि ऊबही आली. मात्र फादर लतूरच्या डोक्यातला कोलाहल मात्र चालूच राहिला. प्रथम त्याला वाटले अंगातल्या थंडाव्यामुळे, रक्ताभिसरणातल्या बदलामुळे कानात हा आवाज होतो आहे. परंतु जसजशी ऊब आली, जरा हलके वाटू लागले तसा त्याला या गुहेचा एक कंप सातत्याने जाणवू लागला. मधाच्या मोहोळाभोवती माश्या घोंघावाव्यात किंवा लांबवर अनेक पडघम एकदम वाजू लागावेत तसा एक आवाजही होत होता. किंचित्कालाने जाकिंतोला त्याने त्याबद्दल विचारले. गुहेत शिरल्यापासून प्रथमच तो तरुण इंडियन पोरगा हसला. एक जळके लाकूड हाती बॅटरीसारखे घेऊन तो उठला, मागून त्याने फादरला यायला खुणावले. एका विवराशी त्याने नेले. हे विवर पुढे ऐन डोंगरात कुठे तरी पोचलेले असावे. छत इतके ठेंगणे होते, की हात पोचावा. तिथे जाकिंतो शाडूने बुजवलेल्या भुईतल्या एका फटीशी वाकला. जवळच्या चाकूने थोडा शाडू उकरून त्याने त्या फटीला कान लावला. काही क्षण वेध घेतला. मग बिशपला त्याने

तेच करण्याला सुचवले.

बराच वेळ फादर लतूर त्या फटीला कान लावून एकचित्त होता. फटीवाटे थंडी आत शिरूनही त्याने कान हालवला नाही. भूगर्भांतला सर्वांत जुना आवाज तो ऐकत होता हे त्याला उमगले. एका मोठ्या भूमिगत नदीचा तो आवाज होता. वाहणारे काळे काळे पाणी फार फार खोल, अगदी डोंगराच्या पायथ्याइतके खोल होते, खडकाच्या अनेक थरांखालून मिट्ट अंधारातून वाहत होते. तो पाण्याचा लोंढा नव्हता, संथ रुद्र गंभीरपणे वाहणारा तो सामर्थ्यवान जलप्रवाह होता– तसा त्याचा आवाज होता.

उठत तो म्हणाला, "भयंकर."

फटीवर थुंकी टाकून ती फट पुन्हा सारवून, थापून एकजीव करीत जाकिंतोने दुजोरा दिला.

दोघे शेकोटीकडे परतले तेव्हा गुहेच्या तोंडचा प्रकाश खूप फिक्कुटला होता. तो संपूर्ण नाहीसा होताना बिशपने विषादपूर्वक पाहिले. सामानातून त्याने कॉफीपॉट, भाकरतुकडा आणि थोडा खवा काढला. जाकिंतोने गुहेच्या तोंडाशी चढून पाइनचे एक झाड हलवून ताजा बर्फ एका पांघरुणात आणि कॉफी पॉटमध्ये गोळा करून आणला. या कामात तो असताना खिशातली बाटली काढून बिशपने ताओसच्या व्हिस्कीचा एक घुटका घेतला. जाकिंतोच्या समोर मद्य घेणे त्याला बरे वाटत नसे.

या स्थितीत भाकरी, काळी कॉफी मिळते आहे हे आपण आपले भाग्य मानतो असे जाकिंतो म्हणाला. कॉफी पिऊन कथलाचा पेला बिशपकडे परत देताना सुखावून त्याने ओठावरून उपडा हात फिरवला, पांढरेशुभ्र दात दिसेपर्यंत हास्य केले.

"इथे जवळपास आपण होतो म्हणून बरे झाले," तो उद्गारला. "आपण जनावरे सोडली तेव्हा मला वाटले होते की इथे आपण पोचू शकू. पण खात्री वाटत नव्हती. मी तसा फार वेळा इकडे आलेलो नाही. तुम्ही घाबरला होतात की काय, पॅड्रे?"

बिशप विचारपूर्वक म्हणाला, "घाबरायला मला तू सवड दिली नाहीस, बेट्या. तू घाबरला होता वाटते?"

खांदे उडवून जाकिंतो म्हणाला, "गावाकडे मी आता परत जात नाही एवढे मला जाणवले होते."

फादर लतूरने शेकोटीच्या उजेडात 'ब्रेव्हिअरी'चे पठण केले. सकाळपासून अध्यात्म सोडून इतरच अनेक विषयांत त्याचे चित्त भ्रमले होते. आता झोप येईलसे वाटत होते. रात्रीच्या मुक्कामात नेहमी करी तशी जाकिंतोला जोडीला

घेऊन त्याने प्रार्थना केली, मग पांघरुणात गुरफटून शेकोटीकडे पाय करून तो आडवा झाला. मनात एक विचार मात्र होता. रात्रीत केव्हा तरी उठून, जाकिंतोने दाखवून दिलेली ती भुईतली फट आणि तिच्यावाटे येणारा आवाज अधिक अभ्यासावा. ती फट बुजवल्यानंतर त्या दिशेने पुन्हा जाकिंतोने चुकूनही बघितले नव्हते आणि अव्वल इंडियन शिष्टाचार पाळण्यासाठी, फादरनेही तिकडे पुन्हा नजर टाकली नव्हती.

रात्रीत त्याला जागही आली. शेकोटी अद्याप सारी गुहा उजळीत धुमसत होती. परंतु नजीकच्या भिंतींशी, एखाद्या अदृश्य उंचवट्यावर उभा असावा तसा, हात खडकावर पसरून, खडकाला बिलगून, चिखलाने बुजवलेल्या विवराला कान लावून जाकिंतो एकचित्त होऊन उभा होता. जिवाचे कान करून तो काही तरी ऐकत होता. बिशपने अंगाचे काही चलनवलन न करता डोळे मिटून घेतले आणि आपला हा वाटाड्या आपण रात्रीत उठू तेव्हा झोपलेला असेल असे आपल्याला वाटले कसे, याचे तो नवल करू लागला.

दुसऱ्या दिवशी सकाळी गुहेबाहेर ते सरपटत आले आणि बाहेरच्या चकाकत्या शुभ्र जगात उतरले. उगवत्या सूर्याच्या प्रकाशात बर्फाने झाकलेले डोंगर लाल दिसत होते. भोवतालचा रमणीय देखावा पाहत बिशप उभा राहिला. कोवळ्या सूर्यप्रकाशात फरची झाडांमागून झाडे गुलाबी हिमाचे गुच्छ मिरवीत हारीने उभी होती.

जनावरांचा शोध घेण्यात आता अर्थ नाही असे जाकिंतो म्हणाला. बर्फ वितळले की तो त्यांच्या देहांवरची अवजारे आणि जिने शोधून, सोडवून आणणार होता. आठ एक मैल चालून ते दोघे नजीकच्या पहिल्या पागेकडे गेले, दोन जनावरे त्यांनी भाड्याने घेतली आणि रात्र पडेपर्यंत प्रवास संपवला. फादर व्हेलंटशी ते पोचले तेव्हा तो म्हशीच्या कमावलेल्या कातड्याच्या एका बिछान्यात उठून बसलेला होता. त्याचा ताप उतरला होता आणि त्याची तब्येत सुधारण्याच्या मार्गावर होती. बिशपच्याही आधी त्याचा दुसरा एक स्नेही त्याच्यापाशी पोचला होता. किट कार्सन हा दोन इंडियन्स बरोबर येऊन त्या भागात पारधीकरता फिरत असता त्याला 'व्हिकर'च्या आजाराची वार्ता कळली आणि घाईने तो वादळ सुरू होण्याआधी त्याच्याकडे पोचला. फादर व्हेलंटला घोड्यावर बसता येईल असे वाटताच कार्सन आणि बिशप त्याला घेऊन सँता फेकडे निघाले. त्याच्या दुबळ्या तब्येतीमुळे हा प्रवास त्यांनी चार दिवसांच्या अवकाशात टप्प्याटप्प्याने केला.

बिशपने आपला शब्द पाळला आणि जाकिंतोने दाखविलेल्या त्या गुहेबद्दल तो कोणाकडेही काही बोलला नाही; परंतु त्याच्या मनातले नवल मावळले नव्हते. वारंवार त्या गोष्टीचे स्मरण त्याला होई आणि अंगावर अकारण काटा

उठे. वास्तविक त्याच्या विपत्तीत त्या जागेने त्याला उत्तम निवारा दिला होता. प्रत्यक्ष वादळाची, त्यातल्या त्याच्या हालांची आठवण करताना त्याला एक मौज वाटे. परंतु गुहेविषयी त्याच्या मनात वारंवार भयच निर्माण होई. यापुढे पुन्हा कोठल्याही गुहेत जाणे नाही, असे तो मनाशी ठरवून टाकी.

घरी परतल्यावरही ती गुहा, त्यातले त्या रात्रीचे जार्किंतोचे ते गूढ वर्तन याचाच विचार तो करीत होता. पेकॉस धर्मपंथाविषयीच्या कटू अशा अनेक गोष्टी मग खऱ्या वाटू लागत. इंडियनांच्या धार्मिक श्रद्धा, इंडियन मनाचे व्यापार याविषयी सँता फेमधल्या गोऱ्या वा मेक्सिकन लोकांनाही काही माहिती नव्हती असे फादरचे पक्के मत बनले.

किट कार्सनने त्याला सांगितले होते, ग्लोरिएता पास आणि पेकॉस गाव यांच्या दरम्यानचा मक्तेदार व्यापारी या इंडियनांचा, वंशपरंपरागत व्यापारामुळे जवळजवळ शेजारीच बनला होता आणि त्याला त्यांची उत्तम माहिती होती. त्याची आई ही त्या भागातली पहिली गौरकाय स्त्री. त्या व्यापाऱ्याचे नाव झेब ऑर्चार्ड. डोंगर भागात तो एकटाच राही. इंडियन आणि गौरकाय लोकांना मीठ, साखर, व्हिस्की, तंबाखू पुरवी. कार्सनच्या म्हणण्यानुसार हा माणूस फार सचोटीचा आणि नेकीचा होता. इंडियनांचा सन्मित्र होता. आणि एके काळी त्याला स्थानिक इंडियन मुलीशी लग्न करण्याची इच्छा होती; परंतु स्वतःच्या गौरवर्णाचा अभिमान बाळगणाऱ्या त्याच्या आईच्या दडपणामुळे तो त्यापासून परावृत्त झाला होता, एकटाच एकांतवासात जीवन कंठीत होता.

फादर लतूरने एखाद्या प्रवासात एक रात्र या व्यापाऱ्याकडे घालविण्याचे मनात योजून ठेवले. पेकॉसमधल्या इंडियनांच्या धार्मिक सोहळ्यांबद्दल, रीतिरिवाजांबद्दल तो त्याच्याकडून मिळेल तेवढी माहिती मिळवणार होता.

प्रत्यक्ष भेटीत ऑर्चार्ड म्हणाला की, न विझणाऱ्या शेकोटीबद्दची कथा प्रचलित होती ती तंतोतंत खरी होती. मात्र ही शेकोटी डोंगरभागात पेटत ठेवण्यात आलेली नव्हती, तर खुद्द गावातच ती होती. शाडूच्या एका भट्टीत ती धुमसत असायची. अनेक शतके, अगदी गावाच्या स्थापनेपासून ती एका ठिकाणी पेटती ठेवण्यात आलेली होती. सापाबद्दलच्या कथांविषयी त्याला निश्चित काही सांगता आले नाही. तो म्हणाला, गावाच्या आसपासच्या टापूंत सर्प आपण पाहिले आहेत, पण ते या भागात सर्वत्रच असतात. काही वर्षांमागे पेकॉसमधल्या एका मुलाच्या घोट्याला सर्प डसला होता आणि व्हिस्कीकरता त्याला आपल्याकडे आणण्यात आले होते. त्याच्या अंगाला सूज आलेली होती. तो खूपच आजारी होता.

वारंवार ऐकू येई त्याप्रमाणे एखादा मोठा सर्प या इंडियनांनी कुठे तरी लपवून ठेवला होता काय, असे बिशपने ऑर्चार्डला विचारता तो म्हणाला, "या

प्रकारचा एखादा जिवाणू लांब डोंगरात ठेवून धार्मिक समारंभाने गावात आणतात ही गोष्ट सत्य आहे. परंतु तो सर्पच की काय ते मला माहीत नाही. इंडियनांच्या धर्माबद्दल कोणाही गोऱ्या माणसाला काही कळणे शक्य नाही, पॅड्रे.''

त्यानंतर त्यांच्या गोष्टी चालल्या असता, ऑर्चार्डने कबूल केले की, पोरवयात असता सर्पाविषयीच्या या प्रवादांचा पडताळा घेण्याला तोही फार उत्सुक होता आणि एकदा, कोणत्या तरी इंडियन सणाला, पेकॉसच्या रहिवाशांवर गुप्त नजर ठेवून त्याने हा पडताळा पाहण्याचा शर्थीचा आणि धोक्याचा प्रयत्न केला होता. दोन रात्री तो डोंगरावर छपून बसलेला होता. पलित्यांच्या प्रकाशात इंडियन्स एक पेटी आणत असल्याचे त्याला दिसले होते. पेटी मोठी होती. ज्या कळकांवर ती लटकवली होती ते भाराने चांगलेच वाकले होते. म्हणजे ती फार जडही होती. अंधार पडल्यावर गौरवर्ण माणसे अशी पेटी अशा प्रकारे आणती तर आपण याचा अर्थ त्या पेटीत पैसे, दारू वा शस्त्रे असल्याचा केला असता, असे ऑर्चार्ड म्हणाला. परंतु, इंडियनांनी ती तशी आणल्याने आत काय होते ते सांगणे अवघड होते. कदाचित त्यांच्या पूर्वजांनी पूजिलेले वेड्यावाकड्या आकारांचे दगडधोंडे त्यात असतील. तो म्हणाला, ''त्यांना बहुमोल वाटते ते आपण कवडी किमतीचेही लेखीत नाही. त्या लोकांना त्यांच्या स्वतंत्र अंधश्रद्धा आहेत, आणि जगाच्या अंतापर्यंत त्यांभोवतीच ते जगणार, मरणार.''

जुन्या गोष्टींविषयीच्या इंडियनांचा आदर हा आपल्याला आवडणारा इंडियनांचा एक गुण असल्याचे आणि आपल्याही धर्मांत त्याला फार महत्त्व असल्याचे फादरने ऑर्चार्डला सुनावले.

तो व्यापारी यावर म्हणाला की, ''कदाचित या इंडियनांना तुम्ही उत्तम कॅथॉलिक बनवू शकाल; परंतु त्यांच्या स्वतःच्या जुनाट श्रद्धा त्यांना टाकायला कधीही लावू शकणार नाही. त्यांच्या धर्मगुरूंकडे स्वतंत्र प्रकारची गूढे आणि रहस्ये असतात. त्यातली खरी किती, थोतांडे किती ते मला माहीत नाही. मी फार लहान असता घडलेली एक हकिगत मला स्मरते. एका रात्री पेकॉस गावची एक मुलगी, हातात तिचे अर्भक घेऊन इथल्या स्वयंपाकघरात घुसली आणि जवळ आलेला सण उलटेपर्यंत याला लपवा म्हणून माझ्या आईला विनवू लागली. तिचे म्हणणे, तिच्या मुलाला सापाच्या तोंडी देण्यात यायचे असल्याचे तिला समजले होते. ते खरे असो की खोटे असो, तिचा त्यावर विश्वास बसलेला दिसत होता आणि आईने तिला आमच्याकडे राहू दिले होते. त्या काळात माझ्यावर या घटनेचा फार मोठा परिणाम झाला होता.''

पाचवा खण्ड

१.

ताओसला पहिली अधिकृत भेट देण्याकरता बिशप लतूर जाकिंतोबरोबर घोड्यावरून डोंगरभागातून चालला होता. ताओसचे 'पॅरिश' हे त्याच्या अखत्यारातले अल्बुकर्कनंतरचे सर्वांत मोठे आणि संपन्न 'पॅरिश'. तेथला धर्मगुरू आणि रहिवासी असे सर्व अमेरिकनांविरुद्ध होते आणि कोणत्याही ढवळाढवळीची त्यांना नावड होती. स्पॅनिअर्ड सोडला तर दुसरा कोणताही युरोपीय माणूस 'ग्रिंगो' लेखला जाई. बिशपने दीर्घ काल या पॅरिशला भेट देणे टाळून स्वतःविषयीची तेथली प्रारंभीची कटुता ओसरण्याला वाव दिला होता. कार्सनच्या साहाय्याने तेथल्या परिस्थितीची आणि सामर्थ्यवान म्हातारा धर्मगुरू अंतोनिओ योज मार्तिनेझ याची अद्ययावत माहिती मात्र तो सतत मिळवीत राहिला होता. धर्मगुरू मार्तिनेझ हा त्या भागातला धार्मिक तसा ऐहिक बाबतीत मार्गदर्शक आणि सल्लागार होता. खरोखर, फादर लतूरचा प्रवेश त्या टापूत होण्याआधी मार्तिनेझ हाच न्यू मेक्सिकोच्या त्या उत्तरेकडल्या भागांत हुकूमशहा होता आणि सँता फेचे रहिवासी धर्मगुरू त्याच्या मुठीत होते.

ताओसच्या इंडियनांनी पाच वर्षांमागे केलेल्या उठावामागे हा मार्तिनेझच होता, हे त्या भागात सर्वश्रुत होते. या उठावात अमेरिकन गव्हर्नर बेण्ट आणि आणखी डझनभर गौरकाय माणसांचे शिरकाण करण्यात आले होते. ताओसच्या सात इंडियनांची लष्करी कोर्टापुढे याबाबत चौकशी होऊन त्यांना फासावर देण्यात आले होते; परंतु यामागला खरा सूत्रधार, मार्तिनेझ, त्याला मात्र हात लावण्यात

आला नव्हता. या प्रकरणात मार्तिनेझने आपला खूप फायदा करून घेतला होता.

फाशीची शिक्षा झालेल्या सात जणांनी त्यांच्या पॅड्रेला बोलावणे पाठवले होते आणि 'आपल्याला आपणच या प्रकरणात पाडलेत, आता सोडवा' म्हणून विनवणी केली होती. त्या सात जणांनी गावानजीकच्या त्यांच्या जमिनीचे मालकीपत्र आपल्या नावाने करून दिल्यास आपण याबाबत काही करू, असा उलट निरोप फादरने त्यांना पाठवला होता. हे त्या सातांनी केले आणि तो व्यवहार रीतसर पुरा झाल्यानंतर पुन्हा या प्रकरणाकडे फादरने पाठ वळवली ती वळवलीच. आणि त्याच्या अबिक्विड या जन्मगावी तो निघून गेला. त्याच्या अनुपस्थितीत ठरल्या दिवशी त्या सात इंडियनांना फासावर लटकवण्यात आले होते. मार्तिनेझ आता त्या सातांच्या जमिनी कसून चांगला गबर झाला होता.

फादर लतूरने मार्तिनेझशी तसा थोडा फार मर्यादशील पत्रव्यवहार आधी केलेला होता, एकदाच दोघांची भेटही झाली होती. सँता फेच्या धर्मगुरूंनी नव्या बिशपचे स्वामित्व मानू नये म्हणून त्यांचे कान प्रत्यक्षच फुंकण्याकरता मार्तिनेझ एकदा ताओसहून मुद्दाम सँता फेला आला होता तेव्हा ही भेट झाली होती. तिला तसे बरेच दिवस उलटले असले तरी कालच पाहिल्यासारखा मार्तिनेझ बिशप लतूरला आठवत होता. कोणी पाहून सहज विसरावे असे फादर मार्तिनेझचे व्यक्तिमत्त्व नव्हते. रस्त्यात भेटून पुढे होता तर त्याचे दांडगे शरीरबळ आणि अदम्य महत्त्वाकांक्षा विसरणे अशक्य झाले असते. प्रत्यक्षात बिशपहून तो फारसा उंच नव्हता; परंतु भास मात्र असा करून देई की आपण भलेधिप्पाड आहो. त्याचे उंच रुंद खांदे पाहणाऱ्याला मस्त बैलाची आठवण करून देत. रुंद मानगुटीवर त्याचे मोठे मस्तक, लालबुंद आणि गोबऱ्या गालांचा अंडाकृति स्पॅनिश चेहरा– तो चेहरा बिशपला किती स्पष्टपणे स्मरत होता! तो इतका वेगळा होता की तो पुन्हा पाहणे बिशपला आवडले असते. त्यावरचे ते उंच अरुंद कपाळ, कमानदार केसाळ भुवयांखालचे चकाकते पीतवर्ण डोळे, गोबरे लाल लाल गाल– ते अँग्लोसॅक्सन वळणाचे म्हणजे केवळ मांसल नव्हते तर हलत्या स्नायूंनी विणलेले. मनातल्या भावागणिक मुद्रेवरचा अणू अणू बदलत राही. त्याची जिवणी भडक, स्वैर भावनावासनाची आणि जुलमी हट्टीपणाची निदर्शक होती. जाड ओठ बाहेर काढलेले, आणि कामेच्छेने वा भयाने अंग ताठरवून घेतलेल्या प्राण्याच्या कातडीसारखे ताठरलेले दिसत. हे सारे फादर लतूरला स्मरत होते.

फादर लतूरच्या दृष्टीने एका व्यक्तीच्या स्वैर सामर्थ्याचे दिवस खुद्द सरहद्दीवरही जवळजवळ संपुष्टात आले होते आणि हा मार्तिनेझ म्हणजे या भूतकाळाचा वैचित्र्यपूर्ण, परिणामकारक आणि खरोखर षंढ नमुना मागे उरलेला होता.

बिशप आणि जाकिंतोने डोंगर मागे टाकले, वाट संपून वाळल्या झुडपांनी

व्यापलेला माळ सुरू झाला. मधूनमधून माणसाच्या पायाएवढी जाड खोडे उभी होती. त्याच्या दिशेने सरकत येणाऱ्या एका धुळीच्या लोटाकडे तेवढ्यात जाकिंतोने फादरचे लक्ष वेधले– शंभरहून अधिक इंडियनांची आणि मेक्सिकनांची एक पलटण आरडाओरडा करीत आणि शस्त्रे परजीत त्यांच्या नव्या बिशपच्या स्वागतार्थ धावून येत होती.

तो जमाव जवळ आला तशी बिशपने त्यातला मार्तिनेझ हेरला. तो 'बक्स्किन'च्या तुमानीत, उंच बुटांत आणि चंदेरी रिकिबीत होता. त्याच्या माथ्यावर रुंद मेक्सिकन हॅट होती आणि खांद्यावर एक मोठे काळे वस्त्र एखाद्या धनगरासारखे बांधलेले होते. थेट बिशपपर्यंत घोडा दौडवत येऊन त्याने आपले ते काळे जनावर रोखले आणि मस्तक अनावृत करून बिशपला मोठा प्रणिपात केला. तोवर त्याच्या बरोबरीच्यांनी या माणसांना घेरून हवेत आपल्या बंदुका झाडल्या होत्या.

दोन्ही धर्मगुरू मग जोडीने लॉस रँकोस द ताओ या गावात शिरले. हिरवी ऑर्चर्ड झाडे, वळणावळणाच्या सडका आणि पिवळ्या भिंतींचे ते गाव होते. चर्चपुढल्या चौकात गावकरी गोळा झाले होते. सारे गुडघ्यांवर खाली वाकले तरी दह-बारा वर्षांचा एक मुलगा उघड्या तोंडाने आणि डोक्यावर टोपी तशीच ठेवून उभाच राहिला. पॅड्रे मार्तिनेझने अनेक वाकल्या बायकांच्या मस्तकांवरून हात लांबवून त्या मुलाची टोपी उडवली आणि कानशिलात फटाफट चारपाच सपाटे मारले. फादर लतूरने पुटपुटून निषेध व्यक्त केला तेव्हा तो स्थानिक धर्मगुरू धैर्याने म्हणाला, ''माझाच मुलगा हा, बिशप. त्याला रीतभात आता शिकायला नको का?''

पुढे काय आणि कसे चालायचे होते याची ही सूचना बिशपने मानली. मुद्रेवर कोणताही फरक न दाखवता मनाशी त्याने हे आव्हान स्वीकारले आणि पॅड्रेच्या निवासस्थानात त्याने पाऊल ठेवले. मार्तिनेझच्या वाचना-लेखनाच्या खोलीकडेच ते थेट गेले. तिथे एक भला दांडगा तरुण माणूस भुईवर आडवा पडून गाढ झोपला होता. उशाला त्याने एक जाडजूड ग्रंथ घेतला होता. श्वासोच्छ्‌वास घेताना त्याचे अंग विलक्षण वरखाली होत होते. फ्रॅन्सिस्कनचा तपकिरी झगा त्याच्या अंगावर होता. केस आखूड कापलेले होते. त्या झोपलेल्या माणसाकडे लक्ष जाताच पॅड्रे मार्तिनेझ मोठ्यांदा हसत सुटला आणि त्याच्या कुशीत त्याने बरीच जोराची लाथ हाणली. तो तरुण माणूस दचकून जागा होऊन धडपडत उभा राहिला आणि एका दारावाटे बाहेर धावत गेला.

पॅड्रे तो गेला त्या दिशेने ओडला, ''बरे का रे, रात्री फार कष्ट करणाऱ्या तरुण माणसांनाच दिवसा झोप येते! रात्री कंदिलाशी वाचत बसला असशील उशीरसर. धर्मशास्त्रामधली परीक्षा घेतो थांब तुझी मग!''कुठून तरी यावर स्त्रैण,

मंद हास्याचा, खुदखुदीचा जबाब आला. त्याच बाजूला तो तरुण वाळत घातलेल्या कपड्यांमागे जाऊन दडला होता. आपला प्रचंड देह वाकवून तो दोन वाळत्या, ओल्या चादरींमागे धावला.

मार्तिनेझ म्हणाला, ''हा त्रिनिदाद माझा छात्र होता. आरोयो होण्डोचे फादर ल्युसेरो यांचा हा पुतण्या. फादर माझे फार जुने मित्र. तसा तो भिक्षू झाला आहे, पण अधिक काही करू शकला तर आम्ही पाहतो आहो. ड्युरँगोच्या सेमिनरीमध्ये आम्ही याला पाठवला होता; परंतु एक तर त्याला तिथे करमले नाही आणि दुसरे म्हणजे तो काही शिकायला बथ्थडही बराच होता. म्हणून इथेच सध्या मी त्याला शिकवतो आहे. कधी ना कधी आम्ही त्याला धर्मगुरू बनवणार.''

घर आपलेच समजा म्हणून फादर लतूरला सांगण्यात आले होते; परंतु तशी इच्छा त्याला नव्हती. इथली अव्यवस्था त्याच्या सहनशीलतेच्या पलीकडली होती. खुद्द पॅड्रेच्या मेजावर तपकिरीचा शिडकाव झाला होता. आणि पुस्तकांच्या अस्ताव्यस्त ढिगामागे भिंतीवरचा क्रूस लपून गेला होता. घरभर सर्वत्र खुर्च्या-मेजांवर पुस्तके विखुरली होती. पुस्तकात, भुईवर सर्वभर वाळू आणि केर जाणवत होता. फादर मार्तिनेझचे बूट आणि टोप्या कोपऱ्यात कशा तरी पडलेल्या होत्या. त्याचे कपडे खुंट्यावर आणि सामानापैकी काही काही वस्तूवर लटकत होते. आणि इतकी सारी अव्यवस्था असूनही घरभर तरुण आणि म्हाताऱ्या नोकराणींचा सुकाळ दिसत होता. विशेष निपजीची लठ्ठ पिवळी मांजरे इतस्ततः भटकत होती, कोणी खिडक्यांशी झोपली होती आणि दोघे फादर्स जेवायला बसले तेव्हा तिथे मग ती धीटपणे झटू लागली. मार्तिनेझही त्यांच्याकडे बेफिकीरपणे मधूनमधून स्वतःच्या जेवणातले काही तुकडे भिरकावीत होता.

जेवणाच्या वेळी, भुईवर गाढ झोपलेल्या आणि नंतर पळून गेलेल्या त्या भल्या धिप्पाड तरुणाची बिशप लतूरशी फादरने ओळख करून दिली. हा छात्र आपल्या मार्गदर्शनाखाली अध्ययन करीत असून आपला हा चिटणीस होणार असल्याचे फादरने पुन्हा एकवार बिशपला ऐकवले. त्याचबरोबर, तो तरुण त्रिनिदाद ल्युसेरो, त्याचा बहुतेक वेळ स्वयंपाकघरात घोटाळण्यात आणि तेथल्या नोकराणींच्या खोड्या काढण्यात घालवतो, हेही तो कौतुकाने म्हणाला.

त्या तरुणाच्या पुढ्यातच हे सारे तो बोलला. परंतु त्या तरुणाला याचा बिलकुल संकोच वाटलेला दिसला नाही. त्याचे सारे लक्ष जेवणात रंगले होते. पुढ्यात ताट येताच विलक्षण घाईगर्दीने तो अन्नाचे गोळे तोंडात टाकून ते गिळत सुटला. एखाद्या दरिद्री नातेवाइकाप्रमाणे किंवा नोकरासारखे या त्रिनिदादला त्या घरात वागवण्यात येई, हे नंतर बिशप लतूरला कळून आले. त्याला निरोप पोचवण्यासाठी धाडण्यात येई, फादरचे बूट आणायला न संकोचता सांगितले

जाई, जळणाला लाकूडफाटा आणण्याकरता पिटाळले जाई, घोड्याला खरारा करण्याचे कामदेखील तो करी. फादर लतूरला त्याचे वागणे वावरणे इतके अप्रिय झाले की त्याच्याकडे पाहणेही तो शक्य तितके टाळू लागला. त्या तरुणाचा जाडा चेहरा विलक्षण बुद्दू वाटत होता, शिवाय तेलकट तुपट असा काहीसा होता. जिवणीच्या टोकांना लहान पोरांच्या बाळशाला असतात तशा सुरकत्या लठ्ठपणापायी पडल्या होत्या. नाकावर चश्मा जिथे टेकला होता तिथे मऊ मऊ मांस साचले होते. सबंध जेवणात तो एकही शब्द बोलला नाही. पुन्हा अन्न दिसणार नाही अशा भयाने ग्रस्त असल्यासारखा तो केवळ भराभरा खात सुटला. क्षणभरच त्याचे हावरट लक्ष पुढ्यातल्या अन्नावरून दूर होई ते अन्न वाढणाऱ्या मुलीवर खिळण्याकरता. या मुली त्याची फारशी कदर दाखवीत नव्हत्या. एक ना एक वासनेने तो सतत मूढ झालेलाच असे, असा बिशपचा ग्रह झाला.

गळ्याला नॅपकिन बांधलेला मार्तिनेझ मोठ्या प्रमाणावर खात पीत होता. स्वयंपाकिणींची सुबत्ता असूनही बिशपला ते अन्न रुचले नाही. एल पॅसो डेल नॉर्तहून आणविलेले मद्य मात्र बरेच चांगले होते.

जेवताना मार्तिनेझने बिशपला सरळ सरळ विचारले की, "धर्मगुरूच्या पेशाला ब्रह्मचर्य आवश्यकच आहे काय?"

फादर लतूरने उत्तर दिले, "हा प्रश्न अनेक शतकांमागेच सोडविण्यात आला असून, त्याचा कायमचा निर्णय लागलेला आहे."

मार्तिनेझ आवेशपूर्वक म्हणाला, "कायमचा निर्णय कशाचाही लागलेला नाही आणि कधी लागत नाही. फ्रेंच धर्मगुरूंच्या दृष्टीने ब्रह्मचर्य उत्तम असेल परंतु आमच्या दृष्टीने नाही. सेंट ऑगस्टाइननेच म्हटले आहे की निसर्गाविरुद्ध न जाणे बरे. त्याच्या वृद्ध वयात त्याला त्याच्या ब्रह्मचर्य पालनाचा पश्चात्ताप होत असे, असा किती तरी पुरावा मला उपलब्ध होतो आहे."

तो पुरावा जाणून घेण्याची इच्छा बिशपने व्यक्त केली. आपल्याला सेंट ऑगस्टाइनच्या साहित्याचा परिचय तसा बऱ्यापैकी आहेच, असेही तो म्हणाला.

मार्तिनेझ म्हणाला, "कुठे तरी मी माझ्या म्हणण्याला दुजोरा देणारे सारे उतारे उतरवून ठेवले आहेत. तुम्ही आहात तोवरच ते काढेन मी हुडकून. बहुधा सीलबंद मनानेच तुम्ही ते वाचलेले असणार. ब्रह्मचारी धर्मगुरूंच्या बुद्धीला एक मांद्यच येते. स्वतः थोडे तरी अधःपतित झाल्याविना कोणाही धर्मगुरूला अधःपाताची, त्याविषयीच्या उपरतीची, आणि क्षमेची खरी कल्पना येणे अशक्य. त्यातल्या त्यात लैंगिक वासना हा सर्वांत मोठा आणि एक सर्वसामान्य मोह असल्याने, धर्मगुरूचा परिचय त्याच्याशी असलाच पाहिजे. केवळ उपवास आणि प्रार्थनेने

आत्मा लीन होणे अशक्य. पाप करून त्याला मऊ आणले पाहिजे. उपरतीचा, क्षमेचा प्रत्यक्ष अनुभव मिळाला पाहिजे. एरवी धर्म म्हणजे एक कुचकामाचे तर्कशास्त्र होऊन बसेल.''

बिशप शांतपणे म्हणाला, ''हा विषय असा आहे की यावर आपण नंतर आणि विस्ताराने बोलावे हे बरे. माझ्या अखत्यारीतल्या टापूत तरी मी असल्या सवयी लवकरात लवकर बंद करणार आहे. धर्माच्या नावाने धर्मगुरू बनलेल्या प्रत्येक माणसाने, घेतलेली प्रतिज्ञा सख्तपणे पाळलीच पाहिजे. थोड्याच काळात हे शक्य होईलसे वाटते.''

पॅड्रे मार्तिनेझ मोठ्यांदा हसला. खांद्यावर चढलेले शुभ्र मांजर त्याने लांब भिरकावून दिले. तो म्हणाला, ''तुम्हाला हे काम पुष्कळ पुरेल, बिशप. इथे निसर्गापुढे कुणाचे लाड चालत नाहीत. आणि काही असले तरी आमचे स्थानिक धर्मगुरू तुमच्या फ्रेंच जेसुइटाहून कितीतरी अधिक धर्मनिष्ठ असतात. इथे आमच्याकडे युरोपीय धर्मपंथाचे केवळ एक वाढलेले बांडगूळ अस्तित्वात नसून, रसरशीत धर्मनिष्ठा पसरली आहे. या मातीतून आमचा धर्म वाढला असून त्याला येथेच स्वतंत्र पक्की पाळेमुळे आहेत. येणाऱ्या परकी धर्मगुरूंचे आम्ही हार्दिक स्वागतच करतो; परंतु रोमचा अधिकार इथे काडीचाही नाही. आम्हाला कोणाची प्रचारकी मदत नको आहे. बाहेरच्या ढवळाढवळीची आम्हाला चीड आहे. फ्रान्सिस्कन फादर्सनी इथे रुजवलेली धार्मिकता केव्हाच खुरटून मरून गेली. ही त्यानंतरची सुगी आहे आणि ही इथली अस्सल आहे. जगात आमचेच लोक सर्वांत श्रद्धाळू आहेत. युरोपीय फॅडे इथे आणून त्यांच्या श्रद्धेला सुरुंग मात्र लावाल; सारे पाखंडी आणि केवळ पापाचरणी होऊन बसतील.''

या वक्तव्यावर बिशपने मृदूपणे उलट सांगितले की, कुणापासून त्याचा धर्म हिरावण्याकरता तो या भागात आलेला नव्हता. परंतु आपली जीवनपद्धती न सुधारणाऱ्या काही धर्मगुरूंकडून त्यांची धर्मपीठे काढून घेणे मात्र त्याला भाग पडले असते.

मार्तिनेझने मद्याचा चषक भरून घेतला. हसतच तो उद्गारला, ''माझे धर्मपीठ तरी तुम्ही माझ्याकडून हिरावून घेऊ शकत नाही, बिशप. पाहा हवा तर प्रयत्न करून! मी माझे वेगळे धर्मपीठ तयार करीन. तुम्ही ताओसला फ्रेंच धर्मगुरू ठेवाल, लोक माझ्यामागे येतील!''

इतके म्हणून मेजापासून उठून पॅड्रे शेकोटीशी जाऊन पाठ शेकीत उभा राहिला. झगा त्याने छातीपर्यंत वर ओढून घेतला होता. तो वर छपराकडे पाहत पुढे म्हणाला, ''तुम्ही तरुण आहात, बिशप. इंडियन्स किंवा मेक्सिकन्सबद्दल तुम्हाला काही कल्पना नाही. इथे तुमची युरोपीय संस्कृती रुजवू पाहाल, इथले

मूळचे सारे बदलू पाहाल, इंडियनांचे गुप्त नाच बंद कराल. पेनिटेंटेसचे रक्तलांछित विधी थांबवाल, तर तुमचे मरण फार लांब नाही हे भविष्य मी आताच वर्तवून ठेवतो. तुमच्या सुधारणा हाती घेण्याआधी जरा तुम्ही इथल्या स्थानिक परिस्थितीचा अभ्यास करावा अशी माझी तुम्हाला सूचना आहे. फ्रेंच गृहस्था, तू दोन रानवट जमातीत राहतो आहेस, एवढेच मी म्हणेन. तुमच्या धर्माने निषिद्ध मानलेल्या अनेक भयंकर गोष्टी इंडियन धर्माचा एक महत्त्वाचा भाग आहेत. फ्रेंच फॅशन्स इथे कामाच्या नाहीत.''

या क्षणी त्रिनिदाद न बोलता उठला आणि बिशपला एकदा वाकून प्रणाम करून धावत्या चोरपावलांनी स्वयंपाकघराकडे निघून गेला. दारावाटे त्याचा करडा झगा दिसेनासा झाला तशी फादर लतूर तडफेने त्याच्या यजमानाकडे वळला.

म्हणाला, ''मार्तिनेझ, एका तरुण माणसापुढे, विशेषतः धर्माध्ययन करणाऱ्या तरुणापुढे ही तुमची भाषा साजली नाही; शिवाय, त्याच्या वकुबाच्या माणसाला तुम्ही धर्मगुरू करण्याचा का अट्टाहास करता तेही मला समजू शकत नाही. माझ्या अखत्यारीत तरी मी त्याला प्रवचनाला उभा राहू देणार नाही.''

मार्तिनेझ हसला. हसताना त्याचे लांब, मोठे, पिवळे दात बाहेर दिसले. हसणे त्याला बरे दिसले नाही. तो म्हणाला, ''त्रिनिदाद ना, त्याच्या म्हाताऱ्या काकाच्या जागी पुढे आरोयो होंडोला 'क्युरेट' म्हणून जाणार. त्याचा काका आता फारच वयस्क झाला आहे. हा त्रिनिदाद तसा फार धर्मनिष्ठ आहे. त्याला तुम्ही 'पॅयान वुईक' मध्ये पाहायला हवा. अबिक्युयूला गेला की पार बदलतो तो. उंचांत उंच डोंगरावर सर्वांत जड क्रूस वाहून नेतो. कुणाहीपेक्षा अधिक छळ सहन करतो. परत येतो तो 'कॅक्टस'चे इतके काटे पाठीत रुतवून घेऊन की इथल्या पोरींना कोंबडीचे पोर सोलावे तसा त्याला सोलून काढावा लागतो.''

फादर लतूर थकला होता. जेवण होताच लवकरच तो आपल्या खोलीत दाखल झाला. पलंग त्याला स्वच्छ आणि मोठा आरामशीर वाटला; परंतु भोवतालच्या वातावरणाबद्दल तो साशंक झाला. या घरातलेच एकंदर वातवरण त्याला आवडले नव्हते. बिछान्यावर पडल्यावर बराच काळ त्याला काही अंतरावरून येणाऱ्या भांडी धुण्याच्या आवाजांनी आणि खिदळत्या मुलींच्या आवाजांनी जाग होती. ते थांबले तेव्हा नजीकच्या कोणत्या तरी खोलीतून मार्तिनेझचे घोरणे ऐकू येऊ लागले. बहुधा त्याच्या खोलीचा दरवाजा त्याने उघडा ठेवलेला असावा. एरवी त्याचे घोरणे एवढे स्वच्छ ऐकू आले नसते. एखाद्या संतप्त पोळासारखा पॅड्रे घोरत होता. अखेर बिशपनेच स्वतः उठून त्याच्या त्या खोलीचा दरवाजा शोधून बंद करून घेण्याचे ठरविले. त्याने उठून कंदील पेटवला, स्वतःच्या खोलीचा दरवाजा अर्धवट निश्चयानेच उघडला. खोलीत वाऱ्याचा झोत शिरला. भिंतीकडून

जमिनीवरून एक छोटी, दाट छाया झपाट्याने सरकून गेली. कदाचित उंदीर-बिंदीर असेल. पण छे. स्त्रीच्या केसांची ती गुंतवळ होती. ती कोपऱ्यात पडलेली होती. या खोलीत कोणी सौंदर्यप्रसाधन केले असावे असे बिशपच्या मनी आले. या शोधाने तो मनस्वी बेचैन होऊन गेला.

दुसऱ्या दिवशी सकाळी अकरा वाजता 'हाय मास' होती. स्थानिक धर्मगुरू ती चालविणार होता आणि 'एपिस्कोपल' आसन बिशप भूषविणार होता. ताओसच्या चर्चच्या दर्शनाने त्याला फार समाधान झाले होते. इमारत अत्यंत नीटनेटकी, स्वच्छ आणि उत्तम निगेत ठेवलेली होती. माणसे बरीच जमली होती आणि सारी भक्तिपूर्वक बसली होती. पूजास्थानाच्या सेवेतली मुले उत्तम पोशाखात होती. फादर मार्तिनेझने प्रार्थना म्हटली तर फारच परिणामकारकपणे. त्याचा आवाज चांगला रुंद आणि सुरेख होता. आणि कोणत्या तरी उचंबळत्या आवेगाने जणू तो उमटत होता. साऱ्या 'मास'मध्ये कोणत्याही तपशिलाला फाटा देण्यात आला नव्हता आणि त्याची उपेक्षाही झालेली नव्हती. प्रत्येक गोष्ट एका हिशेबाने, मनःपूर्वकतेने केली जात होती. 'एलेव्हेशन'च्या वेळी मार्तिनेझ जणू आपले वजनदार सर्वस्व एकवटून त्या पातळीप्रत पोचला होता. योग्य मार्गदर्शन होत राहते, तर हा मेक्सिकन धर्मगुरू फार मोठे महत्त्व पावला असता, असे बिशप लतूरच्या मनात येऊन गेले. या माणसाकडे अत्यंत आबदार व्यक्तिमत्त्व, एक बेचैन करणारी, रहस्यमय आकर्षणशक्ती होती, असा बिशपचा एकूण ग्रह झाला.

'कन्फर्मेशन'च्या विधीनंतर फादर मार्तिनेझने घोडे आणवून बिशपला आपला जमीनजुमला आणि पाळीव जनावरे पाहायला नेले. फिरवीत फिरवीत त्याने ताओस आणि इंडियन वसती, या दरम्यानच्या, फाशी दिलेल्या सात इंडियनांच्या मालकीच्या जमिनीपावेतो आणले. पुढे वाटचाल करता करता बेफिकीरपणेच मार्तिनेझने बेण्ट-कत्तलीचा उल्लेख केला. ताओसहून ज्याचा आरंभ नाही अशी एकही दंगल कधी या न्यू मेक्सिकोत झालेली नाही, अशी बढाई त्याने बिशपकडे मारली.

इंडियन वसतीच्या जरा पश्चिमेस, ते दोघे सूर्यास्ताच्या वेळी थांबले. बिशपने पाहिलेल्या अनेक इंडियन वसत्यांपेक्षा ही वसती वेगळी होती. पिरॅमिडच्या आकाराच्या दोन मोठ्या सार्वजनिक इमारती मावळत्या सोनेरी सूर्यप्रकाशात चमचमत होत्या. मागे नजीकच तपकिरी डोंगर खडा होता. या घरांच्या पायऱ्यावजा उंचवट्यांच्या छतावर पांढऱ्या पोशाखातली सोनेरी माणसे पुतळ्यासारखी उभी होती. डोंगर भागातली मावळतीची शोभा ती पाहत होती. सर्वभर एक धार्मिक निःस्तब्धता पसरली होती. आवाज होता तो केवळ सोनेरी धुराळ्यातून कानी येणारा बकऱ्यांच्या बेंबटण्याचा.

या दोन इमारती, पॅड्रेच्या सांगीनुसार, गेल्या सुमारे हजार तरी वर्षांपासून या

लोकांनी गजबजलेल्या होत्या. कोरॅनॅडोच्या लोकांना हे लोक इथे प्रथम आढळले होते आणि त्यांचे वर्णन त्यांनी देखणे, वजनदार, हरणाच्या कातड्यांचे कोट आणि युरोपियनांसारख्या तुमानी पेहेनलेले उजव्या कुळीचे इंडियन्स असे करून ठेवलेले होते.

डोंगरावर झाडेझुडपे असूनही, त्याच्या रेषा इतक्या ठसठशीत होत्या की त्याला उघड्यावाघड्या डोंगराचा नितळपणा आला होता. त्याच्या कुशींना मुबलक हिरवळ होती; परंतु इतर भागात 'अॅस्पेन'ची झाडे होती. त्यामुळे प्रत्येक उताराला फिका हिरवा रंग चढला होता. पुरातन धर्मविधींचे, हा डोंगर म्हणजे पीठच ठरला होता. फारसे गडबड गोंधळ नसलेले इंडियन जीवन त्यावर वाढत होते. अनेक इंडियन रहस्ये त्याने शतकानुशतके पोटी वागविली होती. पॅड्रे मार्तिनेझने हे बिशपला सांगितले.

"आणि तिथे कुठे तरी ते लोक पोपचा 'एस्तुफा' ठेवतात. परंतु कोणाही गौरवर्णी माणसाला तो दिसणे शक्य नाही. १६८०च्या उठावाची आखणी करीत असता पोपने चार वर्षे स्वतःला कोंडून घेऊन सूर्यप्रकाशाचेही दर्शन घेतले नव्हते; तिथला तो 'एस्तुफा'. मला वाटते, बिशप लतूर, आपल्याला या उठावाची माहिती असेलच!"

"तशी थोडीशी 'मार्टिरॉलॉजी'वरून झालेली आहे. परंतु हा उठाव ताओसपासून उत्स्फूर्त झाला हे मला माहीत नव्हते."

"आत्ताच म्हटले ना मी तुम्हाला, की या न्यू मेक्सिको भागातल्या साऱ्या चळवळी मुळात ताओसपासून सुरू झाल्या." पॅड्रे प्रौढीच्या सुरात म्हणाला. "पोप सान वान इंडियन म्हणून जन्माला आला; परंतु नेपोलियनही कॉर्सिकन होता. पोपचे सारे कार्य चाले ते ताओसमधून."

पॅड्रे मार्तिनेझला अलिखित इतिहास असलेल्या प्रदेशाची चांगली माहिती दिसत होती. १६८०च्या मोठ्या इंडियन बंडाळीचा त्याने ऐकलेला वृत्तान्त त्याने बिशपला ऐकवला. 'नव्या जगात'ल्या 'मार्टिरॉलॉजी'मध्ये या बंडाळीने एका मोठ्या प्रकरणाची भर टाकली होती. या बंडाळीत साऱ्या स्पॅनिअर्ड्सचे शिरकाण उडून एल पासो डेल नॉर्तच्या उत्तरेकडे एक युरोपीय माणूस जिवंत उरला नव्हता.

त्या रात्री, भोजनानंतर, यजमान तपकिरीच्या चिमट्या नाकात भरीत बसला असता फादर लतूरने त्याला त्याच्याच आयुष्याविषयी अनेक प्रश्न विचारून बरीच माहिती जाणून घेतली.

ताओसच्या पश्चिमेकडल्या, शेंडा छाटलेल्या पिरॅमिडच्या आकाराच्या एकुलत्या एका निळसर डोंगराच्या छायेखाली अबिक्युयूमध्ये मार्तिनेझ जन्मला होता. या भागातली ती सर्वांत जुनी मेक्सिकन वसाहत. तिच्याभोवती डोंगरदऱ्यांचे असे

कडे पडले होते की, इतर जगापासून दीर्घ कालपर्यंत ती अलगच पडलेली होती. या एकाकीपणामुळे, तिथले रहिवासी माथ्याने गरम, धार्मिक बाबतीत कर्मठ आणि एकांतिक झालेले होते. ते 'पॅशन वुईक' साजरा करीत ते क्रूस वाहून नेण्याच्या आणि रक्त फुटेपर्यंत फटके खाण्याच्या विधींनी.

आतोनियो योज मार्तिनेझ तिथे लहानाचा मोठा झाला होता. लिहिण्या-वाचण्यास त्याला कोणी शिकविले नव्हते, विसाव्या वर्षी त्याचे लग्न करून देण्यात आले होते, तेविसाव्या वर्षी मूल आणि पत्नी अशा दोहोंचा वियोग त्याला झाला होता. लग्नानंतर तो स्थानिक चर्चच्या धर्मगुरूकडून वाचायला शिकला होता आणि विधुरावस्था आल्यावर त्याने धर्माध्ययन करण्याचे ठरविले. आपले कपडे आणि जवळची चीजवस्तू विकून आलेले थोडेसे पैसे घेऊन तो घोड्यावरून जुन्या मेक्सिकोतल्या ड्युरँगो गावी निघाला. तेथल्या 'सेमिनरी'मध्ये दाखल होऊन परिश्रमपूर्वक त्याने अध्ययनाला सुरुवात केली.

तारुण्य प्राप्त होईपर्यंत निरक्षर राहिलेल्या त्या माणसाला अत्यंत अवघड विद्याध्ययन करण्याला किती सायास पडले असतील, याची कल्पना बिशपला येत होती. मार्तिनेझ त्याला केवळ 'चर्च फादर्स'मध्येच नव्हे, तर जुन्या लॅटिन आणि स्पॅनिश वाङ्मयातही व्यासंगी वाटला. सेमिनरीमध्ये सहा वर्षे काढून मार्तिनेझ त्याच्या जन्मग्रामी, अबिक्युयूमध्ये तेथल्या चर्चचा धर्मगुरू म्हणून परत आला होता. त्या पुरातन गावावर त्याचे भारी प्रेम होते. ताओसमध्ये असल्यापासून– म्हणजे जवळ जवळ निम्म्या हयातीत– मधूनमधून तो न चुकता त्याच्या जन्मग्रामी जाऊन येई. तिथल्या पिवळ्या मातीत जणू त्याला नवजीवन प्राप्त होई. निसर्गतःच त्याच्यात अमेरिकनांविषयी एक द्वेष वसत होता. अमेरिकेचा अखत्यार म्हणजे आपल्यासारख्या माणसांच्या सद्दीचा अंत, असे त्याला वाटत होते. जुन्या पठडीतला तो माणूस होता, अबिक्युयूचा पुत्र होता आणि त्याची सद्दी संपलेली होती.

ताओसमधून निघाल्यावर, मार्ग तात्पुरता सोडून बिशप किट कार्सनच्या भेटीला गेला. कार्सन स्वतः मेंढ्यांच्या खरेदीकरता कुठे गेलेला होता, हे त्याला माहीत होते; परंतु फादरला त्याच्या पत्नीची गाठ घेण्याची इच्छा होती. गरीब बिचाऱ्या मॅग्डलेनाला दाखविलेल्या दयेबद्दल सिनोरा कार्सनकडे त्याला कृतज्ञता व्यक्त करायची होती; मॅग्डलेनाचे आयुष्य सँता फेच्या सिस्टर्सबरोबर आता सुखाचे चालले होते, हेही सिनोराच्या कानी त्याला घालायचे होते.

सिनोराने त्याचे स्वागत कोणत्याही मेक्सिकन कुटुंबातल्या मुग्ध परंतु अस्सल आगतस्वागताच्या पद्धतीने केले. ती उंच कुडीची आणि सडसडीत बांध्याची होती. तिचे खांदे पडलेले असत. डोळे आणि केस तुकतुकीत श्यामवर्ण होते.

तिला वाचता येत नव्हते तरी तिची मुद्रा आणि संभाषण यात चतुराई दिसे. बिशपला ती देखणी वाटली. शिस्तशीर जीवन जगलेल्या माणसांचे तेज तिच्या व्यक्तिमत्त्वात बिशपला जाणवले. तिची वृत्ती उमदी आणि विनोदप्रिय होती. तिच्याशी विश्वासाने काही खासगी बोलणे कठीण गेले नसते. 'पॅड्रे मार्तिनेझच्या निवासस्थानी बिशपचा मुक्काम मोठा सुखाचा झाला असेल असे ती म्हणाली तेव्हा तो सुखाचा झाला नसेल' हेच तिला सुचवायचे होते. आणि बिशपने त्रिनिदाद ल्युसेरोच्या तेथल्या उपस्थितीने आपण अस्वस्थ होतो, हे कबूल करताच सिनोरा किंचित हसली.

खांदे किंचित उडवून ती म्हणाली, "कुणी म्हणतात, तो फादर ल्युसेरोचा मुलगा आहे म्हणून. पण मला तसे वाटत नाही. मला तर वाटते फादर मार्तिनेझचाच तो अनेकांपैकी एक मुलगा असावा. गतवर्षीच्या 'पॅशन वुईक'मध्ये अबिक्युयूमध्ये त्याच्या बाबतीत घडले होते ते तुम्ही ऐकले आहे की नाही? 'सॅव्हिअर' सारखे बनण्याचा प्रयत्न त्याने केला आणि स्वतःला क्रूसावर चढवून घेतले. नव्हे, नव्हे, खिळ्यांनी नव्हे, दोऱ्या बांधून लटकवून घेतले होते त्याने स्वतःला तिथे! रात्रभर तो तसा राहणार होता. अबिक्युयूमध्ये कोणी कोणी असे करतात. ते गावच अगदी जुन्या पद्धतीचे आणि अडाणी आहे. पण हा त्रिनिदाद अंगाने एवढा जाड की काही तास तसे लटकल्यावर त्याच्यासकट क्रूस उखडून पडला आणि त्याचे मोठेच हसे झाले. मग त्याने स्वतःला एका खांबाला बांधून घेतले आणि म्हणाला, 'सॅव्हिअर'ने झेलले तितके- म्हणजे असुडाचे सहा हजार फटके मी झेलीन; परंतु शंभर पुरे होतात तो, तो मूर्च्छित पडला. कॅक्टसच्या असुडाने त्यांनी त्याला झोडपले होते आणि त्याच्या पाठीत काट्यांचे इतके विष गेले होते की पुढे कित्येक दिवस तो बिछान्यात होता. यंदा त्यांनी त्याला आधीच कळवले होते की यंदाच्या 'होली वुईक'मध्ये त्याने अबिक्युयूमध्ये येण्याची जरूर नाही आणि म्हणून तो इकडे आला होता. इथे त्याचे भारीच हसे झाले."

हा सारा खुळेपणा आपण थांबवू शकू काय, याबाबत बिशपने सिनोराचे स्पष्ट मत विचारले, त्यावर ती स्मितपूर्वक म्हणाली, "माझ्या यजमानांना मी नेहमी म्हणते की बिशपनी असले काही करू नये. त्याने इथले लोक तुमच्या विरुद्ध फिरतील. जुनाट माणसांना त्यांच्या जुनाट रूढींचीही जरूर असते. तरुण पिढी कालमानाने बदलेल."

बिशप निरोप घेत असता सिनोराने त्याच्या पिशवीत मॅग्डलेनाकरता केलेला भरतकामाचा एक सुंदर नमुना भरला. म्हणाली, "स्वतःकरता ती याचा उपयोग करायची नाही हे मला माहीत आहे. पण निदान इतर कुणा सिस्टरला तरी हा आनंदाने देईल. त्या नीच माणसाने तिला काहीही ठेवलेले नाही. तो फासावर

गेला तेव्हा एक खेचर आणि बंदूक यापलीकडे मागे काही उरले नव्हते. तेवढ्याकरताच तर तो दोन घोड्यांच्या आमिषाने दोन धर्मगुरूंना ठार करण्यास तयार झाला होता. अर्थात यात धर्मविषयक द्वेषाचा भागही असेल, कोण जाणे! मॅग्डालेना म्हणे, 'मोराच्या धर्मगुरूला अनेकवार त्याने ठार मारण्याची धमकी दिलेली होती.''

सँता फेला फादर व्हेलंट वाटच पाहत असल्याचे बिशपला आढळले. ईस्टरपासून दोघांची भेट नव्हती आणि बऱ्याच गोष्टींवर विचारविनिमय होणे आवश्यक होते. बिशपच्या कारकिर्दीतला जोम आणि जिद्द रोमपर्यंत पोचली होती आणि नुकताच रोमचे प्रचारप्रमुख कार्डिनल फ्रान्सोनि यांचा एक खलिता बिशपला आला होता. त्यात 'सँता फे'च्या 'व्हिकरेट'ला औपचारिकपणे 'डयकोज'चा दर्जा देण्यात आला असल्याचे त्यांनी कळवले होते. त्याच टपालाने कार्डिनलकडून एक निमंत्रणही आले होते. पुढल्या वर्षी 'व्हॅटिकन'मध्ये काही महत्त्वाची बोलणी व्हायची होती. त्यासाठी हे आवर्जून निमंत्रण होते. या बाबतीत बिशप आणि त्याच्या व्हिकर-जनरलच्या दरम्यान चर्चा होणार होतीच; परंतु फादर जोसेफ मुद्दाम या वेळी अल्बुकर्कहून आला होता, तो ताओसमध्ये बिशपचे स्वागत कसे काय झाले ते जाणून घेण्याकरता.

दोन मेणबत्त्यांच्या प्रकाशात त्यांच्या अभ्यासिकेत आरामात विराजमान झाल्यावर त्यांनी खूप गोष्टी केल्या.

फादर लतूर म्हणाला, ''सध्या तरी ताओसमधल्या विचित्र परिस्थितीबाबत काही हालचाल न करण्याचा निर्णय मी घेतला आहे. आणखी काही ढवळाढवळ करणे सुज्ञपणाचे ठरणार नाही. तिथले चर्च समर्थ आहे. माणसे धर्मनिष्ठ आहेत. धर्मगुरूंचे वर्तन कसेही असो, त्याने तेथली संघटना मोठी बळकट बांधली असून, लोकांना त्याच्याबद्दल फार मोठी निष्ठा आहे.''

''पण तो शिस्तपालन करू शकेल असे तुम्हाला वाटते काय?''

''शिस्तपालनाचा सवालच येत नाही! आज तरी काही प्रश्न निर्माण झाल्यास फ्रेंच बिशपविरुद्ध लोक त्यालाच पाठिंबा देतील. सध्या म्हणूनच मी त्या बाबतीत डोळ्यांवर झापडे चढवून राहणार आहे.''

परंतु फादर जोसेफ कळवळून म्हणाला, ''परंतु जीं, त्या माणसाची वर्तणूक उघड उघड चर्चेचा विषय झालेली आहे. जावे तिथे त्याबाबत ऐकावे लागते. काही दिवसांमागेच एका गरीब मेक्सिकन मुलीची हकिगत मला सांगण्यात आली. कॉस्टेला खोऱ्यातल्या इंडियनांच्या हल्ल्यात या मुलीला पळवून नेण्यात आले. तेव्हा ती जेमतेम आठ वर्षांची होती. ती सापडली आणि काही मोबदला देऊन परत मिळवण्यात आली, तेव्हा तिला पंधरावे वर्ष लागलेले होते. या साऱ्या

काळात अनेक चमत्कारांच्या आधारे या धर्मनिष्ठ मुलीने आपले कौमार्य संरक्षिले होते. 'अवर लेडी ऑफ ग्वाडाल्यूप'ची मुद्रा तिने गळ्यात बांधलेली होती आणि तिला शिकवण्यात आलेल्या प्रार्थना ती म्हणे. अनेकदा तिच्यावर बलात्काराचे प्रयत्न झाले; परंतु दर वेळी काही अनपेक्षित घडून तो प्रसंग टळे. पुढे ती सापडली आणि आरोयो होंडोच्या तिच्या नातलगांकडे तिला पाठवण्यात आले तेव्हा तिने आपल्याला चर्चच्या सेवेतच राहायचे असल्याची इच्छा व्यक्त केली. या मार्तिनेझने तिला नासवली आणि त्याच्या पदरच्या एका नोकराशी त्याने तिचे लग्न लावून दिले. त्याच्या एका शेतावर ती हल्ली असते.''

बिशप खांदे उडवून म्हणाला, ''हो, क्रिस्तोबलने मला ही हकिकत सांगितली होती. परंतु यानंतर फार काळ डॉन वानची भूमिका वठवणे मार्तिनेझला शक्य नाही. कारण तो आता म्हातारा झाला आहे. या धर्मगुरूला शासन करण्याच्या इरेला पडून ताओसचे चर्च गमावण्याची माझी इच्छा नाही, मित्रा. मार्तिनेझच्या जागी नेमावा असा समर्थ धर्मगुरू माझ्यापाशी आज नाही. तू होतास; परंतु तू आहेस अल्बुकर्कला. आजपासून वर्षभराने मी रोममध्ये असेन आणि तिथे मला वाटते, ताओसला मार्तिनेझच्या जागी काम करू शकेल असा एखादा स्पॅनिश धर्मगुरू मला उपलब्ध होऊ शकेल. तिथले लोक खपवून घेतील तर एखादा स्पॅनिअर्डच.''

फादर जोसेफ विचारांती म्हणाला, ''तुम्ही म्हणता ते बरोबर आहे. मी बऱ्याचदा निर्णय घेण्यात घाई करतो. तुम्ही युरोपमध्ये असाल तेव्हा तुमची परंपरा इथे मी कशी चालवणार कोण जाणे! कारण मला वाटते तुम्ही इथून जाल तेव्हा अल्बुकर्क सोडून मला इथे येऊन काम पाहावे लागेल?''

''अर्थात. अल्बुकर्क काही दिवस सोडण्यानेच तिथल्या लोकांना तू अधिक आवडू लागशील. परत येताना माझ्याबरोबर आपल्या 'सेमिनरी'पैकी काही खंदी माणसे आणण्याचा माझा विचार आहे. तसे झाले तर अल्बुकर्कला त्यातला एक मी ठेवीन. फार दिवस तू तिथे काढलेस. आवश्यक ते सारे केलेस. आता मला तुझी इथे जरूर लागेल. आताच्या स्थितीत, चर्चेचा मुद्दा उपस्थित झाला की कोणा तरी एकाला सत्तर मैल तुडवून जावे लागते.''

फादर व्हेलंट उसासला. म्हणाला, ''मला वाटलेच होते असे होणार ते. सँडस्कीहून तुम्ही मला ओढून घेतलेत तसे आता अल्बुकर्कहून घेणार. तिथे प्रथम गेलो तेव्हा एकजात सारे माझे शत्रू होते. आता प्रत्येक जण माझा मित्र बनला आहे. म्हणजे झालीच माझी ते चर्च सोडून येण्याची वेळ!'' त्याने चश्मा काढून मिटला, त्याच्या थैलीत ठेवला. हे त्याने केले की बोलणे त्याच्या दृष्टीने संपल्याचा त्याचा निर्धार व्यक्त होई. ''हूं, तर वर्षभराने तुम्ही रोमला जाणार. खरे सांगायचे

तर मी अल्बुकर्कमध्ये राहतो तर बरे झाले असते. परंतु क्लेरमाँट... मला या वेळी तुझा हेवा वाटतो, मला माझ्या जन्मभूमीचा तो भाग पुन्हा पाहणे आवडले असते. निदान, जाशील तेव्हा माझ्या सर्व कुटुंबीयांना भेट आणि त्यांचे निरोप माझ्याकरता घेऊन ये. आणि गेली तीन वर्षे माझी ताई फिलोमेन आणि तिच्या जोगिणी माझ्याकरता तयार करताहेत ती माझी धर्मगुरूची महावस्त्रेही येताना घेऊन ये. मी त्यांची वाट पाहीन.'' फादर जोसेफ उठला. एक मेणबत्ती घेऊन निघाला. ''आणि क्लेरमाँटहून निघशील तेव्हा जीं, माझ्याकरता खिशातून थोडी चेस्टनट्स घेऊन ये!''

२.

फेब्रुवारीमध्ये बिशप लतूर पुन्हा एकवार सँता फेहून प्रवासाला निघाला. या खेपेस त्याचे उद्दिष्ट होते रोम. जवळजवळ वर्षभर तो त्याच्या अखत्यारीतल्या टापूत या निमित्ताने अनुपस्थित राहिला आणि परत आला तेव्हा त्याने बरोबर चार जवान धर्मगुरू आणले होते. हे होते माँटफेरँडच्या त्याच्या स्वतःच्या 'सेमिनरी'तले. त्याशिवाय फादर तालाद्रिद नावाचा स्पॅनिश धर्मगुरूही त्याच्या समवेत आला होता. बिशपला हा रोममध्ये भेटला. त्याला तत्काळ ताओसकडे धाडण्यात आले. बिशपच्या सूचनेवरून पॅड्रे मार्तिनेझने औपचारिकपणे आपल्या पदाचा राजीनामा दिला– एका अटीवर, की महत्त्वाच्या प्रसंगी प्रार्थना त्यानेच चालवावी. इतकेच नव्हे; तर लग्ने लावणे, दफनविधी उरकणे, 'पॅरिश'मधल्या माणसांच्या वागण्यावर देखरेख ठेवणे, ही कामे तोच करीत राहिला. लवकरच फादर तालाद्रिद आणि तो यांच्यात मोठा संघर्ष पेटला.

हा संघर्ष सहन करणे वा मिटवणे अशक्य आहे असे दिसताच, बिशपने नव्या धर्मगुरूला पाठिंबा देणे चालू केले आणि फादर मार्तिनेझ आणि त्याचा मित्र आरोयो होंडोचा धर्मगुरू फादर ल्युसेरो यांनी उघड बंड पुकारले. त्यांनी आपले स्वतंत्र चर्च उभारले. आणि असे जाहीर केले की हेच मेक्सिकोचे जुने पवित्र कॅथॉलिक चर्च असून, बिशपचे चर्च ही अमेरिकन संस्था आहे. दोन्ही गावी बहुसंख्य जनता नव्या चर्चकडे वळली आणि त्यातल्या त्यात कोणी भाविक होते ते मेक्सिकन्स मात्र एका मानसिक गोंधळात दोन्ही चर्चेसमधल्या धर्मविधींना उपस्थित राहत राहिले. फादर मार्तिनेझने एक लांबलचक, आवेशपूर्ण जाहीरनामा छापला आणि (फार थोड्यांना तो वाचता येणार होता हे उमजूनही) त्याच्या कृत्याचे मंडन त्याने त्यात केले होते. धर्मगुरूला ब्रह्मचर्य आवश्यक असते, या गोष्टीचे त्याच्या पद्धतीने त्याने खंडन केले होते. तसे म्हटले तर मार्तिनेझ स्वतः

आणि फादर ल्युसेरो हे दोघेही वयस्क झाले असल्याने या युक्तिवादाने फायदा होणार होता तो फक्त तरुण त्रिनिदादचा. नवे चर्च स्थापिल्यावर प्रथम दोघा म्हाताऱ्यांनी काही केले असेल तर ते हे, की फादर ल्युसेरोला धर्मगुरू पदापर्यंत बढती दिली. त्या दोघांचा 'क्युरेट' म्हणून तो काम पाहू लागला. ताओस आणि आरोयो होंडो यांच्या दरम्यान हेलपाटे घालू लागला.

या नव्या उपक्रमाने एक साधले. त्याच्या सूत्रचालकपदावरच्या दोघा म्हाताऱ्यांत एक नवचैतन्य संचारले आणि लोकांनाही त्यांच्या रूपाने चर्चेला नवा विषय सापडला. परंतु तसे म्हटले तर नेहमीच ते लोकांना चर्चेला एकेक विषय पुरवीत आलेले होते. जवळजवळच्या 'पॅरिशेस'मध्ये काम करीत असताना ऐन तारुण्यात प्रसंगानुसार ते एकमेकांचे मित्र, सवंगडी, प्रतिस्पर्धी आणि क्वचित हाडवैरी बनले होते. परंतु भांडूनही ते फार काळ एकमेकांपासून अलग राहत नसत.

तसे म्हटले तर म्हाताऱ्या फादर मारिनो ल्युसेरोमध्ये मार्तिनेझशी जुळणारे अधिकारलालसेपलीकडे दुसरे एकही स्वभाववैशिष्ट्य नव्हते. तरुण वयापासून तो पैशाने गबर मानला जात असूनही वृत्तीने कद्रू होता. आत्यंतिक दारिद्र्यात तो आरोयो होंडोत जगला. आपले घर खेचराच्या पागेहून वाईट आहे, याचीच तो प्रौढी मिरवी. त्याचे खाटले, क्रूस, आणि एक भांडे हे त्याचे सामान. एक दीनवाणे खेचर तेवढे त्याने पाळले होते. ताओसला मार्तिनेझशी भांडणतंट्याला वा पोटाला तडस येईपर्यंत अन्नावर ताव मारायला तो या खेचरावर बसून जाई. त्याच्या स्वैपाकघरात प्रत्येक दिवस शुक्रवार असे. शेजारपाजारच्या कोणा बाईने एखादे कोंबडीचे पिलू उकडून दयार्द्र बुद्धीने त्याच्याकडे आणले तर तेवढाच काय तो मांसाहार. त्याच्या टापूत तसा तो लोकप्रिय होता. तो बुभुक्षित होता; परंतु जुलमी नव्हता. आरोयो सेको आणि क्वेस्टा या नजीकच्या भागांतून तो पैसे उकळी, त्या मानाने त्याच्या चर्चच्या गावी कमी उपद्रव देई. शिवाय कंजूषपणा मेक्सिकनांमध्ये विरळा, त्यामुळे त्याच्या या गुणाचे कौतुकच होत असे. तो कधीही काही विकत कसा घेत नसे, गृहिणींनी फेकून दिलेल्या झडल्या झिजक्या केरसुण्या उचलून नेऊन त्या तो कसा उपयोगात आणी, मार्तिनेझचे जुने, निरुपयोगी, आडमाप कपडेच तो कसा वापरी, याच्या गोष्टी त्याच्या टापूंत घोळघोळून सांगितल्या जात. एकदा मार्तिनेझने आपले जुने कपडे घरी अध्ययनार्थ राहिलेल्या मेक्सिकोच्या कोणा भिक्षूला हिवाळ्याकरता देऊन टाकले, म्हणून ल्युसेरो आणि मार्तिनेझमध्ये झाले होते ते भांडण त्यांच्यातले सर्वांत मोठे होते.

एकमेकांविषयी हे दोघे धर्मगुरू नेहमीच भीडभाड न बाळगता बोलत. मार्तिनेझच्या साऱ्या चुरचुरीत गोष्टी ल्युसेरोविषयीच्या असत आणि ल्युसेरोच्या बाजारगप्पा मार्तिनेझविषयीच्या असत.

एखाद्या लग्नाच्या मेजवानीच्या प्रसंगी पॅड्रे ल्यूसेरो तरुण पोरांना म्हणे, “म्हाताऱ्या योज मार्तिनेझहून माझाच मार्ग बरा. त्याचे नाक आणि हनुवटी फार निकटचे शेजारी बनू पाहत असून, पेटिकोट त्याच्या अंगाला निरुपयोगी ठरू लागला आहे. पण मी पाहा, डॉलरच्या नुसत्या दर्शनाने केव्हाही ताडदिशी ताठ उभा होईन. हातात पैसा खेळत असला की माझ्यासारखा सुखी मीच. आणि सुंदर पोरगी हाती लागली तर उपरतीशिवाय दुसरे काय करता येणार आहे त्याला?”

तो सर्वांना बजावी, “म्हातारवयात भूक वाढते. मार्तिनेझला बाया, तसे मला पैसे. आपापल्या सुखाच्या शोधात आणि उपभोगात एकमेकांशी आमचे चुकूनही वितुष्ट आलेले नाही.” त्रिनिदाद धर्मगुरुपदाची प्राप्ती करून घेऊन काकाकडे राहायला गेला, तेव्हा फादर ल्युसेरोने तक्रार चालवली की, मार्तिनेझबरोबर राहून त्याला काही वाईट खोडी लागल्या होत्या आणि तो त्याचा जीव खात होता. फादर मार्तिनेझही या स्वरूपाचे काही आपल्या परीने बोले.

अखेर बिशपला ताओस आणि आरोयो होंडोच्या बंडाळीकडे डोळेझाक करणेच अशक्य झाले आणि फादर व्हेलंटला त्याने ताओसला बंडखोर धर्मगुरूंना तीन आठवड्यांची सूट देऊन अखेरची तंबी देवविण्याची आणि त्यांच्या शरणागतीच्या मागणीची व्यवस्था केली. तीन आठवड्यांनी फादर जोसेफने शांतपणे बिशपचा, फादर मार्तिनेझची धर्मपदाची वस्त्रे काढून घेण्यात येत असल्याचा हुकूम ताओसमध्ये वाचला. त्याच दिवशी दुपारी, तो अठरा मैलांवरच्या आरोयो होंडोला गेला आणि फादर ल्युसेरोला धर्मगुरूच्या पदावरून बडतर्फ करण्यात आल्याचा बिशपचा दुसरा हुकूम त्याने तिथे घोषित केला.

फादर मार्तिनेझ मात्र त्याच्या सवत्या चर्चचा कारभार चालवीत राहिला आणि थोडक्याच कालात, थोड्याशा आजारानंतर मरण पावला. फादर ल्युसेरोने त्याचा दफनविधी स्वतंत्रपणे उरकला. यानंतर लवकरच फादर ल्युसेरोचा पडता काळ सुरू झाला. परंतु आजारीपणातही त्याने मध्यरात्री एका दरोडेखोराशी दोन हात करून झटापटीत त्याला ठार केले आणि त्याला भोवतालच्या टापूत खूप प्रसिद्धी मिळाली.

हा दरोडेखोर म्हणजे चोरीच्या ओरापावरून एका ‘वॅगन ट्रेन’ वरून बडतर्फ केलेला संशयास्पद वर्तणुकीचा माणूस. ताओसमध्ये तो उपजीविकेकरता काही कामाला राहिला होता आणि तिथे त्याने फादर ल्युसेरोच्या संपत्तीच्या कथा ऐकल्या. त्या म्हाताऱ्याला लुटण्याकरिता तो आरोयो होंडोला येऊन दाखल झाला. फादर ल्युसेरो तसा सावध झोपेचा होता. रात्रीत केव्हा तरी चोरटी चाहूल ऐकताच त्याने उशाखालचा तो नेहमी बाळगी तो चाकू हाती घेतला आणि उसळून उठून दरोडेखोरावर हल्ला चढवला. काळोखात त्यांची झटापट सुरू झाली आणि चोर तसा तरणा

आणि सशस्त्र असूनही म्हाताऱ्या ल्युसेरोने त्याला भोसकून ठार केले आणि रक्ताने माखल्या स्थितीत तो गाव जागे करण्याकरता बाहेर धावला. पॅड्रेच्या घराच्या झोपण्याच्या दालनाला कत्तलखान्याची कळा आलेली जमलेल्या गावकऱ्यांना दिसली. खणलेल्या खड्ड्यानजीक चोराचा मुडदा रक्तात न्हाऊन लोळला होता. म्हाताऱ्याला हे साधले कसे याचे आश्चर्य जो तो करीत होता.

परंतु त्या रात्रीच्या त्या धक्क्यातून फादर पुन्हा केव्हाच बाहेर निघाला नाही. इतक्या वेगाने तो झिजत गेला की त्याच्या चाहत्यांनी ताओसहून जनावरांच्या डॉक्टरला त्याची तब्येत पाहण्याकरता आणवले. हा जनावरांचा डॉक्टर अमेरिकन होता, 'यांकी' होता, आणि जनावरांप्रमाणे माणसांवरही औषधोपचार करण्यात त्याने चांगलेच नाव मिळविले होते. परंतु फादरची तब्येत पाहून त्या डॉक्टरने आपला नाइलाज बोलून दाखवला आणि फादरला पोटात 'ट्युमर' वा कॅन्सर झाला असल्याचे आपले निदान व्यक्त केले.

उपरतीच्या अवस्थेत फादर ल्युसेरो मरण पावला. त्याची बडतर्फी जाहीर करणाऱ्या फादर व्हेलंटनेच त्याच्या मरणवेळी चर्चच्या सेवेत त्याला रीतसर रुजू करून घेतले. त्या वेळी तो बिशपच्या काही कामानिमित्त किट कार्सनकडे उतरलेला होता. मोठ्या पावसाळी वादळाच्या वेळी एका संध्याकाळी सारी भोजनाला बसली असता एक घोडेस्वार दौडत येऊन पोचला. कार्सन त्याच्या आतिथ्याकरता बाहेर गेला. त्याने सोबत आत आणला तो स्वार दुसरा तिसरा कोणी नसून त्रिनिदाद ल्युसेरो होता. अंगावरचा रबरी कोट काढताच आपल्या मोठ्या घेरामुळे भारदस्त दिसत, गळ्यात क्रूस चिन्ह आणि अंगावर आरोयो होंडोच्या बनावटीचा धर्मगुरूचा झगा या वेषात तो सर्वांपुढे उभा राहिला. सिनोराला डौलाने प्रणिपात केल्यावर फादर व्हेलंटला त्याने आपल्या जाड्या आवाजात, आपल्या मते 'उत्तम' इंग्रजीत आपला आगमनाचा हेतू स्पष्ट करून सांगितला.

तो म्हणाला, "पॅड्रे ल्युसेरोचा मी एकुलता पुतण्या. माझे काका फार आजारी आहेत. लवकरच ते मरणार. ते रक्त ओकले आहेत." त्याची नजर जमीन धुंडाळीत होती.

फादर जोसेफ ओरडला, "अरे बाबा, तुझ्याच भाषेत काय सांगायचे ते सांग! तुला इंग्रजी येते त्याहून मला स्पॅनिश नक्कीच जास्त समजते. बोल आता. काय झाले आहे तुझ्या काकांना?"

त्रिनिदादने मग सर्व हकिगत 'ते रक्त ओकले' हे वारंवार सांगत कथन केली. त्याच्या सांगण्याप्रमाणे त्या स्थितीत त्याच्या काकाला फादर व्हेलंटच्या भेटीची फार इच्छा झालेली होती आणि तो विनवून म्हणाला, "कसेही करा आणि त्यांच्या मनासारखे एकदाचे होऊ द्या."

कार्सनने फादर व्हेलंटला सकाळपावेतो थांबण्याचा आग्रह केला; कारण पावसाने सडक वाहून गेली असण्याचा आणि काळोखात त्यामुळे अपघात घडण्याचा चांगलाच संभव, त्याच्या मते, होता. परंतु फादर व्हेलंट म्हणाला, सडक बऱ्या अवस्थेत नसेल तर मी पायी निघतो. तो आपल्या खोलीकडे गेला. आपले प्रवासाचे कपडे त्याने चढवले. त्रिनिदादला बरोबर घेऊन तो तिथून अखेर बाहेर पडला.

म्हणजे वाट दाखवण्याकरता बरोबर कोणी असण्याची जरूर त्याला वाटली असे नव्हे. आरोयो होंडो हे त्याचे आवडते आणि चांगले परिचयाचे गाव होते. अनेक खेपांना तो तिथे जाऊन आलेला होता.

जाताना प्रथम लांबच्या डोंगरांच्या पायथ्यापर्यंत सलग पसरलेली सपाटी लागे. मग अचानकच सुमारे दोनशे फूट खोल अशा दरीशी यावे लागे. बाजूला कपारी– पण दगडाच्या नव्हेत, मातीच्या. तिथे थबकून खाली पाहावे तो हिरवीगार शेते आणि बागा; आणि त्यात गुलाबी रंगाच्या घरांचे गाव दिसे. तिथे माणसे, खेचरे फिरताना किंवा शेते नांगरताना दिसत. मध्यभागातून पाण्याचा प्रवाह उंचावरून येऊन वाहत गेलेला दिसे. त्याचे मुख कुठे तरी खूप उंचावर असले पाहिजे, कारण त्याला जरा कुठे अडथळा केला की मिळेल त्या बाजूला तो वेगाने वाहू लागे. पाण्याचा तो सापासारखा उसळता, वळवळता प्रवाह आणि दुतर्फाची हिरवी शोभा पाहण्याकरता अनेकदा फादर व्हेलंट इथे किंचित्काल थांबला थबकला होता.

परंतु ही वेळ काळोखाची होती. कड्याशी पोचताच त्याने घोड्याची परीक्षा न पाहता पायी पुढला पल्ला मारण्याचे ठरवले आणि घोडे सोडून दिले. तो स्वतः त्या खोल उतारावरून चालत निघाला.

मध्यरात्रीआधी ते फादर ल्युसेरोच्या निवासस्थानी पोचले. जवळजवळ निम्मे गाव तिथे गोळा झालेले होते. कसला समारंभ सोहळा असावा तसे स्वरूप त्या जागेला आले होते. रुग्णाच्या खोलीत जमिनीवर पुढ्यात बऱ्याच मेणबत्त्या ठेवून काळ्या शाली लपेटलेल्या मेक्सिकन बायका गर्दीगर्दीने बसून प्रार्थना पुटपुटत होत्या. त्या मेणबत्त्यांमुळे पाऊल ठेवण्यासाठी जागा उरली नव्हती.

आपल्या चांगल्या माहितीच्या एका बाईला फादर व्हेलंटने खूण केली. कॉन्सेप्शन गॉन्झेल्स तिचे नाव. या प्रकाराचा अर्थ त्याने तिला विचारला. तिने हळूच सांगितले की ही मरत्या पॅड्रेची इच्छा होती. त्याची नजर जात होती आणि अधिक प्रकाश हवा म्हणून तो सारखा ध्यास घेऊन होता. कॉन्सेप्शन उसासून म्हणाली, "हयातभर बिचाऱ्याने मेणबत्त्या वाचवण्याकरता पाइनच्या जळक्या लाकडांवर भागवले होते."

कोपऱ्यात, खाटल्यावर, फादर ल्युसेरो पोरवत कण्हत आणि सारखी कूस बदलीत पडला होता. एक जण त्याचे पाय चोळत होता; दुसरा गरम पाण्यात फडकी बुडवून ती त्याच्या पोटावर, कळा मराव्यात म्हणून, ठेवीत होता. सिनोरा गॉन्झेल्स हळूच म्हणाली की म्हातारा यातना असह्य होऊन चादर चावीत आणि ओरबाडीत होता. तिने आपल्याकडच्या ठेवणीतल्या आणलेल्या या चादरी. त्यांच्या अशा चिंध्या उडत होत्या.

फादर व्हेलंट खाटल्याशी गेला. बसलेल्या बायांना म्हणाला, ''इथून जरा लांब व्हा, बायांनो. भिंतीशी व्हा. तुमच्या या मेणबत्त्यांनी डोळे दिपतात माझे.''

परंतु त्या मेणबत्त्या उचलून उठू लागताच आजारी पॅड्रे कण्हला, ''नको, नको, बत्त्या लांब नेऊ नका! चोर येईल आणि मला नागवील हो नागवील!''

बायकांनी खांदे उडवले आणि फादर व्हेलंटकडे 'पाहिलेत ना?' याअर्थी पाहून त्या पुन्हा मूळ जागी बैठक मारून बसल्या.

फादर ल्युसेरोचा सापळाच उरलेला होता. गालफडे आत गेली होती, बाकदार नाक मेणासारखे झाले होते, डोळ्यांत तापाची तार होती. फादर जोसेफकडे पाहत ते जळत होते– बटबटीत, काळे, चमकते, अविश्वासाने पाहणारे ते डोळे! या मरणसमयी फादर मेक्सिकनऐवजी अधिकतर स्पॅनिअर्डच दिसत होता. अनपेक्षित भक्कमपणे त्याने फादर व्हेलंटचे मनगट पकडले आणि पाय चोळणाऱ्या माणसाला छातीत एक जबरदस्त लाथ हाणली.

''पुरे पाय चोळणे. आणि ही फडकीही काढून न्या. 'व्हिकर' आला आहे, मला जरा बोलायचे आहे. तुम्ही सर्वांनी ते ऐका.'' फादर ल्युसेरोचा आवाज पूर्वीपासून उंच, किरटा. 'घोडा बोलावा तसा' असे त्याचे वर्णन कोणी करत असत. फादर पुढे म्हणाला, ''सिनोर व्हिकारिओ, पॅड्रे मार्तिनेझ तुम्हाला आठवतात ना? आठवत असावेत. कारण माझ्याप्रमाणे तुम्ही त्यांचेही वाईट केले होतेत. तर मग आता ऐका-''

फादर ल्युसेरोने सांगितले की, मार्तिनेझने मरणाआधी, त्याच्या आत्म्याच्या उद्धारार्थ प्रार्थना व्हाव्यात म्हणून एक रक्कम फादरकडे सुपूर्त करून ठेवलेली होती. ही अबिक्युयूच्या त्याच्या मूळ चर्चकडे व्यतीत व्हायची होती. दिल्या वचनाप्रमाणे ल्युसेरो वागला नव्हता. आणि आता तो होता त्या जागेत भुईखाली क्रूस चिन्हाखालीच त्याने ती पुरून ठेवली होती.

इथे पुन्हा एकवार फादर व्हेलंटने त्या बसलेल्या बायांना मागे होण्याला सुचवले. परंतु पुन्हा त्यांनी मेणबत्त्या उचलताच फादर ल्युसेरो बिछान्यात ताडदिशी उठून बसत ओरडला, ''आहा तिथेच रहा! तुम्ही पळ काढून मला एका परक्याबरोबर सोडू बघता काय? तुमच्यावर माझा विश्वास नाही तसा त्याच्यावरही नाही!

माणसाला त्याचे सर्वस्व मृत्यूनंतरही स्वतः राखता यावे अशी काही व्यवस्था त्या देवाने का केली नाही? जिवात जीव आहे तोवर चाकूच्या मदतीने मी ते करीन. पण मी मेल्यावर–?''

सिनोरा गॉन्झेल्सने फादर ल्युसेरोचे सांत्वन केले. त्याला पुन्हा निजते केले. आणि त्यांनी काय केले असता त्याला बरे वाटेल ते आवर्जून विचारले. त्याने इच्छा व्यक्त केली की मार्तिनेझकडून त्याने त्याच्या मृत्यूसमयी स्वीकारलेले पैसे मार्तिनेझच्या इच्छेप्रमाणेच खर्च व्हावेत. क्रूस चिन्हाखाली आणि अंथरुणाखाली त्याची स्वतःची साठवलेली रक्कम होती. त्यांतली एकतृतीयांश त्रिनिदादला देण्यात यावी, उरलेली आपल्या आत्म्याला सद्‌गती मिळावी म्हणून धार्मिक विधींकरिता वापरण्यात यावी, असे त्याने सांगितले. हे धर्मविधी सँताफेच्या सान मिगुएलच्या जुन्या चर्चमध्ये करण्यात यावेत, अशीही इच्छा त्याने व्यक्त केली.

फादर व्हेलंटने, त्याच्या साऱ्या इच्छा व्यवस्थित पुऱ्या करण्यात येतील असे आश्वासन त्याला दिले. आणि साऱ्या ऐहिक चिंता सोडून ईश्वरचरणी मन गुंतवण्याची, बायबल श्रवण करण्याची सूचना केली.

''सारे ठीक झाले. पण माणसाला या जगाचा मोह काय सहजासहजी सोडवतो? कॉन्सेप्शन गॉन्झेल्स कुठे गेली? मुली, ये, इकडे ये. मी या खोलीत असेतोवरच, आणि माझ्या जिवात जीव असेतोवर जमिनीखालचा पैसा खणून ताब्यात घेण्याची व्यवस्था कर. या साऱ्या बायांसमोर तो मोजण्यात येऊन किती ती रक्कम लिहून ठेवण्यात येईल, एवढे पाहा.'' या ठिकाणी, तो म्हातारा जणू कसल्या तरी नव्या आशेने उत्तेजित होऊन बोलू लागला. ''आणि क्रिस्तोबल, तोच या कामाला योग्य आहे! क्रिस्तोबल कार्सनला या कामाकरता बोलावून घ्या. त्रिनिदाद, मूर्खा, क्रिस्तोबलला का बोलावून आणले नाहीस?''

फादर व्हेलंट फार अस्वस्थ होता. तो म्हणाला, ''हे पहा फादर ल्युसेरो, आता मनाची तयारी कराल आणि पारलौकिक गोष्टींवर एकाग्र न व्हाल तर मी बायबलचे पठण करणार नाही. तुमच्या या मनःस्थितीत त्याला अर्थ नाही.''

म्हाताऱ्याने हात बांधले आणि डोळे मिटून घेऊन आपली संमती व्यक्त केली. फादर व्हेलंट पलीकडच्या दालनात तयारीसाठी गेला. त्याच्या अनुपस्थितीत कॉन्सेप्शन गॉन्झेल्सने बिछान्यानजीकच्या एका छोट्या मेजावर आपला मोठा रुमाल पसरून त्यावर दोन मेणबत्त्या ठेवल्या. पेलाभर पाणीही आणून ठेवले. फादर व्हेलंट आपल्या धर्मगुरूच्या कपड्यात तिथे परत आला. बरोबर त्याने त्याचे 'पिक्स' आणि जलाचे तस्तही आणले होते. बिछान्यावर, सभोवतालच्या माणसांवर त्याने ते मंत्रोच्चार करीत शिंपडले. खोलीतल्या बाया हळूच बाहेर सटकल्या. तेवत्या मेणबत्त्या त्यांनी मागेच ठेवल्या. फादर ल्युसेरोने 'कन्फेशन'

दिले, आपल्या ऐहिक मिळकतीवरचा हक्क सोडला, ईश्वरी कृपेची इच्छा व्यक्त केली आणि मग फादर व्हेलंटने बायबलचे पठण केले.

या सोहळ्याने त्या व्यथित जीवाला बरीच शांतता लाभली आणि छातीवर हात जोडून तो स्वस्थ पडून राहिला. बाहेर गेलेल्या बाया पुन्हा आत येऊन पूर्ववत प्रार्थना पुटपुटत राहिल्या. बाहेर पाऊस खिडक्यांची तावदाने झोडपून काढीत होता. वारा सोसाटत होता. पाहणारी काही माणसे थकव्याने वाकली होती; परंतु घरी जाण्याची गोष्ट कोणी काढीत नव्हते. मृत्युशय्येवरच्या माणसाजवळ राहण्याचे त्यांना बिलकुल कष्ट नव्हते, उलट त्यांना त्यात ऋणच वाटत होते. मृत्युशय्येवरच्या धर्मगुरूनजीक राहणे हे तर त्यांना भूषणच होते.

त्या दिवसांत, युरोपीय देशांतूनदेखील, मृत्यूला एक उदात्त सामाजिक महत्त्व दिले जाई. देहयंत्राचे काही विशिष्ट भाग बंद पडण्याचा एक क्षण एवढेच महत्त्व त्याला त्या काळी नसे, तर तो एक नाट्यमय उत्कर्षबिंदू, जीवात्मा परलोकात प्रवेशण्याचा क्षण, ठेंगण्या दारावाटे तो बाहेर पडून एका अनोळखी सृष्टीत प्रवेशण्याचा क्षण मानला जाई. पाहणाऱ्यांना नित्य आशा असे की मृत्युशय्येवरचा जाता माणूस केवळ त्यालाच दिसणाऱ्या अपरिचिताबद्दल काही बोलेल, वर्णन करील. त्याचे ओठ नाहीत तरी निदान त्याचे हावभाव काही बोलतील. कुठल्या तरी दिव्य प्रकाशाने तो उजळेल वा अभद्र छायेने काळवंडेल. नेपोलियन, लॉर्ड बायरन यांचे 'अखेरचे शब्द' अद्याप पुस्तकरूपाने छापण्यात येत, प्रत्येक सामान्य मरणोन्मुख माणसांची अखेरची पुटपुट कान लावून, चित्त एकवटून ऐकली जाई. पुढे ती स्मृतीत दीर्घ कालपर्यंत जतन केली जाई. हे अखेरचे शब्द किती का बिनमहत्त्वाचे असेनात, त्यांना विशेष महत्त्व दिले जाऊन त्यावर प्रत्येक जण गाढ विचार करीत राही. कारण प्रत्येकाला गेला त्याच्या वाटेने एकदा जायचेच असे.

मरणाच्या छायेखाली दबून गेलेल्या त्या खोलीतली शांतता एकदम भंग पावली. क्रूसचिन्हापुढे त्रिनिदाद ल्युसेरो प्रार्थनेकरता वाकला. त्याचा काका (तो झोपला आहे असे सारे समजत होते परंतु) एकाएकी तडफडू तगमगू लागला, किंचाळू लागला. "चोर! धावा!" त्रिनिदाद मुकाट्याने उठून गेला; परंतु त्यानंतर म्हातारा पडून राहिला तो एक डोळा उघडा ठेवून. आणि क्रूसचिन्हाजवळ जाण्याची मग कोणाचीही छाती होईना.

पहाटेपूर्वी सुमारे तासभर पॅड्रेला श्वासोच्छ्वास करण्याला इतका मनस्वी त्रास होऊ लागला की दोघा जणांनीही त्याच्या उशाशी जाऊन त्याचे उसे उंच केले. बायका आपापसात कुजबुजू लागल्या की त्याची मुद्रा बदलते आहे. त्यांच्या मेणबत्त्या घेऊन त्या जरा जवळ सरकल्या. त्याच्या बिछान्याशी वाकून पाहत राहिल्या. त्याची नजर अद्याप जिवंतपणाची लक्षणे स्पष्टपणे वागवीत होती.

तिच्यात मनस्वी अविश्वास, संशय आणि यातना होत्या. त्याने मस्तक एकीकडे कलते केले आणि मेणबत्तीच्या एका तेवत्या ज्योतीत तो एकटक, पापणी न लववता पाहत राहिला. चेहऱ्यावरचे अवयव ताठरले. अनेकवार दात दिसतील एवढे त्याने ओठ विचकले. पाहणाऱ्यांनी श्वास रोधले. मरणापूर्वी तो बोलणार अशी खात्री त्यांना वाटत होती– आणि तो बोलला. चमत्कारिक हास्य करावे तशी त्याने मुद्रा वेडीविद्री केली आणि तोंडावाटे श्वासाची तार काढीत त्यांचा पॅड्रे घोड्यासारखा– शेवटचाच– बोलला :

"आपले पुच्छ खा, मार्तिनेझ, आपले पुच्छ खा!'' आणि तत्काळ त्याच्या देहाला मोठा पीळ भरून त्याचा प्राण सुटला.

उजाडले तेव्हा त्रिनिदाद सांगू लागला (उपस्थित बायकांनी त्याला दुजोरा दिला) की मरतेसमयी फादर ल्युसेरोने परलोकात पाहून नरकयातना भोगणाऱ्या मार्तिनेझला ओळखले. पुढे, त्या प्रसंगी उपस्थित असलेली ती ख्रिश्चन माणसे, हयातीच्या अखेरपर्यंत, ही हकिगत आरोयो होंडोत एकमेकांना सांगत असत.

फादरच्या घराची जमीन त्याच्या अंतिम इच्छेनुसार उकरली तेव्हा तिच्या खालच्या सोन्या-चांदीच्या नाण्यांच्या थैल्या पाहण्याकरता ताओस, सँताक्रूझ आणि मोरापासून लोक लोटले होते. स्पॅनिश, फ्रेंच, अमेरिकन, इंग्लिश, आणि काही फार पुरातन अशी सर्व प्रकारची नाणी त्या भूमिगत दौलतीत होती. सरकारी टांकसाळीकडे हे कळवण्यात येऊन त्या साऱ्या नाण्यांची किंमत ठरविण्यात आली, ती अमेरिकन चालनात वीस सहस्र डॉलर्स इतकी भरली. एका म्हाताऱ्या धर्मगुरूने एका खेडवळ चर्चमध्ये आयुष्यभर पदरमोड करून जमवलेली आणि एका खड्ड्यात गाडून जमलेली ही इस्टेट.

सहावा खण्ड

१.

बिशप लतूरची एक अगदी ऐहिक अशी आकांक्षा होती; सँता फेच्या रमणीय निसर्गसौंदर्याच्या ठिकाणी तितकेच साजेसे एक 'कॅथेड्रल' बांधावे. मनात ही इच्छा, तळमळ वागवीत असता आणि तिच्यावर चिंतन करीत असता त्याला असेही वाटू लागले होते की अशा तऱ्हेची इमारत हे एक प्रकारे त्याचे आणि त्याच्या कार्याचे उत्कृष्ट स्मारकच होऊ शकेल. तो गेल्यावरही या 'कॅथेड्रल'च्या रूपाने त्याचे कार्य चालू राहील, काही मागे ठेवून गेल्याचे समाधान मिळेल. त्याच्या कारकिर्दीच्या आरंभापासून त्याने त्याच्या तुटपुंज्या मिळकतीतला काही ना काही भाग या कामासाठी निधी म्हणून बाजूला काढायला सुरुवात केली होती. या बाबतीत त्याला धनसंपन्न अशा काही मेक्सिकन जमीनदारांचे साहाय्यही लाभले होते. परंतु डॉन आंतोनियो ऑलिव्हेर्सइतके मात्र कोणाचे नाही.

एका केवढ्या तरी मोठ्या कुटुंबातला हा आंतोनियो ऑलिव्हेर्स एक घटक होता. खूप बुद्धिमान होता. धनाढ्य होता. त्या काळाच्या आणि त्या स्थलाच्या मानाने त्याचा अनुभवही व्यापक होता. त्याच्या आयुष्याचा मोठा काळ त्याने न्यू ऑर्लिन्स आणि एल पासो डेल नॉर्तमध्ये घालवला होता आणि बिशप लतूरने त्या भागातली धर्मविषयक सूत्रे स्वतःकडे घेतल्यानंतर काही वर्षांनी तो सँता फेमध्ये पुन्हा राहायला आला होता. बरोबर त्याने त्याच्या अमेरिकन पत्नीला आणले होते. त्याचे सामानसुमानही चिकार होते. सारे घेऊन, आयुष्याचा शेवटचा कालखंड निश्चिंतपणे व्यतीत करण्याकरता तो या भागात येऊन गावाच्या पूर्वेकडल्या

जुन्या, मोठ्या घरात राहिला होता. याच घरात तो जन्मला, लहानाचा मोठा झाला होता. पुन्हा इकडे राहू लागला तेव्हा तो साठीच्या घरात आला होता. ऐन उमेदीत त्याची पहिली पत्नी निवर्तली. न्यू ऑर्लिन्सला गेल्यावर त्याने दुसरा विवाह केला होता तो लुइजिआनात वाढलेल्या केनटकीच्या एका मुलीशी. ती सुंदर होती. उच्च संस्कारातली होती. एका फ्रेंच कॉन्व्हेण्टमध्ये तिचे शिक्षण झाले होते आणि आपल्या परीने तिने तिच्या नवऱ्याला पाश्चिमात्य युरोपीय संस्कृतीचे बरेच वळण लावले होते. त्याचा पोशाख, वागणे, वावरणे, सुखवस्तू– जराशी चैनीच– राहणी, यांनी त्याच्या बाकी कुटुंबात, इष्टमित्रांत त्याच्याविषयी अर्धवट तुच्छतेच्या स्वरूपाचा एक मत्सर रुजला होता.

ऑलिव्हेर्सची पत्नी, डोना इसबेला, निस्सीम कॅथॉलिक होती आणि त्यांच्या घरी या फ्रेंच धर्मगुरूंचे नेहमीच स्वागत आणि उत्तम आदरातिथ्य होई. मुळातल्या त्या अस्ताव्यस्त आणि जुन्यापान्या अतिप्रशस्त घराला सिनोरा ऑलिव्हेर्सने चांगल्या प्रकारे नटवले सजवले होते. त्या घराला मोठे अंगण होते, त्याहून मोठे परसू होते, एक फाटक होते, नक्षीदार खांब आणि बहाले होती, हेरिंगच्या हाडांची सुंदर छते आणि उबदार शेकोट्या होत्या. सिनोरा स्वतः आदरातिथ्यात फार चांगली मुरलेली होती आणि आता तशी ती तरुण नसली तरी दिसायला ती आकर्षक दिसे. बांध्याने सडपातळ, वर्णाने उजळ गव्हाळी, चपळ, उत्साही अशी ती होती. कोणत्याही हवामानात आपला वर्ण तिने शिकस्तीने कायम राखला होता. तिला फ्रेंच उत्तम येत होते. स्पॅनिश येई; परंतु मोडकेतोडके. ती 'हार्प' चांगल्या प्रकारे वाजवी आणि गोड गाई.

हे कुटुंब म्हणजे बिशप लतूर आणि फादर व्हेलंटच्या सद्भाग्याचेच एक प्रकारे फळ होते. कारण नित्य इंडियन्स, मेक्सिकन्स आणि अशाच हडस भडस, असंस्कृत माणसांत वावरताना अधूनमधून त्यांना आता त्या सुंदर घरी, देखण्या आणि सुसंस्कृत सिनोराशी मायबोलीत गप्पा करता येत. बाहेरच्या जगात चाललेल्या घडामोडीत रस घेणाऱ्या त्या जोडप्याच्या सहवासात एखादी संध्याकाळ घालवली की कसे ताजेतवाने व्हायला होई. शिवाय सुग्रास भोजन मिळे, उत्तम मद्य उपलब्ध असे. संगीताची मजा अनुभवता येई. विसंगतींनी युक्त अशा व्यक्तिमत्त्वाच्या फादर जोसेफचा आवाज तसा बऱ्यापैकी होता. त्याच्याबरोबर फ्रेंच गीतांची उजळणी करायला सिनोराला आवडे. कधीही गायचे तर ती तीन भाषांत गाई. तिच्या नवऱ्याची प्रिय गीते, 'ल पलोमा', 'ल गोलोंद्रिआ', 'माय नेली वॉज अ लेडी' ती कधी गायल्यावाचून राहत नसे. स्टीफन फॉस्टरची निग्रो गीतेही तोवर त्या सरहद्दीवरच्या भागात पोचलेली होती– छापील स्वरूपात नव्हेत, तोंडातोंडी.

डॉन आंतोनियो कुडीने जाड होता. मोठ्या पोटाचा होता. त्याला थोडेसे

टक्कलही पडलेले होते. परंतु त्याचे डोळे तरतरीत होते आणि तो स्वस्थ असला तरी त्या डोळ्यातली चमक समोरच्या नजरेशी बोलत राही. विशेषतः भोजनोत्तर न्यू ऑर्लिन्सहून आणलेल्या मोठ्या खुर्चीत बसून, मोठाल्या बोटात चिरूट धरून तो बायकोचे हार्पवादन ऐके, तेव्हा पाहण्याजोगा असे.

अर्थात सिनोराने आपले सुंदर रूप आणि नवऱ्याचे आपल्यावरचे प्रेम याही वयात कायम राखले असल्याने, सँता फेमध्ये तिच्याविषयी कुजबूज चाले. कानगोष्टी होत. स्थानिक अमेरिकन्स आणि ऑलिव्हेर्सचे इतर भाऊ वगैरे म्हणत की वयाच्या मानाने बाई फार पोरकट पोशाख वापरते. (हे तसे फार खोटे नव्हते.) शिवाय तिला न्यू ऑर्लिन्समध्ये आणि एल पासो डेल नॉर्तमध्ये 'यार' असल्याचीही अफवा सांगितली जाई. तिच्या नवऱ्याकडल्या एका नातेवाइकाचे तर असेच म्हणणे होते की ऑलिव्हेर्सने सान आंतोनियोहून तिच्या साथीला 'बँजो' वाजवण्याकरता एक मेक्सिकन तरुण पोरगा आणला होता त्याचे आणि तिचे काही अनैतिक संबंध होते. हा तरुण मेक्सिकन पोरगा, 'पाब्लो,' बँजो फार सुरेख वाजवी. त्याच्या बोटात जादू होती. डोना इसबेलाबद्दल आणखीही कित्येक गप्पा प्रचलित होत्या. त्यातल्या बहुतेक सर्व तिच्याच स्वयंपाकघरातून प्रसृत होत. डोना इसबेलाचे एक मोठी खोली भरून एकाहून एक उंची कपडे असल्याची गोष्ट अशातली एक. नवऱ्याच्या खिशातून सोने चोरून ती ते जमिनीत पुरून ठेवी, ही अशीच दुसरी. नवऱ्याचे पौरुष वाढण्याकरता ती त्याला कसल्या तरी वनस्पती आणि गुप्त रसायने चारते, ही अशीच तिसरी. या गप्पा घरातला नोकर वर्ग पसरवी; परंतु याचा अर्थ तो या मंडळींशी बेइमान होता असे नव्हे, तर त्या बापड्यांना आपल्या मालकिणीचा अभिमान वाटे- तो ते या प्रकारे व्यक्त करीत.

ऑलिव्हेर्स नियमितपणे वर्तमानपत्र वाची. हे खरे की वर्तमान त्यांच्या हाती येईतोवर आठवड्याभराचे जुने झालेले असे; परंतु तरीही त्याचा क्रम चुकत नसे. ऑलिव्हेर्सला सिगरेटीपेक्षा चिरूट आणि व्हिस्कीपेक्षा फ्रेंच मद्य आवडे. त्याच्या इतर भावांशी त्याचे कुठेच साम्य नव्हते. त्याचा एक जुना मित्र मानुएल शावेझ सोडला तर हे दोन फ्रेंच धर्मगुरूच त्याला त्या गावात जवळचे होते, प्रिय होते. त्यांच्यावरचा आपला लोभ तो विमुक्तपणे व्यक्त करी. बिशपच्या निवासस्थानी तो त्याच्या बागेतल्या कोवळ्या ऑर्चर्डविषयी सल्ला देण्याकरता जाई. फादर जोसेफकरता घरगुती ब्रँडीची बाटली पाठवी. मैत्रीचा तो भुकेला होता. आयुष्यभर फादर लतूरला सुखावणारा चांदीचा 'टॉयलेट सेट' ऑलिव्हेर्सनेच दिलेला. सँता फेमधल्या मेक्सिकन सोनाराकडून त्याने आपल्या टॉयलेट सेटबरहुकूम हा सेट मुद्दाम बनवून फादरला भेट दिला होता. डोना म्हणे, आपला नवरा नेहमी फादर व्हेलंटला काहीतरी रुचकर पाठवून देतो आणि फादर लतूरला दिसायला सुंदर

असे काही काही भेट देतो.

या जोडप्याला एक मुलगी होती, तिचे नाव सिनोरिता इनेझ. तिचे वय बरेच होते आणि तरीही ती कुमारिकाच होती. ती कधीच लग्न करणार नाही, असे समजण्यात येई. दीक्षा न घेताही ती जणू जोगिणीचे आयुष्य जगत होती. दिसायला ती फार साधीबगडी होती आणि आईची चारचौघांसमोर वागण्याची चातुरी तिच्याकडे नव्हती. पण तिचा आवाज फार मधुर होता. न्यू ऑर्लिन्सच्या 'कॅथेड्रल'च्या गान संचात ती गात असे. तेथल्याच एका कॉन्व्हेंटमध्ये संगीताचे शिक्षण देत असे. आई-वडील सँता फेमध्ये येऊन स्थायिक झाल्यापासून फक्त एकदाच ती त्यांना भेटण्याला आली होती. त्या काहीशा परंपराप्रिय, चारचौघांसारख्या कुटुंबात, घरात ती वेगळीच उठून दिसे. डोना इसबेलाचा तिच्यावर भारीच जीव होता; परंतु तिच्या मर्जीविरुद्ध आपले वागणे होईल ही भीती तिला सतत सतावीत असे. मुलगी घरी असता आई त्यातल्या त्यात साधे पोशाख करी, उजव्या कानावर रुळणाऱ्या छोट्या बटा पिन लावून केसात बांधून ठेवी. आणि दोघी मिळूनच केव्हाही चर्चला जात.

अंतोनियो ऑलिव्हेर्सला कॅथेड्रल बांधण्याच्या बिशपच्या मनीषेविषयी फार आत्मीयता होती. कारण एक तर बिशपची ही मनीषा किती तीव्र आहे याची कल्पना त्याला होती; आणि कोणाही जवळच्या स्नेह्याच्या एखाद्या तीव्र मनीषेच्या पूर्तीच्या कामी शक्य तो हातभार लावण्यात सार्थक मानणारा तो माणूस होता. त्याशिवाय, त्याच्या जन्मगावाविषयी त्याच्या मनात एक ओढ होती. तो खूप गावे फिरला होता, खूप सुंदर सुंदर चर्चेस त्याने पाहिली होती आणि सँता फेमध्ये केव्हा ना केव्हा असे एक चर्च उभे राहिलेले पाहू, हा त्याचाही एक ध्यास होताच. अनेकवार त्याने आणि फादर लतूरने शेकोटीशी बसून तासन्‌तास या विषयावर विचारविनिमय केला होता. या नव्या 'कॅथेड्रल'चे स्थान कोणते असावे, आकार कसा असावा, दगड कोणता वापरावा, खर्च किती येईल आणि त्याची रक्कम उभी करायची तर कष्ट किती पडतील, ते सारे दोघांनी एकमेकांशी चर्चिले होते. बिशपची इच्छा होती की १८६० सालपावेतो इमारतीचे बांधकाम तरी सुरू व्हावे. कारण त्या साली त्याच्या या भागातल्या कारकिर्दीला दहा वर्षे पुरी होत होती. एका रात्री, घरच्या संस्मरणीय अशा नववर्षाच्या मेजवानीच्या वेळी, जमलेल्या पाहुण्यांसमोर ऑलिव्हेर्सने जाहीर केले की हे वर्ष संपण्याआत फादर लतूरच्या मनातले 'कॅथेड्रल' निदान बांधणे सुरू करता येईल एवढा निधी फादरच्या स्वाधीन करता यावा, अशी आपली इच्छा आहे.

ती मेजवानी संस्मरणीय ठरली ती ऑलिव्हेर्सच्या प्रतिज्ञेमुळे. तसेच जुन्या मित्रांच्या वियोगाचाही तो प्रसंग होता. स्थानिक लष्करामधल्या बदली झालेल्या

दोन अधिकाऱ्यांना या मेजवानीला मुद्दाम डोना इसबेलाने बोलावले होते. पैकी लोकप्रिय अशा 'कमांडंट'ची नेमणूक वॉशिंग्टनमध्येच करण्यात आली होती आणि दुसऱ्या आयरिश कॅथॉलिक, नुकत्याच लग्न केलेल्या आणि फादर लतूरच्या अत्यंत मर्जीतल्या, घोडदलाच्या तरुण लेफ्टनंटची नेमणूक आणखी पश्चिमेकडे झाली होती (पुढला नववर्षदिन उगवण्याआत तो आरिझोनाच्या सपाटीवर इंडियनांशी युद्ध करताना कामी आला.)

त्या रात्री मात्र भविष्यकालाची फिकीर कोणालाही सतावीत नव्हती; घर प्रकाशाने आणि संगीताने बहरले होते, साध्याच परंतु अस्सल पाहुणचाराने वातावरणात एक ऊब आली होती. मादाम ऑलिव्हेर्सची नित्य चाह करणारा किट कार्सन दोन दिवसांचा प्रवास करून ताओसहून मुद्दाम या मेजवानीला आला होता. सोबत त्याने मिश्ररक्ताची त्याची सात्त्विक वृत्तीची कन्याही आणली होती. सेंट लुईतल्या एका कॉन्व्हेण्ट स्कूलमध्ये ती अध्ययन करीत होती. सुट्टीत बापाकडे आलेली होती. या प्रसंगाकरिता कार्सनने चंदेरी भरतकामाचा सुंदर बक्स्किन कोट पेहेनला होता. लष्करी अधिकारी अर्थातच त्यांच्या गणवेशात होते आणि खुद्द यजमानांनी 'ब्रॉडक्लॉथ'चा 'फ्रॉक कोट' पेहेनला होता. सिनोरा ऑलिव्हेर्स– यजमानीणबाई– न्यू ऑर्लिन्सहून आणलेल्या फ्रेंच पद्धतीच्या 'हूप स्कर्ट'मध्ये होत्या. त्या पोशाखावर सर्वभर सॅटिनची गुलाबी फुले चिकटवली होती. लष्करातल्या बाया आपली सॅटिनची पादत्राणे खराब होऊ नयेत म्हणून लष्करी गाडीतून मेजवानीला आल्या. बिशप लतूरने त्याचा ठेवणीतला 'व्हायोलो' रंगाचा झगा पेहेनला होता आणि फादर व्हेलंट अगदी नव्या बनावटीच्या 'कॅसॉक'मध्ये होता– हा त्याच्या बहिणीने, फिलोमेनने रिओममध्ये त्याच्याकरता मुद्दाम बनविला होता.

आरंभी आरंभी हा फादर व्हेलंट त्याच्या बहिणीला आणि तिच्या बरोबरीच्या जोगिणींना आपल्याकरता नवे पोशाख बनविण्याचा त्रास देतो हे बिशप लतूरला बरे वाटले नव्हते. परंतु गेल्या खेपेला तो फ्रान्सला गेला तेव्हा या गोष्टीची एक अगदी वेगळी बाजू त्याच्या दृष्टोत्पत्तीस आली. 'मदर' फिलोमेनच्या कॉन्व्हेण्टला त्याने भेट दिली. आणि त्या प्रसंगी जरा तरुण अशा एका 'सिस्टर'ने त्याला या बाबतीत काही सांगितले. लांबलांबच्या मिशन्समधल्या माणसांकरता काही करणे हे या विजनवासातले त्यांचे सुखच होते, असे ती म्हणाली. फादर व्हेलण्टची लांब लांब पत्रे त्यांना किती प्रिय होती (या पत्रांत तो त्याच्या भागातल्या परिस्थितीबाबत, लोकांबाबत, त्यांच्या चालीरीतींबाबत, परंपरेबाबत काही काही लिही.) ते तिने बिशपला सांगितले. ही पत्रे 'मदर' फिलोमेन सायंकाळची मोठ्याने वाची आणि बाकी साऱ्या ती ऐकत, असे ती म्हणाली. तिने बिशपला एका खिडकीपाशी नेले. इथून बाहेरच्या रस्त्याचा ओझरताच देखावा उंच भिंतीच्या कोनाआडून दृष्टीस

पडे. पुढे भिंतीने तो झाकून टाकला होता. ती म्हणाली, "पहा, त्यांचे एखादे पत्र 'मदर'ने वाचले की मी इथे येऊन अशी उभी राहते, आणि दिसणाऱ्या त्या तेवढ्याच रस्त्याकडे, त्यावरच्या एकाच दिव्याकडे नजर लावते. त्या तिथे वळण; आणि त्या वळणापलीकडे मला न्यू मेक्सिको भासू लागतो. तिथली लाल वाळवंटे, निळे डोंगर, मोठी पठारे, उंच उंच दऱ्या माझ्या नजरेपुढे तरळतात. वाटते की मी तिथेच आहे, छाती सारखी धडधडत राहते आणि झोपण्याची घंटा होते– सारे तुटते. पुन्हा भान येते. स्वप्न संपते. पण फार बरे वाटत असते." तिथून बिशप बाहेर पडला तो त्या जोगिणींचे फादर व्हेलण्टकरता चालणारे काम चांगले आणि आवश्यक असल्याचे ठरवूनच.

आज रात्री, मादाम ऑलिव्हर्स फादर व्हेलण्टच्या पोशाखाची प्रशंसा करीत असता, फादर लतूरला, का कोण जाणे, तो प्रसंग स्मरला. त्या तरुण जोगिणीची पांढुरकी मुद्रा, जळजळीत नजर... उसासा.

भोजन आटोपल्यावर आणि 'टोस्ट'च्या स्वरूपाचे मद्यपान पार पडल्यावर सारे धूम्रपान करीत असता तरुण पाब्लोला तिथे आणण्यात आले आणि त्याने 'बँजो'वर काही गती वाजवून मंडळींचे रंजन केले. फादर लतूरला ते वाद्य यापूर्वी कधीच मानवले नव्हते. त्याला ते जरा जास्तच जंगली वाटे. परंतु या मुलाने ते वाजवताच त्याच्या तारांत एक मुलायमता शिरली, सूर लोण्यासारखे मऊ होऊन त्याच्या बोटातून ठिबकू लागले. परंतु तरीही वारंवार त्या वाजवण्यात एक वेडसर लहर येऊन जाई. एक बेकदर, निधडी भावना व्यक्त होई, जंगली प्रदेशाची 'हाक' उमटे. या साऱ्या जमलेल्यांना ही 'हाक' नवी नव्हती, हिच्यामागे तर ते केव्हा ना केव्हा धावले होते. चिरुटांच्या धुरात जमलेले ते स्काउट आणि सैनिक, मेक्सिकन जमीनदार आणि धर्मगुरू, सारे मूक बसून नतमस्तक 'पाब्लो'चे वादन एकाग्रतेने ऐकत होते. मधून मधून त्याचा आडवा हलणारा पीतवर्ण हात त्याच्या निश्चित रेखा टाकून निव्वळ गतिरूप होई, तरल भासे.

त्या साऱ्यांना तसे व्यग्र, अंतर्मुख पाहून फादर लतूरच्या मनी विचार चालू होता, "यातल्या प्रत्येकाची एक कहाणी असली पाहिजे इतकेच केवळ नव्हे; तर या वेळी ते आपल्या कहाणीचा एक भाग झाले आहेत. कार्सनचे ते तीक्ष्ण, निळे डोळे– हे एखाद्या 'स्काउट'शिवाय, 'ट्रेल-ब्रेकर' शिवाय, आणखी कोणाचे असू शकत होते? या मंडळींतला सर्वांत देखणा माणूस, डॉन मानुएल शावेझ त्याच्या व्हेल्वेट आणि ब्रॉड क्लॉथच्या पोशाखात वर वर शांतपणे, मुग्धपणे बसलेला. परंतु त्याच्या या शांतपणामागची विजेची तळप समजायला त्याच्याकडे खोलीच्या दुसऱ्या टोकाकडून असे लक्षपूर्वक पाहण्याची किंवा त्याच्या शेजारी भोजनाला बसण्याची जरूर होती. त्याच्या वृत्तीतल्या बेगुमानपणाच्या, धाडसाविषयीच्या

आवडीच्या मुळाशी एखाद्या कटुतम अनुभवाचे कारण तर नसेल?

११६० मध्ये मूर लोकांपासून शावेझ नगराची मुक्तता करणाऱ्या कॅस्टिलियन सरदारांची कुळी शावेझ आपली म्हणून सांगे. पेकॉस आणि सान मतिओच्या डोंगरांत त्याची बरीच मालमत्ता होती आणि त्याशिवाय सँता फेचे घर. एक शानदार बाग त्याने घराभोवती केली होती आणि तिच्यामागे तो नेहमी दडलेला असे. या भागातल्या निसर्गसौंदर्याचे वेडच त्याच्या रक्तात, वृत्तीत होते. आणि हे सौंदर्य पाहू न शकणाऱ्या अमेरिकनांविषयी त्याच्या मनात एक अढी होती. इंडियनांशी उत्कृष्ट लढत देणारा ही किट कार्सनची ख्याती त्याला टोचत असे. तो म्हणे, कार्सन आयुष्यभरात पाहणार नाही एवढ्या इंडियनांच्या लढाया आपण वयाच्या विशीआधी पाहिल्या आहेत. नेमबाजीत तर तो कार्सनशी उघड उघड बरोबरी करू शकत असे. तीरकामटयाच्या लढतीत त्याला कोणीच प्रतिस्पर्धी नव्हता, कोणाकडून त्याने हार म्हणून घेतली नव्हती. शावेझइतक्या पल्ल्यावर तीर मारणे कोणा इंडियनालाही जमल्याचे ऐकिवात नव्हते. केवळ चढाओढ म्हणून इंडियनांचे जथे दरसाल त्यांच्या घरी तीरकामट्यांच्या नेमबाजीकरता येत. त्याच्या घरात, पागांतून, अनेकानेक विजयचिन्हांची नुसती दाटी दिसे. इंडियनांच्या हत्यारांच्या वापरातल्या आपल्या सफाईचा त्याला अभिमान होता. कारण ही कला तो अत्यंत कष्टपूर्वक शिकलेला होता.

तो सोळा वर्षांचा असताना 'नॅव्हॅजो' इंडियनांच्या शिकारीकरता मेक्सिकन तरुणांच्या एका जथ्याबरोबर गेला होता. अमेरिकन अंमलाआधीच्या त्या काळात, 'इंडियनांची पारध' करण्याला निमित्त, कारण लागत नसे; तो एक मर्दाचा खेळच मानला जाई. मेक्सिकनांची एक कंपनी पश्चिमेकडे नॅव्हॅजो भागात घौडदौड करीत जाई, मेंढ्यांच्या काही छावण्यांवर हल्ले करण्यात येत, आणि परत येताना काही मेंढ्या, घोडी आणि कैद्यांचे जथे आणण्यात येत. यांतल्या प्रत्येकाबाबत मेक्सिकन सरकारकडून या लोकांना काही ना काही मोठी बक्षिसी मिळे. अशा एका कंपनीबरोबर शावेझ 'शिकारी'ला आणि लूट आणण्याकरता गेला होता.

त्यांना इंडियन्स न मिळाल्याने ते मेक्सिकन तरुण ठरवल्यापेक्षा पुढे पुढे सरकत गेले. या दिवसांत सारे भटकते नॅव्हॅजो टोळीवाले कॅन्यॉन ड शेलीला एका धार्मिक सोहळ्याकरता एकत्र येतात, हे त्यांना ठाऊक नव्हते आणि वाटले म्हणून पुढे पुढे सरकत ते सारे त्या रहस्यमय आणि भयभीत करून सोडणाऱ्या 'कॅन्यॉन'च्या कडेशीच येऊन पोचले. सर्वभर इंडियन्स दिसत होते, एकत्र जमत होते. या तरुण मुलांच्या लक्षात येण्याआत त्यांची कोंडी करण्यात आली आणि परत फिरण्याचा मार्ग बंद झाला. समुद्रालगत उंच उभ्या असलेल्या त्या खडबडीत खडकाळ भूमीवर ते लढले. या पथकाचा नेता मानुएलचा मोठा भाऊ डॉन योज

शावेझ हा होता. तो प्रथम जाया झाला. पाठोपाठ मोजून पन्नास जणांची कत्तल उडाली. मानुएल एकावन्नावा, तो वाचला. तीराच्या सात जखमांनिशी आणि एक तीर अंगात वागवत्या स्थितीत मुडद्यांच्या राशीत पडलेल्या त्यालाही मृत समजून इंडियन्स निघून गेले.

त्या रात्री, ते नॅव्हॅजो इंडियन्स त्यांचा धार्मिक सोहळा साजरा करण्यात गढले असता हा मुलगा खडकाखडकातून सरपटत, फरफटत मोठमोठ्या कपारींच्या आडोशाला जाऊन थांबला. तिथून मग पायी तो पूर्वेकडे निघाला. जखमा जळत होत्या; परंतु ऐन ज्वानीतली विलक्षण रग अंगात होती. दोन दिवस आणि दोन रात्री पायपीट करून, पाण्याच्या एका थेंबाशिवाय राहून, सुमारे साठ मैलांचे अंतर काटून, डोंगर, सपाटी पार करून तो दुसऱ्या बाजूच्या एका प्रसिद्ध झऱ्याशी येऊन पोचला– पुढे इथे 'फोर्ट डिफायन्स' बांधण्यात आला– तिथे तो पाणी प्यायला, आपल्या जखमा त्याने धुतल्या आणि तिथेच तो झोपला. चकमकीच्या आदल्या सकाळपासून त्याच्या पोटात अन्नाचा कण नव्हता. झऱ्याजवळ त्याला 'कॅक्टस'ची काही मोठी झाडे आढळली. जवळच्या शिकारी चाकूने त्यांचे काटे काढून त्याने त्यांच्या भक्षणाने पोटाची भकाटी भरून काढली.

इथून, कोणा माणसाचे दर्शन दुर्मिळ अशा स्थितीत धडपडत, खुरडत तो सान मतिओ डोंगरापर्यंत पोचला. लगुनाच्या उत्तरेकडला हा डोंगर. डोंगराच्या एका खोऱ्यात मेक्सिकन मेंढपाळांच्या छावणीशी तो कसाबसा पोचला आणि तिथे मूर्च्छित झाला. तेथल्या लोकांनी आपल्या मेंढ्याच्या कातड्याच्या कोटांची आणि पाल्यापाचोळ्याची एक झोळी करून त्याला सेबोलेता गावात नेले. तिथे अनेक दिवस तो भ्रमिष्ट अवस्थेत पडून होता. पुढे अनेक वर्षांनी, शावेझच्या हाती इस्टेटीची सूत्रे आल्यावर दोन ओक झाडांच्या दरम्यान जिथे तो मूर्च्छित झाला ते सान मतिओ डोंगरातले रमणीय खोरे त्याने खरेदी केले. त्या दोन ओक झाडांच्या दरम्यान एक घर बांधले आणि बागबगीचाही केला.

अमेरिकन अंमलाशी पटवून घेण्याची तयारी नसल्याने सँता फेंत असला की शावेझ एकीकडे राही. कधी कुठे इंडियनांशी चकमक उडाल्याची बातमी येताच तो प्रथम तिथे धावत जाऊन आपल्या जमेचे इंडियन बळी वाढवी. इंडियन्स आणि अमेरिकन्स यांच्याविषयी आपुलकी ठेवतो म्हणून नव्या बिशपविषयी त्याच्या मनात अढी होती. शिवाय शावेझ हा मार्तिनेझचा माणूस होता. केवळ सिनोरा ऑलिव्हेर्सच्या आग्रहावरून तो आज या मेजवानीला आला होता. खरे म्हणजे अमेरिकन लष्करातल्या त्या अधिकाऱ्यांच्या सहवासाची त्याला घृणाच असली पाहिजे.

'बँजो' वाजवणारा तो मुलगा थकला तेव्हा फादर जोसेफ म्हणाला की

मादाम ऑलिव्हेर्सनी यानंतर 'हार्प' वाजवावा आणि गावे. तिचे गायन फारच रंगले. हार्प वाजवीत असताना ती बाई फारच डौलदार आणि सुंदर दिसत होती.

तिच्या कौतुकाने ऐकणाऱ्या नवऱ्याकरता 'ल पलोमा' हे त्याच्या आवडीचे गीत म्हणताना तिला बिशपने हे अखेरचेच ऐकले. त्या स्थूल माणसाच्या रुंद मुद्रेवर, ऐकताना निर्विकार स्तुती होती; परंतु त्यांची नजर जणू तिला सतत उत्तेजन देत होती.

'सेप्टुआ-गेसिमा'च्या रविवारी ऑलिव्हेर्सचे अवसान घडले. रात्रीच्या जेवणानंतर दिवे लावीत असता घरातल्या शेकोटीशी तो कोसळला आणि बिशपला बोलावण्याकरिता 'बँजो' वाजवणाऱ्या मुलाला पिटाळण्यात आले. मध्यरात्रीपूर्वी ऑलिव्हेर्सचे दोघे भाऊ, ब्रँडीने आणि मानसिक गोंधळाने तसे हर्षाने निम्मेअधिक झिंगून सँता फेतून घोड्यांवरून बाहेर पडून अल्बुकर्कच्या वाटेला दौडले– वकील गाठण्याकरता.

२.

अंतोनियो ऑलिव्हेर्सचा दफनविधी फार शांतपणे आणि थाटाने उरकण्यात आला. सँता फेत विरळा असा तो प्रसंग होता. परंतु फादर व्हेलंट मात्र त्या वेळी तिथे उपस्थित नव्हता. दक्षिणेकडे आपल्या काही धार्मिक कामाकरता तो लांबच्या प्रवासाला गेला होता आणि ऑलिव्हेर्स जाऊन काही आठवडे उलटेतोवर तो परत सँता फेला येऊ शकला नाही. पायातले रायडिंग बूट्स तो काढू म्हणत असताच मादाम ऑलिव्हेर्सच्या वकिलांची गाठ घेण्याकरता फादर लतूरचे बोलावणे त्याला आले.

ऑलिव्हेर्सने आपले सारे व्यवहार कायद्यापुरते बॉइड् ओ'रेली या तरुण आयरिश कॅथॉलिक वकिलांकडे सोपवलेले होते. हा मूळ बोस्टनचा. 'नव्या जगा'त वकिलीचा व्यवसाय चालविण्याकरता तो या बाजूला येऊन स्थायिक झाला होता. त्या काळात सँता फेमध्ये पोलादाच्या तिजोऱ्या नव्हत्या; परंतु ओ'रॅलीने ऑलिव्हेर्सचे मृत्युपत्र एका भक्कम पेटीत बंद करून ठेवले होते. मृत्युपत्र तसे छोटे आणि स्वच्छ होते. अंतोनियोची एकूण इस्टेट अमेरिकन चलनात सुमारे दोन लाख डॉलर्स किमतीची ठरत होती. (त्या काळच्या मानाने ही चांगलीच मोठी होती.) या इस्टेटीवरच्या मिळकतीची विल्हेवाट होती : "माझी पत्नी इसबेला ऑलिव्हेर्स आणि तिची कन्या इनेझ ऑलिव्हेर्स यांना त्यांच्या हयातीच्या अखेरपर्यंत ती मिळत राहावी आणि तदनंतर ती चर्चच्या, 'सोसायटी फॉर द प्रॉपगेशन ऑफ द फेथ'च्या कारणी लागावी. बिशपच्या कॅथेड्रल निधीचा

उल्लेख करणारे कलम, दुर्दैवाने, त्यात दाखल करण्याचे राहून गेले होते.

त्या तरुण वकिलाने फादर व्हेलंटच्या कानी घातले की ऑलिव्हेर्स बंधूंनी अल्बुकर्कच्या एका मोठ्या कायदेविषयक फर्मला आपल्यातर्फे नेमून मृत्युपत्राचा वाद कोर्टात लढविण्याचे ठरविले होते. त्यांच्या आक्षेपाचा मुद्दा होता तो हा, की सिनोरा ऑलिव्हेर्सची कन्या असू शकणे अशक्य इतके इनेझ ऑलिव्हेर्सचे वय होते. डॉन अंतोनियो त्याच्या उमेदीत खूप रंगेल होता आणि त्याच्या भावाचे म्हणणे होते की इनेझ ही अशा एखाद्या लग्नबाह्य अनैतिक संबंधात जन्म घेतलेली मुलगी होती. डोना इसबेलाने फक्त तिचे पालनपोषण तेवढेच केले होते. ओ'रेलीने ऑलिव्हेर्स जोडप्याच्या लग्नविधीसंबंधातले कायदेशीर कागदपत्र, इनेझची जन्म-नोंद आणविण्याकरता न्यू ऑर्लिन्सला आपल्या माणसाला पाठविले होते. परंतु सिनोरा ऑलिव्हेर्स जन्मली त्या केनटकीमध्ये जन्मनोंद ठेवण्याची पद्धत नव्हती आणि त्यामुळे सिनोराचे वय सिद्ध करण्याचा कोणताच भरीव पुरावा उपलब्ध नव्हता. आणि आपले खरे वय कबूल करण्याला तिला भाग पाडणेही योग्य नव्हते. सँता फेमध्ये सर्वसाधारणपणेच असे मानण्यात येत होते की, सिन्तोराचे वय फार तर चाळिशीचे असेल. प्रत्यक्षात ती पन्नाशीपलीकडली बाई होती. परंतु हे कोर्टात सांगा म्हणून ओ'रेलीने तिला आग्रह करण्याचा प्रयत्न केला तेव्हा तिने मुळी त्याचे म्हणणे मनावर घेण्याचेच काय, पण नीट ऐकण्याचेही नाकारले. या बाबतीत बिशपने आणि फादर व्हेलंटने आपले वजन तिच्याकडे खर्च करावे असे त्याचे म्हणणे होते.

एवढ्या नाजूक बाबीत पडायला फादर लतूर कचरला. परंतु फादर व्हेलंटने मात्र त्या दोन स्त्रियांचे रक्षण करणे आणि आपले धार्मिक हक्क अबाधित राखणे ही दोन्ही आपली कर्तव्ये असल्याचे जाणून तत्काळ बाहेर पडण्याचा झगा चढवला आणि ते दोघे लाल चिखल तुडवीत गावाच्या पूर्वेकडल्या टेकड्यांतल्या ऑलिव्हेर्सच्या घराकडे निघाले.

नववर्षाची मेजवानी झाली त्यानंतर फादर जोसेफ तिकडे पुन्हा याआधी गेलेला नव्हता. एवढ्यातच अवकळा आलेले ते घर नजीक येताच त्याने एक उसासा टाकला. लोखंडी हूक गायब झाल्याने पुढले मोठे फाटक एका गजाच्या अंतराने उघडे पडले होते. अंगणात चिंध्या, कचरा आणि कुत्र्यांनी आणून टाकलेली हाडके विखुरली होती. अंगणाला, त्या साऱ्या जागेला व्यवस्थेचा, निगेचा स्पर्श कित्येक दिवसांत झालेला दिसत नव्हता. सदरेवरचा मोठा पिंजरा गलिच्छ झाला होता आणि आतले पोपट कर्कश ओरडत सारखे फडफडत होते. बाहेरच्या फाटकापासची घंटी ओ'रेलीने वाजवली तेव्हा बँजो वाजवणाऱ्या 'पाब्लो'ने विस्कटल्या केसांनी, मळक्या सदऱ्याने बाहेर धावत येऊन पाहुण्यांना आत घेतले. मोठाल्या

'लिव्हिंग रूम'मध्ये त्याने त्यांना नेले. ही ओकी आणि थंड वाटत होती. शेकोटी विझलेली होती. तिच्या जवळपासची स्वच्छतादेखील कोणी केलेली नव्हती. खुर्च्यांवर, खिडक्यांच्या कडांवर लाल धूळ साचली होती. काचेची तावदाने मळली होती. कसले तरी शिंतोडे त्यांवर साकळलेले दिसत होते. लिहिण्याच्या मेजावर रिकाम्या बाटल्या, चिकट ग्लास आणि चिरुटाची जळकी थोटके पडली होती. एका कोपऱ्यात हिरव्या वस्त्रात गुंडाळलेला 'हार्प' टेकून ठेवलेला होता.

पाब्लोने फादर्सना बसण्याची विनंती केली. त्याची मालकीण जरा आजारी असल्याने बिछान्यातच होती आणि स्वयंपाकिणीने तिचा हात भाजून घेतला असून इतर नोकराणी आळशी असल्याचे तो म्हणाला. त्याने तेवढ्यातल्या तेवढ्यात थोडा लाकूडफाटा आणून शेकोटी तयार केली.

काही वेळाने डोना इसबेला तिथे आली. सुतकाच्या पोशाखात ती होती. पोशाखाच्या काळ्या रंगाच्या विरोधाने तिची पांढुरकी काया उठून दिसत होती. तिचे डोळे लाल होते. मानेजवळच्या, कानाजवळच्या बटा फिकुटल्या होत्या, जवळजवळ राखी रंगाच्या झाल्या होत्या.

फादर व्हेलंटने तिला अभिवादन करून सांत्वनाचे आणि समजुतीचे चार शब्द सांगितल्यावर बरोबरच्या तरुण वकिलाने पुन्हा एकवार फार सौम्य सुरात तिला त्यांच्यापुढच्या अडचणीची आणि त्या परतवणे असेल तर काय करणे जरूर आहे, त्याची कल्पना देण्यास सुरुवात केली. ती मुग्धपणे बसून ऐकत होती. मधून मधून हातच्या लेसच्या रुमालाने डोळे, नाक टिपीत होती. तो म्हणत होता त्याचा अर्थ समजावून घेण्याचा तिचा प्रयत्न मुळीच दिसत नव्हता.

लवकरच फादर जोसेफचा संयम सुटला आणि तो स्वतः तिच्यापाशी गेला. त्यानं भराभर बोलण्याला सुरुवात केली, "माझ्या पोरी, तुझे दीर तुझ्या नवऱ्याच्या इच्छा फोल ठराव्यात म्हणून, तुझे आणि तुझ्या मुलीचे नुकसान व्हावे म्हणून आणि परिणामी चर्चलाही घस यावी म्हणून किती खटपट करीत आहेत. ही वेळ बालिश कुलीनतेची नाही. तुझ्या पतीच्या स्मृतीच्या होऊ बघणाऱ्या या अवमानाला पायबंद बसावा अशी तुझी इच्छा असेल तर तू मॅदमॉयसेल इनेझची आई असण्याइतकी वयस्क आहेस हे कोर्टात शपथेवर सांगायला हवेस. निश्चयाने तुझे खरे वय– त्रेपन्न वर्षे, खरे ना?– तू तिथे जाहीर करायला हवेस."

भीतीने इसबेलची मुद्रा जास्तच उतरली. खोल सोफ्याच्या दुसऱ्या टोकाशी ती गळून बसून राहिली. त्यातही मग तिच्या निळ्या नजरेत पुन्हा एक चमक आली. ती तिच्या कोपऱ्यातच प्रकर्षाने चुळबुळत राहिली. तिची पाठ भिंतीला टेकलेली होती.

भयग्रस्त नवलाने तिने म्हटले, "त्रेपन्न! हे मी याआधी कुणाकडून ऐकले

नव्हते. गेल्या वाढदिवसाला तर मी बेचाळीस वर्षांची झाले. चार डिसेंबरला तो येऊन गेला. अंतोनियो असता तर त्याने सत्य सांगितले असते, तसेच त्याने तुम्हाला मला दटावूही दिले नसते आणि कामाच्या गोष्टीही आपल्यात अशा त्याने होऊ दिल्या नसत्या, फादर जोसेफ. माझ्याशी कोणी व्यवहार बोललेले त्याला आवडत नसे.'' आपल्या चिमुकल्या रुमालात तोंड लपवून ती रडू लागली.

फादर लतूरने त्याच्या अति उत्साही 'व्हिकर'ला आवरले आणि तो स्वतः मादाम ऑलिव्हेर्सच्या नजीक, सोफ्यावर बसला. तिच्या अवस्थेबद्दल त्याला फार वाईट वाटले होते आणि बोलताना त्याचा स्वर फार मृदू होता. ''हे पहा मादाम ऑलिव्हेर्स, तुमच्या स्नेह्यांच्या आणि जगाच्या दृष्टीने तुम्ही बेचाळिशीच्या. तरी पण मनाने आणि कायेने तुम्ही त्याहूनही तरुण आहात. परंतु कायदा आणि चर्च या दोहोंच्या दृष्टीने हिशेब हवा तो व्यवहाराच्या रोखठोक पद्धतीचा. दृष्टीपेक्षा पुराव्याने पटण्याजोगा. कोर्टात तुम्ही एक वरवरच्यापुरता, तात्पुरता जबाब दिलात तरी तुमच्या स्नेह्यांच्या दृष्टीने काही तुम्ही वयस्क ठरणार नाही. तुमच्या चेहऱ्यावर काही त्याने एकदेखील सुरकुती वाढणार नाही. स्त्रीचे वय तिच्या चेहऱ्यावर असते ते, असे तर मानण्याची पद्धतच आहे.''

जरा गहिंवरून, ''तुम्ही असे म्हणता हा तुमचा भलेपणा, बिशप लतूर. पण एकदा मी तुम्ही सांगता असा जबाब दिला की पुन्हा तोंड वर काढण्याला या जगात मला जागा राहणार नाही. त्यापेक्षा इस्टेटीचा सारा पैसा 'त्या'च्या भावांना घेऊ द्या. मला नको तो.''

यासरशी फादर व्हेलंट जागचा ताडदिशी उठून तिच्याकडे डोळे वटारून पाहू लागला. जणू तशा डोळ्यांच्या क्षेपाने तो तिच्या अवनत मस्तकात नवा प्रकाश पाडणार होता. तो चीत्कारला, ''चार लाख पेसॉस, सिनोरा! उरलेले आयुष्यभर तुम्हाला, तुमच्या कन्येला सुखाचे दिवस लाभतील याची एकमात्र हमी! तुमच्या कन्येला काय भिकारीण बनवण्याचा तुमचा विचार आहे? ते लोक सारे सारे घेऊन बसतील.''

ती बाई म्हणाली, ''पण माझा त्याला इलाज नाही. नाहीतरी ती 'कॉन्व्हेण्ट' मध्ये जायचे असेच म्हणते आहे. आणि मला स्वतःला त्या पैशाचे महत्त्व वाटत नाही. 'त्या'च्या विना आता कशाला अर्थ उरला आहे?''

फादर जोसेफने तिचा थंडगार हात हाती धरला. ''परंतु तुमच्या विश्वासावर सोडण्यात आलेल्या त्या पैशांतल्या चर्चच्या वाट्याच्या भागाबद्दल तर तुम्हाला काळजी आहे? का तुमच्या वर्तनाने तुम्ही चर्चचा तो फायदाही गमावणार आहात? असे केलेत तर परिणाम काय होतील याचा विचार तुमचा तुम्ही केला आहे?''

फादर लतूरने कडक नजरेने 'व्हिकर'कडे रोखून पाहिले. ''पुरे.'' तो संथपणे

म्हणाला. व्हिकरने सोडलेला सिनोराचा हात हाती घेऊन, वाकून, त्याने आदरपूर्वक त्याचे चुंबन घेतले आणि तो म्हणाला, "जास्त आग्रह आपण करता कामा नये. मादाम ऑलिव्हर्सना, त्यांच्या अंतरात्म्यालाच काय ते ठरवू द्या. माझ्या मुली, मला मात्र वाटते की विचारांती तुला कळेल की वृथा मानाच्या तुझ्या कल्पनेचा त्याग केल्यानेच तुझ्या आत्म्याला शांती लाभेल. या बाबतीत केवळ ऐहिक बाजू पुरता विचार करायचा तर मुली, तुला दारिद्र्य जाचक होईल. त्या लोकांच्या भिकेवर तुला तुझा चरितार्थ चालवावा लागेल, होय ना? मला तरी असे घडलेले पाहण्याची इच्छा नाही. यात माझाही काही स्वार्थ आहे; नाही असे नाही. तू या घराची शान सांभाळून राहावेस आणि आम्हाला आमच्या कष्टप्रद कामात इथे केव्हा तरी घटकाभराचा विरंगुळा लाभावा हा माझा स्वार्थ. इथे ती गोष्ट आम्हाला दुर्लभ आहे."

मादाम ऑलिव्हेर्स रडण्याची थांबली. तिने मस्तक वर उचलले आणि ती डोळे कोरडे करू लागली. एकाएकी तिने बिशपच्या झग्याचे एक बटन पकडले आणि ती ते बेचैनपणे उलटसुलट फिरवू लागली.

बिचकतच ती म्हणाली, "फादर, इनेझची आई शोभायला मला तरुणपण ठेवून किती वयाचे झाले पाहिजे?"

बिशपला निर्णय देता येईना; तो कचरला, जरा शरमला, आणि हातानेच त्याने त्या प्रश्नाचे उत्तर ओ'रेलीकडे सोपवले.

हा तरुण वकील आदराच्या सुरात म्हणाला, "सिनोरा ऑलिव्हेर्स, ते बावन्न असायला हवे. तेवढे मी कोर्टात कबूल करवून घेऊ शकलो आणि तुम्ही त्यालाच चिकटून राहिलात तर ही केस मी जिंकून देतो."

"ठीक आहे मिस्टर ओ'रेली." तिने मस्तक वाकविले. पाहुणे जागचे उठले आणि निघाले तेव्हा ती धूळभरल्या जाजमांकडे नजर लावून बसली होती. "सर्वांसमक्ष!" ती जणू स्वतःशीच पुटपुटली.

घराकडे परतत असता, फादर जोसेफ म्हणाला की, त्याच्यापुरते बोलायचे तर एखाद्या सबंध इंडियन गावाच्या आंधळ्या श्रद्धांशी झगडणे त्याला, एका गोऱ्या बाईच्या मानाच्या खोट्या कल्पनेशी झगडण्यापेक्षा परवडले असते.

बिशप म्हणाला, "असला प्रसंग पुन्हा नको. यापेक्षा दुसरे काहीही मला परवडेल. इतक्या कठोर अशा एखाद्या कामात मी कुणाला यापूर्वी साहाय्य केले असेन असे मला तरी वाटत नाही."

वॉइड ओ'रेलीने ऑलिव्हेर्स बंधूंना त्या केसमध्ये हरवले. केस जिंकली. कोर्टातल्या सुनावणीला हजर राहण्याला बिशप तयार झाला नाही; परंतु फादर

जोसेफ मात्र प्रेक्षकांच्या उभ्या गर्दीत उपस्थित होता. ओ'रेलीने मनातल्या भयापोटच्या अनिश्चिततेने त्याच्या अशिलाकडे बोट रोखून तो प्रश्न केला तेव्हा फादर जोसेफचे पाय क्षणभर लटपटले.

"सिनोरा ऑलिव्हेर्स, तुमचे वय बावन्न वर्षांचे आहे, होय किंवा नाही?"

मादाम ऑलिव्हेर्सच्या अंगावर सुतकाचाच गडद काळा पोशाख होता आणि त्यावर तिची पांढुरकी मुद्रा जास्तच फिक्कट दिसत होती.

"होय, महाराज." जेमतेम ते शब्द कोर्टाला ऐकू गेले.

निकाल जाहीर झाल्यानंतरच्या रात्री, मानुएल शावेझ अंतोनियोच्या अनेक जुन्या स्नेह्यांसहित मादाम ऑलिव्हेर्सचे अभिनंदन करण्याकरता आला. तो येणार ही बातमी आधीच गावात पसरली होती आणि इतरही अनेक परिचित माणसे, बाहेरच्या माणसांना वर्ज्य असलेल्या त्या घरी जाऊन यायच्या तयारीतच होती. संध्याकाळी घरात बरीच गर्दी जमली. यात लष्करी अधिकारीही होते, ऑलिव्हेर्स बंधूंचे जुने, वंशपरंपरागत शत्रूही यात होते.

पुन्हा एकवार गजबजलेले घर पाहून स्वयंपाकिणीने घाईघाईने स्वयंपाक केला. पाब्लोने पांढरा सदरा आणि व्हेल्वेटचे जाकीट चढवले. धन्याच्या संग्रहीचे उत्कृष्ट मद्य तो पाहुण्यांकरता आणून पुरवू लागला. यात व्हिस्की होती, शेरी होती. (मेक्सिकनांना फसफसल्या मद्याची चव विशेष. याआधी काही वर्षे, सँता फेमधल्या मेक्सिकन लष्करी अधिकाऱ्यांशी काही विशेष राजकीय वितुष्ट आलेल्या एका अमेरिकन व्यापाऱ्याने त्यांची मर्जी पुन्हा संपादन करण्याकरता त्यांना शांपेनचा मोठा साठा नजर केला होता. नक्की सांगायचे तर त्या तीन हजार तीनशे ब्याण्णव बाटल्या होत्या!)

पाहुणचाराचे वातावरण त्या घरात अचानकच स्फुरले, पूर्वतयारी बिलकूल नव्हती. मद्याच्या चषकांवर धूळ साचलेली होती ती पाब्लोने अंगातून काढलेल्या सदऱ्यानेच भराभरा पुसून काढली आणि कोणी न सांगता सुचवताच तो मद्याचे भरलेले चषक पाहुण्यांपुढे वारंवार नेत सुटला. डोना इसबेलानेदेखील थोडी शांपेन घेतली; सैन्यातल्या तरुण जॉर्जिअन, कॅप्टनच्या आग्रहाने तिने एक चषक रिता केल्यावर नजीकच्याच शेजारी फर्दिनद सांशेझच्या सांगीवरून आणखी एक घेणे प्राप्तच झाले. तिच्या नवऱ्याचा तो विश्वासू मित्र तर होता! प्रत्येक जण उल्हसित होता, नोकरचाकर आणि पाहुणे सारख्याच उमेदीत वावरत होते. पावसाच्या पहिल्या सरीनंतरच्या बागेसारखे सारे वातावरण टवटवले होते.

इतकी माणसे जमणार याची वार्ता फादर लतूर वा फादर जोसेफला नव्हती. ते सकाळी आठ वाजताच त्या विधवेच्या भेटीकरता निवासस्थानाहून निघाले.

अंगणात शिरतात तो आतले संगीताचे सूर आणि सताड उघड्या खिडक्या पाहून त्यांच्या आश्चर्याला पारावार उरला नाही. दार वाजवण्याला न थांबताच त्यांनी आत प्रवेश केला. बऱ्याच मेणबत्त्या तेवत होत्या. सर्व बटने लावलेल्या पायघोळ कोटात पाहुणे उभे होते. ओ'रेलीने आणि लष्करी अधिकाऱ्यांनी मद्याच्या साठ्याशी कोंडाळे केले होते. तिथे पाब्लो, मनगटाला पांढरा नॅपकिन बांधून रिकाम्या चषकांत शांपेन ओतीत होता. खोलीच्या दुसऱ्या टोकाकडून हार्पचे सुस्वर उठत होते आणि त्यात मिसळून डोना इसबेलाचा आवाज :

"लिसन टु द मॉकिंग बर्ड...

लिसन टु द मॉकिंग बर्ड!"

ते गाणे संपेपर्यंत ते दोघे धर्मगुरू दाराशी थांबले, नंतर यजमानिणीला अभिवादन करण्याकरिता पुढे झाले. मनाच्या व्यथित स्थितीतही शक्य आणि योग्य तेवढे झगझगीत कपडे तिने घातले होते आणि केसांच्या बटा पूर्वीसारख्या पुन्हा रुळत, झुलत होत्या. उजव्या कानामागे तीन, कपाळाच्या एकेका उंचवट्यावर एक आणि आगेमागे त्यांची एक छोटीशी रांगच. काळ्या पोशाखातल्या या दोन आकृती आपल्या दिशेने येत असल्याचे ध्यानी येताच तिने 'हार्प'वरचे हात खाली केले, आणि दोघांपुढे दोन हात करीत ती जागची उठली. तिच्या नजरेत चमक होती, आणि या धर्मगुरूंविषयीच्या जिव्हाळ्याने तिची मुद्रा उजळून निघाली होती. मात्र तिने त्यांचे स्वागत केले ते जरा दटावणीच्या आणि सर्वांना ऐकू जावे अशा सुरात :

"फादर जोसेफ, तुम्हाला मी केव्हाही क्षमा करणे शक्य नाही आणि तुम्हालाही, बिशप लतूर. माझ्या वयाबद्दल कोर्टात तुम्ही चक्क मला खोटे बोलायला लावलेत!"

मोठ्या हशात आणि टाळ्यांच्या गजरात त्या दोघा धर्मगुरूंनी मस्तके वाकविली.

सातवा खण्ड

१.

भोवतालच्या आणि बाहेरच्याही अनेक घटनांनी बिशपचे त्या भागातले कार्य काही वेळा जोम धरी, तर काही वेळा त्यात अडथळेही निर्माण होत.

फादर लतूर सँता फेला येण्याआधी तीन वर्षे, 'गॅड्सडेन सौदा' या नावाने ओळखल्या जाणाऱ्या एका सौद्याने अमेरिकेने मेक्सिकोकडून बराच प्रदेश खरेदी केला होता. (आज हा न्यू मेक्सिकोचा दक्षिण भाग आणि आरिझोना म्हणून ओळखला जातो.) या संदर्भात रोमच्या वरिष्ठ पदाधिकाऱ्यांनी फादर लतूरला कळवले होते की हा नवा टापू त्याने त्याच्या अखत्यारीत रिचवावयाचा होता. परंतु राष्ट्रीय सीमांमुळे अनेकदा अखंड 'पॅरिशेस' खण्डित होत; त्यामुळे 'चर्च'च्या या टापूबाबत चिहुआहुआ आणि सोनोराच्या मेक्सिकन बिशपांशी वाटाघाटी होणे आवश्यक होते. या वाटाघाटींसाठी जायचे तर सुमारे चार सहस्र मैलांचा प्रवास करावा लागणार होता. फादर व्हेलंट म्हणाला त्याप्रमाणे घोड्यांवरच्या दोन मिशनऱ्यांना इतिहासाच्या धावेशी बरोबरी करणे शक्य नाही, हे अद्याप रोममध्ये कुणाला कळलेले नव्हते.

काही वर्षे हा प्रश्न तसाच भिजत पडला होता, त्यावर ढीगभर पत्रव्यवहार झाला होता. अखेर १८५८मध्ये फादर व्हेलंटला संबंधित मेक्सिकन बिशपांशी चर्चा करून सीमा प्रश्न सोडविण्याकरता बिशपने धाडून दिले. तो शरदात निघाला आणि सबंध हिवाळा त्याला वाटचालीत घालवावा लागला. एल पासो डेल नॉर्तहून पश्चिमेकडे ठुस्कॉनला, तिथून सँता मॅग्डालेना आणि ग्यामाजला. ग्यामाज

हे कॅलिफोर्नियाच्या सामुद्रधुनीतले सागरी बंदर. घराकडे परतण्याआधी काही जलप्रवासही त्याने केला.

परतीच्या प्रवासात पिण्याला गढूळ पाणी आणि उघड्यावर वावर यामुळे हिवतापाने तो पछाडला गेला आणि ॲरिझोनाच्या वाळवंटात तो काही दिवस रुग्णावस्थेत बेहोष पडून होता. एका इंडियन निरोप्याने त्याच्या आजाराची वर्दी सँता फेला आणली आणि फादर लतूर आणि जाकिंतो न्यू मेक्सिकोवाटे निम्मा आरिझोना पार करून त्याच्यापर्यंत पोचले आणि टप्प्याटप्प्याने त्यांनी त्याला परत सँता फेला आणले.

दोन महिने तो बिशपच्या घरी आजारीच होता. सँता फेला आल्यावर त्याने आणि बिशप लतूरने लावलेल्या बागेची मजा लुटण्यास दोघेही एकत्र असण्याची ही पहिलीच खेप.

तो मेरीचा महिना होता. मे महिना होता. फादर व्हेलंट एका लष्करी बाजेवर, अंगावर पांघरूण घेऊन बागेत द्राक्षवेलींखाली पहुडला होत. बिशप आणि माळी बागेतल्या भाजीच्या वाफ्यात काम करीत होते, त्यांना न्याहाळत होता. सफरचंदाची झाडे बहरली होती, चेरीचा बहर उलटून गेला होता. वसंत ऋतूतल्या वाऱ्याच्या झुळकांनी हवा आणि धूळ वारंवार एकमेकांत मिसळत होती. सर्वभर सूर्यप्रकाश पसरला होता आणि तो लाल धुळीने भरला होता. जमिनीच्या अनेक गंधांनी नाकपुड्या भरून जात होत्या, आणि पायाखालच्या हिरव्यागार गवतात निळ्या आभाळाचे प्रतिबिंब सापडत होते.

सहा वर्षांपूर्वी योजिलेली, आखलेली ही बाग. सेंट लुईहून गाडीने बिशपने लॉरेटोच्या सिस्टर्सबरोबर फळझाडे आणवली होती. या सिस्टर्स 'अ‍ॅकेडेमी ऑफ अवर लेडी ऑफ लाइट'च्या स्थापना कार्याकरता आलेल्या होत्या. ते विद्यालय आता चांगले नावारूपाला आले होते, लोकांच्या उपयोगी येत होते. झाडेही मोठी होऊन फळाफुलांनी डवरत होती. त्यांच्या कलमांनी आसपासच्या अनेक मेक्सिकन बागा शोभत होत्या. बिशप बाल्टिमोरच्या प्रवासाला गेला असता, फादर जोसेफने, अनेक अधिकृत कामांच्या जोडीला, त्यांच्या मेक्सिकन नोकराणीला, फ्रुक्तोसाला, स्वयंपाकाचे धडे दिले होते. पुढे बिशप लतूरने फ्रुक्तोसाच्या नवऱ्याला, त्रांक्विलिनोला हाती धरून त्याला बागकामात तयार केले. त्यांनी मग बागेच्या विकासाच्या मोठ्या योजना आखल्या होत्या. त्यानंतर बिशपने त्या दिशेने खूपच काम केले होते. नाही तरी त्याला छंद हा एवढाच होता.

चर्चच्या अंगणातून विद्यालयाकडे जाणाऱ्या वाटेवर दुतर्फा कोवळ्या पॉप्लर्सच्या हारी होत्या. दक्षिणेकडे, मातीच्या भिंतीलगत, ते तिथे आले तेव्हापासून वाढत

असलेली काही वेड्यावाकड्या फांद्यांची 'टॅमारिस्क' झाडे हारीने उभी होती. त्यांच्याकडे कोणीच लक्ष दिले नव्हते आणि वाईट जागी उगवून, जगण्याकरता एकाकी धडपडताना त्यांच्या फांद्यांना 'सायप्रस'चा निबरपणा आला होता. ते खूप पुरातन, गुळमळीत आणि अधूनमधून नाजूक गुलाबी फुलांनी बहरण्याचा वर असलेले खांबच वाटत होते.

इतर साऱ्या झाडांपेक्षा फादर जोसेफला याच टॅमारिस्क झाडांबद्दल प्रेम वाटे. त्याच्या साऱ्या फिरतीत या झाडांची त्याला सोबत झाली होती. न्यू मेक्सिको आणि आरिझोनाच्या वैराण प्रदेशातून फिरत असता मेक्सिकन वस्तीशी आले की न चुकता ही झाडे त्याचे स्वागत करीत. घरचे तट्टू त्याच्या बुंध्याला बांधलेले असे, बाजूला कोंबड्या जमीन उकरीत असत, त्याच्या छायेत कुत्री विसावलेली असत आणि त्याच्या फांद्यांवर धुतलेले कपडे वाळत घातलेले असत. फादर लतूर नेहमी म्हणे की या जमिनीला, इथल्या घरांना, माणसांना शोभावीत आणि त्यांच्या उपयोगी यावीत अशाच पद्धतीने जणू या झाडांचा आकार, रंग घडविण्यात आला होता. त्यांचा बहरही बराचसा मातीच्या रंगाच्या वेगळ्या छटेचा असे. त्यांच्या बुंध्यांवर लाल सोनेरी रंगाच्याच विविध छटा असत. बिशपच्या असल्या गोष्टीविषयींच्या व्यासंगाबद्दल फादर जोसेफला आदर होता; परंतु त्याला स्वतःला ही झाडे आवडत; कारण ती 'जनते'ची झाडे होती. प्रत्येक मेक्सिकन कुटुंबात माणसांइतके अशा झाडाचे अस्तित्व अपरिहार्य असे.

हे दिवस फादर व्हेलंटला फार सुखाचे, समाधानाचे जात होते. त्याच्यापुरता वर्षातला पवित्र महिना म्हणून हा महिना त्याच्या बालपणी त्याने ठरवूनही, गेली कित्येक वर्षे तशा स्वस्थपणे आणि चिंतनात गढून त्याला तो पाळता आलेला नव्हता. त्याच्या धर्मोपदेशकाच्या जुन्या जीवनात, ग्रेट लेक्स भागातल्या आयुष्यात, या दिवसात तो दैनंदिन व्यवहारांतून जवळजवळ मुक्त होऊन धर्मकर्मांत हा काळ घालवी. इथे मात्र तशी उसंत नव्हती. गत वर्षी मेमध्ये, होपिइंडियन्सच्या भागाकडे तो निघालेला होता. दिवसाला तीस मैल कापीत होता. वाटेत कोणाची लग्ने लावीत होता. कोणाचे 'बॅप्टिझम्स' करीत होता आणि कुणाच्या 'कन्फेशन्स' ऐकून घेत होता. रात्री वाळूच्या टेकडात मुक्काम टाकायचा. पुन्हा भल्या सकाळी पुढल्या वाटेला लागायचे. व्यवहारातल्या अनेक विचारांनी आणि दगदगींनी धर्मकर्मांत सारखा व्यत्यय येई.

परंतु यंदा, या आजारामुळे, हा मेरीचा महिना मेरीसाठीच व्यतीत करण्याची संधी लाभली होती. जागृतीतले बहुतेक तास तो तिच्या चिंतानात घालवीत होता. तिच्या कृपेच्या छायेत रात्री निवान्त झोपत होता. सकाळी तो जागा होई तेव्हा, डोळे उघडण्याआधी, हवेत एक विशेष मधुर गंध त्याला जाणवे– मे. मेरीचा

महिना. Alma Mater redemptoris! पुन्हा एकवार एखाद्या तरुण धर्मनिष्ठाच्या उत्साहाने तो पूजा करू शकत होता. कसली घाई नव्हती की मिशनऱ्यांच्या पाचवीला पुजलेली चिंता नव्हती. पुन्हा एकवार हा महिना त्याच्या हक्काचा उरला होता. देवदयेने हे घडले होते. त्याच्या धार्मिक जीवनात याचे महत्त्व फार होते.

जुन्या काळच्या एका स्मृतीने त्याच्या जिवणीवर स्मित पसरले. तो काळ– पुय-ड-डोममध्ये सेंड्र गावी तो 'क्युरेट' असतानाचा काळ– तारुण्याचा काळ. मे महिन्यात व्हर्जिन मेरीच्या उपासनेचा नवाच विशेष बेत त्याने मनात योजला होता. आणि आयत्या वेळी त्याच्या वरिष्ठ म्हणून काम करणाऱ्या म्हाताऱ्या धर्मगुरूने त्याच्या या बेताला सुरूंग लावला होता. त्याने निर्विकार नापसंती व्यक्त केली. म्हातारा जुन्या पठडीतला, कडक शिस्तीचा आणि काहीसा 'जान्सेनिझम'च्या वळणावरचा होता. तरुण फादर जोसेफने त्याचा नकार अत्यंत लीनतेने स्वीकारला आणि विषादयुक्त मनाने तो आपल्या खोलीकडे निघून गेला. मग 'रोजरी' घेऊन तो दिवसभर प्रार्थनेत गढला होता : "Not according to my desires, but if it is for thy glory; grant me this boon, O Mary, my hope." मेरी माते, माझ्या इच्छेखातर नव्हे, तुझ्या माहात्म्याखातर मला एवढा वर दे, माझी इच्छा पुरव... त्याच दिवशी संध्याकाळी म्हाताऱ्या 'पॅस्टर'ने त्याला बोलावून घेतले आणि सकाळी कठोरपणे नाकारलेली परवानगी त्याला आपखुशीने दिली. किती आनंदाने सिस्टर फिलोमेनला त्याने हे लिहून कळवले होते. त्या काळात ती त्याच्या 'रिओम' गावी 'व्हिजिटेशन'च्या जोगिणींत राहून शिकत होती. आपल्या मे महिन्याच्या व्रताखातर कागदाची काही सुंदर फुले करून पाठवण्याला त्याने तिला कळवले होते आणि तिने तरी किती तत्परतेने, किती प्रकारची फुले करून धाडली होती. 'पॅरिश'मधल्या लोकांनी– विशेषतः तरुण-तरुणींनी– मोठ्या प्रमाणावर वेळोवेळी उपस्थिती ठेवून त्याचे व्रत यशस्वी केल्याचे कळल्यावर तिला त्यांच्याइतकाच आनंद झाला होता. फादर व्हेलंटचे कुटुंब तसे फार आटोपशीर होते, ऋणानुबंधाच्या चिवट धाग्यांनी दृढपणे बांधले गेलेले होते. लहान असतानाच त्या भावंडांची आई गेली होती. त्यामुळे एकमेकांतले दुवे घट्ट बसलेले होते. या बहिणीशी तर त्याने आपले सारे आध्यात्मिक जीवन, सुखे, दुःखे वाटून उपभोगली होती.

तेव्हापासून नेहमी, त्याच्या स्वतःच्या पूर्वायुष्यातले बहुतेक महत्त्वाचे ठळक प्रसंग या पवित्र मे महिन्यात घडत आले होते. जणू 'ॲनन्सिएशन' साजरे करण्याकरता या महिन्यात दर साल जग शुभ्र वस्त्रे परिधान करून किंचित्काल प्रत्यक्षात 'क्राइस्टची वधू' ठरावे इतके सुंदर होई. मेमध्येच, आयुष्यातला सर्वांत निर्घृण अनुभव घेण्याची संधी त्याला मिळाली होती. त्याला त्यांचा देश सोडावा

लागला होता, आवडत्या बहिणीचा आणि बापाचा वियोग घडला होता, (तो तरी किती दुःखद परिस्थितीत!) आणि मिशनऱ्याचे कष्ट उपसण्याकरिता त्याला 'नव्या जगा'कडे यावे लागले होते. हा वियोग वियोग नव्हता– ही पळवाट होती– पळपुटेपणा होता– कोणत्या तरी उच्च गोष्टीसाठी कौटुंबिक कर्तव्याशी केलेला तो द्रोह होता. आता तो त्या आठवणीवर हसू शकत होता; परंतु त्या वेळी मात्र तो सारा मामला भयंकर वाटला होता. बिशपलाही तो आठवत असावा. त्या विशिष्ट काळात फादर लतूरविषयी त्याच्या मनात वसत होता तो आदर होता म्हणूनच आज तो सँता फेच्या या बागेत असा विचार करीत पहुडला होता. तसे म्हटले तर फादर लतूरच्या विनंतीला मान देऊन त्याने कदापि त्याचे आवडते संडस्की गाव सोडले नसते, या हालकष्टांत उडी घेतली नसती; परंतु त्या वेळी फादरने ती गोष्ट काढताच त्याला वाटले, 'खरेच, आता ते अडचणीत आहेत. मूढ आहेत. त्या दिवशी रस्त्याकडेला आम्ही उभे होतो. पॅरिसच्या 'व्हिजिलन्स'ची प्रतीक्षा करीत होतो आणि माझा हेतूच फसला होता. तेव्हा त्यांनी तर मला गोंधळातून मूढावस्थेतून बाहेर ओढले. वाचविले. मला त्यांना साहाय्य केलेच पाहिजे.'

फादर व्हेलंटला तोही काळ स्मरला, अगदी नजीकचा वाटला आणि डोळ्याकडेचे साकळले पाणी त्याने निपटून काढले. (आजारपणातल्या दुबळ्या अवस्थेमुळे तो बराच हळवा झाला होता.) त्याने चश्मा पुसला आणि म्हटले,

"फादर लतूर, जरा विश्रांती घ्या आता. फार वेळ तसे अवघडून काम करताहा."

बिशप आला, आणि जवळच्या एका हातगाडीवर बसला.

"जोसेफ, मला वाटू लागले आहे की यापुढे आता तू लवकर बरा व्हावास म्हणून मी प्रार्थना करू नये! माझा व्हिकर हाताशी हजर ठेवण्याचा मार्ग एकच; त्याला आजारी पाडणे."

फादर जोसेफ हसला.

"बिशप, तुम्ही तरी सँता फेमध्ये असे फार कुठे असता?"

"या उन्हाळ्यात तरी राहणार म्हणतो आणि तुलाही ठेवता यावे अशी इच्छा आहे. यंदा माझ्या बागेतली कमळे तुला दाखवतो. त्राक्विलिनो यंदा माझ्या तळ्यात पाणी सोडील." हे तळे म्हणजे बागेच्या मध्यावरचे एक डबके होते. पाणी हेरून ते इष्ट जागी वळवण्यात कोणाही मेक्सिकनाप्रमाणे तरबेज आणि कल्पक असणाऱ्या त्रांक्विलिनोने सँता फेनजीकच्या कपारीतल्या एका झऱ्याचे पाणी इकडे वळवले होते. "गेल्या उन्हाळ्यात, तू इथे नव्हतास तेव्हा," बिशप पुढे म्हणाला, "या डबक्यात निदान शंभर एक कमळे आम्ही फुलवली होती. सारी रोममध्ये शोभेला मांडतो त्या जातीची."

"कधी फुलतात ती?"

“जूनमध्ये फुलायला सुरुवात होते, परंतु खरा बहर पाहावा जुलैमध्ये.”

“मग जरा घाई करायला हवी तुम्हाला त्यांना. कारण माझ्या बिशपच्या परवानगीने मी जुलैमध्ये इथून जाईन म्हणतो.”

“इतक्या लवकर? ते कशाला?”

फादर व्हेलंट पांघरुणाखाली जरा अस्वस्थपणे चाळवला. “जीं, उपेक्षित कॅथॉलिकांना शोधून मार्गावर आणण्यासाठी. हे उपेक्षित कॅथॉलिक्स तुमच्या नव्या प्रदेशातले, टुस्कॉननजीकचे. धर्मगुरू कसा असतो तेही यातल्या अनेक कुटुंबीयांनी कधी पाहिलेले नाही. या खेपेला तिथल्या घराघरात जाऊन, प्रत्येक लहानसहान वसतीत शिरून हे लोक गाठायचे आहेत. त्यांच्यापाशी अमाप श्रद्धा आहे, भक्ती आहे, आणि काही चुकीच्या अंध समजुतीव्यतिरिक्त तिला क्षेत्र नाही. त्यांना प्रार्थना येते ती सारी चुकीची. त्यांना वाचता येत नाही, आणि कोणी शिकवायला नसल्याने त्यांना मार्गावर तरी कोण आणून सोडणार? खूप सकस परंतु पाण्याविना मरणाऱ्या, निरुपयोगी होणाऱ्या बीजासारखी त्यांची अवस्था आहे. केवळ कोणी त्यांना गाठले तर सारे चर्चच्या सेवेत रुजू होतील. या मेक्सिकनांत मी जितका जास्त काम करतो, तितके जास्तच वाटू लागले आहे की यांच्याबद्दल प्रभू म्हणाला असला पाहिजे, ‘Unless ye become as little children.’ जगाच्या व्यवहारात तरबेज नसलेले, स्वार्थावर आणि भौतिक विकासावर नजर नसलेले असे लोकच हे उद्‌गार काढतेवेळी त्याच्या मनात असावेत. आमच्याकडच्या खेडवळांसारखे हे लोक कंजूष नाहीत. खासगी मालमत्तेचे कौतुक त्यांना नाही. भौतिक मूल्यांची जाणच त्यांना नाही. एखाद्या गावात काही तास मी मुक्काम टाकतो, मी धर्मविधी उरकतो, ‘कन्फेशन्स’ ऐकतो, प्रत्येक घराघरातून ‘रोजरी’ म्हणा, एखादे धार्मिक चित्र म्हणा, अशी काही माझी खूण ठेवून निघतो, आणि निघताना वाटते ते फार काही सुख प्राप्त करून दिल्याचे समाधान. उपेक्षेने ईश्वरापासून तुटल्या स्थितीत ठेवलेल्या निष्ठावान जीवांना मुक्त केल्याचे सुख.

“टुस्कॉननजीक एका ठिकाणी ख्रिस्ती झालेल्या एका पिमा इंडियनने मला, त्याच्याबरोबर वाळवंटात जाऊन तो दाखवील ते फार महत्त्वाचे काही पाहण्याला विनवले होते. त्याने मला नेले ते एका रानटी स्थळी. हे स्थळ एवढे रानटी होते की नवागताला त्याला तिथे आणणाऱ्या माणसाविषयी अविश्वास आणि स्वतःच्या जिवाची काळजीच वाटावी. काळ खडकाच्या एका कपारीत आम्ही उतरलो. आणि तिथे, एका गुहेच्या खूप आत त्याने मला ‘मास’ साजरा करण्याकरता वापरण्याची सोन्याची ‘चलिस’, आणि धार्मिक वस्त्रे दाखविली. स्थानिक मिशनवर ‘ॲपेक’ इंडियनांनी हल्ला केला, ते लुटले, तेव्हा त्याच्या पूर्वजांनी हे साहित्य इथे आणून लपवून ठेवले होते. किती जुन्या काळी, ते त्यालाही माहीत नव्हते,

त्याच्या कुटुंबात ही गुप्त गोष्ट पिढीकडून पिढीला मिळत त्याच्यापर्यंत पोचली होती. आणि ईश्वराला त्याच्या जागी प्रस्थापित करण्याकरता त्या भागात त्यानंतर गेलेला मी पहिला धर्मगुरू. त्या रानवट भागात, श्रद्धा एखाद्या गुप्त खजिन्याच्या स्थितीत आहे. ते ती राखतात; परंतु तिचे करावे काय, आणि ती आत्मोन्नतीकरता कशी वापरावी, हे त्यांनाही कळत नाही. त्या आत्म्यांना त्यांच्या बंधनातून मुक्त करण्याला एखादा शब्द, एखादी प्रार्थना, एखादे प्रवचन पुरते. मला त्या मिशनविषयी जरा जादा प्रेम आहे हे मी कबूल करतो. ईश्वराच्या त्या उपेक्षित लेकरांना पुन्हा प्रभूच्या पायाशी नेणारा मी ठरावा, ही माझी आस आहे. माझ्या आयुष्यातले हे सर्वश्रेष्ठ सुख ठरेल.''

या विनंतीला बिशपने तात्काळ काहीच उत्तर केले नाही. अखेर तो बोलला तो अत्यंत गंभीरपणे : ''फादर जोसेफ, हे समजून घे की, मला तुझी इथे फार गरज आहे. एका माणसाला इथले काम अनावर आहे.''

पांघरुणे झुगारत, पाय भुईवर टेकत फादर म्हणाला, ''परंतु त्यांना माझी आवश्यकता आहे तेवढी तुम्हाला नक्कीच नाही. माँटफेरँडचा आपला एखादा फ्रेंच धर्मगुरू माझे इथले काम करू शकेल. इथले काम थोड्या फार अकलेने करता येणारे आहे. परंतु तिकडे काम आहे ते अंतःकरणाचे, एका विशेष सहानुभूतीचे, आणि आपल्या नव्या धर्मगुरूंना त्या लोकांशी माझ्याइतके समजून वागता येणार नाही. मी तर जवळजवळ मेक्सिकनच झालो आहे! मिरच्या आणि मटण चरबीची आवड तर मी लावूनच घेतली आहे. त्यांच्या असमंजस पद्धतींनी आता मला अवमानित वाटत नाही आणि त्यांचे दोषच मला आवडू लागले आहेत. मी त्यांचा माणूस आहे!''

''निःसंशय, निःसंशय! तरीही तात्पुरते सध्या तू पडून राहावेस असे मला बजावून सांगितलेच पाहिजे.''

फादर व्हेलेंट संकोचून, शरमून मागे उशावर पहुडला आणि बिशप बागेत टमारिक्स झाडांच्या दिशेने जरा फिरल्यासारखे करून परत आला. त्याची चाल धीमी होती. पावलात निश्चितता आणि बांध्यात कठोरतेचा स्पर्श नसलेला ताठा होता. मस्तकाची ठेवण निर्दोष होती. यामुळे कोणत्याही परिस्थितीत सूत्रे त्याच्या हाती असावीतसे वाटे. त्याच्या मनात एक संघर्ष माजला आहे हे कोणालाही वरपांगी जाणता आले नसते. फादर जोसेफच्या कळकळीच्या विनंतीमुळे त्याचा सारा बेत विस्कटून गेला होता आणि त्याची मोठी निराशा झाली होती. एकच गोष्ट करण्याकरता उरली होती... आणि टमारिस्कच्या झाडांपाशी पोचण्याआतच त्याने ती केली. त्याच्या मनातले विचार थांबवण्याकरता, गाडण्याकरता त्याने त्या झाडांच्या फुलांचा मोठा सडा भुईवर पाडला आणि मग पूर्वीच्याच सहज,

कृत्रिम चालीने चालत येऊन तो फादर जोसेफच्या बाजेशी सस्मित उभा राहिला.

तो म्हणाला, ''या बाबतीत तुझी भावना तुला मार्गदर्शक व्हायला हवी, जोसेफ. तुझ्या मार्गात मी तुला अडवणार नाही. सध्या तुझ्या तब्येतीबाबत काही काळजी घेण्याचा आग्रह मी तुला करीन; परंतु बरा होशील तेव्हा मनाला अधिक ओढ वाटते त्या कामात जाऊन उडी घे.''

काही क्षण दोघेही स्तब्ध होते. सूर्यप्रकाशाने दिपून फादर जोसेफने डोळे मिटून घेतले. फादर लतूर विचारात गढून गेला. त्याच्या नाजूक, बेचैन बोटांत तो 'टमारिस्क'ची एक कळी चाळवत, हाताळत होता. त्याच्या हातात अधिकारांची एक विलक्षण छटा होती आणि तरीही सर्वसाधारणपणे धर्मगुरूच्या हातात सापडते ती स्वस्थता मात्र नव्हती. ती बोटे सदा कसल्या तरी संशोधनात वळवळत, कसले तरी पक्के निर्णय घेत.

पंखांच्या जोरजोराच्या उघडझापीने दोघेही एकदमच भानावर आले. कबूतरांचा एक झगझगीत थवा त्यांच्या माथ्यावरून बागेच्या दुसऱ्या टोकाला उडत गेला. विद्यालयाच्या मैदानाकडे जाणाऱ्या वाटेवरच्या तेथल्या फाटकावाटे त्याच वेळी एक स्त्री प्रवेशत होती. कबूतरांना खाऊ घालण्याकरता आणि फुले खुडण्याकरता ती आली होती. दर दिवशी ती या कामाकरता या वेळी येई. या महिन्यात विद्यालयाच्या 'चापेल'मधल्या 'आल्टर'ची सजावट करण्याचे काम सिस्टर्सनी तिच्याकडे सोपवले होते आणि बिशपच्या बागेतल्या सफरचंदाच्या झाडांच्या फुलांकरता आणि डॅफोडिल्सकरता ती आली होती. चकाकत्या पंखांच्या झपाट्यातच ती पुढे आली आणि त्रांक्विलिनो हातची कुदळ खाली टाकून तिला पाहत राहिला. एका क्षणी कबूतरांचा तो सारा थवा उडताना अशा जागी आला की सूर्यप्रकाशाच्या दीप्तीत हरवला, पाण्यात मीठ एकजीव होते तसा प्रकाशात एकरूप झाला. पुढल्या क्षणी सूर्याच्या किरणांखालून काळ्या, चंदेरी आकृती धारण करून तो पुढे गेला. मॅग्डालेनाच्या अंगाखांद्यावर उतरून तो विसावला. तिच्या हातचे दाणे टिपून खाऊ लागला. तिच्या ओठात तिने पावाचे तुकडे धरताच दोन कबूतरांनी तिच्या चेहऱ्यापुढे हवेत तरंगून पंख हलवीत त्याच्यावर चोची मारल्या. आता ती वाढली होती, सुरेख दिसत होती.

फादर व्हेलंट पुटपुटला, ''आता हिला पाहून काण म्हणेल की क्रौर्य आणि वासनांच्या बजबजाटातून आम्ही हिला सोडवून आणली? ख्रिश्चॅनिटीच्या अगदी आरंभापासून इथल्याइतके कार्य कुठे घडलेले नसेल.''

बिशप विचारमग्न राहूनच म्हणाला, ''अद्याप सत्ताविशा-अठ्ठाविशीचीच आहे ती. तिचे लग्न नव्याने करून द्यावे की काय असे अलीकडे मला वाटते. तशी ती वर वर समाधानी वाटली तरी तिच्या नजरेत केव्हा केव्हा मला व्यथाही जाणवली

आहे. आपण तिला प्रथम पाहिले तेव्हाचा तिच्या नजरेतला भेसूर आशय आठवतो तुला?''

''कसा विसरेन मी तो!'' फादर व्हेलंट म्हणाला. ''परंतु तिची उभी काया बदलली आहे. तेव्हा ती आकारहीन, हडकुळी पोर होती. मला तर ती अर्धवटही वाटली. छे, छे, या जगातली फार वादळे तिने पार केली. इथे ती सुखात आहे, सुरक्षित आहे.'' फादरने मॅग्डालेनाला हाकारले. ''मॅग्डालेना, मॅग्डालेना, माझ्या मुली, इकडे ये. जरा आमच्याशी गोष्टी कर. फार काळ एकमेकांनाच पाहून माणसे कंटाळतात.''

२.

उन्हाळ्याच्या मध्यापासून फादर व्हेलंट आरिझोनाबाहेर होता. आता डिसेंबर उजाडला होता. बिशप लतूरच्या मनावर एक प्रकारची विरक्ती, एक प्रकारचा संभ्रम दाटला होता. त्याच्या बालपणापासून कुठेही असला तरी केव्हा केव्हा अशी भावना त्याला होत आली होती आणि त्याला अगदी एकाकी वाटत आले होते. आताही तो त्याचा पत्रव्यवहार सांभाळीत होता, आपल्या टापूत पाहणीकरता फिरतीवर जात होता आणि परत येत होता, 'पॅस्टर'विना मिशन्समध्ये प्रवचने करीत होता, सिस्टर्सच्या विद्यालयाच्या नव्या जादा इमारतीच्या बांधकामाकडे लक्ष पुरवीत होता; परंतु त्याचे मन, त्याचे अंतःकरण त्यात नव्हते.

ख्रिसमसपूर्वी तीन आठवडे, एका रात्री, तो बिछान्यात पहुडला होता. झोप कशी ती येत नव्हती. अपयशाची भावना काळजाचे लचके तोडीत होती. प्रार्थना म्हणजे केवळ पोकळ शब्दांची मालिका झाली होती आणि मनाला शांतता कशी ती नव्हती. जीव सुकला होता. त्याच्या धर्मगुरूंना, या लोकांना द्यावे असे काही त्याच्या स्वतःतच उरले नव्हते, सापडत नव्हते. सारे कार्य वरवरचे, पोकळ, क्षणभंगुर वाटत होते. सारा वाळूवरचा बंगला! त्याच्या अखत्यारीत अद्याप सारा मागासलेला आणि रानवट टापूच होता. इंडियन्स त्यांच्या भय आणि अज्ञानाच्या जुन्याच वाटा चोखाळत होते. मेक्सिकन्स धर्माचे खेळणे बनवून त्याच्याशी लहान पोरांसारखे खेळत होते.

रात्र चढू लागली तसे, बिशपला बिछायत 'काट्यांची शय्या' वाटू लागली. त्याला ते काटे असह्य झाले. अंधारात तो उठून बसला. त्याने खिडकीबाहेर पाहिले. बाहेर बर्फ पडत असल्याचे पाहून त्याला नवल वाटले. भुईवर त्याचा एक पातळ थर पसरलाही होता. ढगांनी पूर्णचंद्र झाकला होता आणि वरून त्याचा केवळ उजळ प्रकाश तेवढा खाली डोकावत होता. या चंदेरी तेजात चर्चचे

मनोरे काळेकुट्ट बनून ताठ उभे होते. फादर लतूरच्या मनात या वेळीच चर्चमध्ये जाऊन प्रार्थना करण्याची ऊर्मी उसळली. त्याऐवजी बिछान्यात पहुडून त्याने पुन्हा एकदा पांघरूण अंगावर ओढले. मग त्याला जाणवले की चर्चमध्ये कुडकुडायला होईल म्हणून आपण माघार घेतली. तो पुन्हा उठला. भराभर त्याने कपडे चढवले. तो बाहेर अंगणात आला. अंगावरील 'कॅसॉक'वर त्याने एक शाल घेतली होती. ही फादर व्हेलंटबरोबरीने शिवलेली.

पॅरिसमध्ये खूप दिवसांमागे दोघांनी तिचे कापड खरीदले होते. तेव्हा ते तरुण होते. 'रु द बॅक'मधल्या परकी मिशन्सच्या सेमिनरीमध्ये राहून ते तेव्हा नव्या जगाकडे जाण्याची पूर्वतयारी करीत होते. ओहिओच्या एका जर्मन शिष्याने या कापडाच्या त्या दोन शाली शिवल्या. कोल्ह्याच्या केसाळ कातड्याचे अस्तर त्यांना दिले. पुढे अनेक वर्षांनंतर, आपल्या 'बिशोप्रिक'च्या शोधात दीर्घ प्रवासाकरता फादर लतूर निघण्याच्या तयारीत असता, त्याच शिष्याने त्याची ती शाल उसवून पुन्हा शिवली होती आणि तिला खारीच्या कातड्याचे अस्तर लावले होते. सौम्य हवेच्या दृष्टीने त्याने हा बदल केला. या आणि इतर अनेक कृती बिशपच्या मनातून, ती शाल अंगाभोवती लपेटताना सरकल्या. त्याने अंगण ओलांडून 'सॅक्रिस्टी'मध्ये प्रवेश केला. त्याच्या हाती चर्चची मोठी लोखंडी चावी होती.

अंगण बर्फाने पांढरे शुभ्र माखले होते. भिंतीच्या, इमारतीच्या गडद सावल्या धूसर चंद्रप्रकाशामध्ये रेखीवपणे उमटलेल्या होत्या. 'सॅक्रिस्टी'च्या पलीकडल्या दरवाजात त्याने एक अंग मुडपलेली, अवघडलेली आकृती पाहिली. ती स्त्री होती हे त्याने जाणले. ती मुसमुसून रडत होती. त्याने तिला उठवले, तिला आत नेले. त्याने मेणबत्ती शिलगावली आणि तत्काळ त्याने तिला ओळखले. तिचा हेतूही त्याला कळून चुकला.

ती होती एक वृद्ध मेक्सिकन स्त्री, साडा. एका अमेरिकन कुटुंबात ती गुलाम म्हणून नांदत होती. ते कुटुंब प्रॉटेस्टंट होते. रोमन चर्चशी त्याचे जणू वैरच होते. ते लोक तिला 'मास'ला येऊ देत नसत, धर्मगुरूच्या गाठीही घेऊ देत नसत. घरी तिच्यावर सक्त नजर ठेवली जाई; परंतु हिवाळ्यात घराच्या उबदार खोल्यांची गरज त्या कुटुंबाला भासे, तेव्हा लाकडाच्या एका 'शेड'मध्ये तिला झोपायला दिले जाई. आजच्या रात्री, थंडीमुळे झोपणे अशक्य झाल्याने हे धाडस करण्याला ती प्रवृत्त झाली होती; पागेच्या दारावाटे त्या घराबाहेर निसटून आडवाटांनी धावत पळत देवाच्या दाराशी करुणा भाकण्याकरता आली होती. चर्चचे दर्शनी दरवाजे बंद पाहून तिने बिशपच्या बागेत प्रवेश मिळवला होता आणि तिथून ती 'सॅक्रिस्टी'पर्यंत पोचली होती; परंतु तिचेही दार तिला बंदच दिसले होते.

ती तिला बोलायचे असलेले मोजकेच शब्द बोलेतोवर बिशप हाती मेणबत्ती

धरून तिची मुद्रा न्याहाळीत होता. दाट गव्हाळी वर्ण, वयाने आणि हालकष्टांनी आटलेला, सुरकुतलेला, धार आलेला चेहरा. त्याला वाटले की, या बाईच्या मुद्रेवर प्रतीत होतो आहे तेवढा विशुद्ध सोज्ज्वळ भाव दुसऱ्या कोणाही माणसाच्या मुद्रेवर आपण यापूर्वी पाहिला नसेल. तिच्या बुटांच्या आत मोजे नव्हते; बूटही तिच्या धन्याचे, टाकाऊ ठरलेले होते आणि तिच्या अंगावरल्या ठिगळलेल्या, फाटलेल्या शालीच्या आत एक पातळसा सुती पोशाख तेवढा दिसत होता. त्यालाही ठिगळे होती. अंगाची हुडहुडी थांबवण्याकरता, आवरण्याकरता तिने दातावर दात दाबून धरले होते आणि तिची दातखीळ वाजत होती. मोकळ्या हाताच्या एका हालचालीने बिशपने आपल्या खांद्याभोवतालची शाल काढून ती तिच्या अंगाभोवती लपेटून टाकली. याने ती भ्यायली. गयावया करीत म्हणाली, "नका, नको, पॅड्रे! कशाला, पॅड्रे..."

"मुली, तुझ्या पॅड्रेची आज्ञा ही धर्माज्ञा. ती तुला पाळलीच पाहिजे. ती शाल चांगली लपेटून घे. आपण चर्चमध्ये प्रार्थनेकरता जाऊ या."

उंच 'आल्टर'पुढल्या एकुलत्या एका मंद, लाल कंदिलाच्या प्रकाशापलीकडे चर्चमध्ये सारा अंधार होता. तिचा हात हाती धरून आणि मेणबत्ती पुढे धरून त्याने तिला 'लेडी चापेल'पर्यंत नेले. तिथे 'व्हर्जिन'पुढल्या समया तो उजळवू लागला. म्हातारी गुडघ्यांवर बसून जमीन चुंबू लागली. 'होली मदर'च्या पादकमलांची तिने अनेकानेक चुंबने घेतली. हे करताना भावनावेग मोकळा सोडून ती स्फुंदत, रडत होती. परंतु हे रडणे दुःखाचे नव्हते. तिच्या मुद्रेवरच्या सुंदर गहिवरातून कळत होते की हे हर्षातिशयातून उमटलेले रडू आहे.

"फादर, एकोणीस वर्षे; एकोणीस वर्षे झाली मी हे सारे अखेरचे पाहिल्याला!"

"झाले ते झाले, साडा. अंतःकरणात तू कधी ईश्वराला अंतर दिले नाहीस. आपण मिळून त्याची प्रार्थना करू या."

तिच्या शेजारीच बिशप वाकला. दोघे प्रार्थना म्हणू लागली, "O Holy Mary, Queen of Virgins..."

या म्हाताऱ्या आणि गुलामगिरीत जगणाऱ्या बाईविषयी कैकदा फादर व्हेलंट बिशपकडे बोलला होता. तिच्या दयनीय अवस्थेविषयी 'पॅरिश'मधल्या धार्मिक वृत्तीच्या बायांत वारंवार कुजबुज चाले. ती ज्यांच्याकडे होती ते स्मिथ कुटुंब जॉर्जिआचे. कधी तरी मागे ते एल पासो डेल नॉर्तला राहत होते आणि परत जाते वेळी या बाईला त्यांनी आपल्याबरोबर नेले होते. काही काळामागे या कुटुंबावर जॉर्जिआत काही अरिष्ट, बेअब्रूचा प्रसंग आला होता आणि त्यांच्याजवळचे निग्रो गुलाम विकून टाकून जॉर्जिआमधून त्यांना पळ काढावा लागला होता. या मेक्सिकन बाईला ते लोक विकू शकले नाहीत; कारण तसा तिच्यावर त्यांचा कायदेशीर

हक्क शाबीत होत नव्हता. आता पुन्हा ते मेक्सिकन प्रदेशात येऊन राहिल्यावर त्यांना अशी भीती वाटत होती की ही बाई पळून जाईल, सुटका साधील आणि तिच्या जमातीपैकी कुणाकडे तरी जाऊन राहील. त्यामुळे तिच्यावर आता सक्त नजर ठेवण्यात येत होती. त्यांच्या घराच्या हद्दीबाहेर पडण्याला तिला मनाई करण्यात आली होती, मालकिणीबरोबर बाजारातही तिला जाऊ देण्यात येत नसे.

'आल्टर गाइल्ड'च्या दोघा बायांनी जरा धीटपणा दाखवून थेट स्मिथ मंडळीच्या घरात शिरून धुणी धूत असलेल्या साडाशी बोलण्याचा प्रयत्न केला होता; परंतु घरच्या मालकिणीने त्यांना अत्यंत उर्मटपणे बाहेर घालवले होते. अर्धवट पोशाख केल्या स्थितीत बाहेर धावत येऊन तिने त्यांना सांगितले होते की तिच्या नोकराणीकडे त्याचे काही काम असेल तर त्यांनी पागेवाटे चोरून येऊन त्या बिचाऱ्या वेडपट बाईला न घाबरवता, राजरोस पुढल्या दरवाजाने यायला हवे होते. आपण साडाला 'मास'ला बोलवायला आलो आहोत असे त्यांनी सांगितले तेव्हा मालकीण म्हणाली, "एकदा आपण तिला धर्मगुरूच्या तावडीतून मागे कसेबसे सोडवले आणि पुन्हा त्यात ती पडलेली आपल्याला चालली नसती."

हे सारे घडल्यावरही शेजारच्या घरच्या एका अत्यंत भाविक स्त्रीने लाकूडफाटा खेचरावरून उचलून घरात नेणाऱ्या साडाशी काही बोलण्याचा प्रयत्न केला होता; परंतु म्हाताऱ्या साडाने ओठांवर बोट धरून तिला गप्प करून, जायला सांगितले होते. हे करताना तिच्या मुद्रेवर एवढे भय, एवढा कावरेबावरेपणा होता की बिचारी ती दुसरी बाई मुकाट्याने चालती झाली. तिला वाटले, कुणाशी बोलताना सापडली तर साडाचे बरेच हाल करण्यात येत असावेत. ही हकिगत तिने तत्काळ जाऊन फादर व्हेलंटला कथन केली आणि फादर व्हेलंटने बिशपच्या कानी ही घालून 'या गुलामगिरीतल्या वृद्ध स्त्रीला कसेही करून धर्माचा आधार आपण मिळवून दिला पाहिजे,' असे म्हटले होते. परंतु बिशपने अद्याप यासाठी योग्य वेळ आली नसल्याचे त्याला सांगितले होते. इथल्या लोकांच्या मनात कोणतीही अढी निर्माण व्हावी असे काही इतक्यात आपण करता नये, असे तो म्हणाला. ही स्मिथ मंडळी कॅथॉलिकांशी भांडणे करण्याला उत्सुक असलेल्या काही नीचवर्गीय प्रॉटेस्टंटांच्या एका मोठ्या गटाच्या नेतेपदी होती. सणावारी चर्चच्या दारी उभी राहून ते टिंगलटवाळी करीत, रस्त्यात जोगिणींना काहीतरी उलट उर्मट बोलत, 'कॉर्पस ख्रिस्ती' रविवारला मिरवणूक जाई तेव्हा उभी राहून आरडाओरडा करीत आणि वाईटसाईट शब्द उच्चारीत. या स्मिथ कुटुंबात मुलगे पाच. चालचलणुकीने वाईट, तोंडाचे शिवराळ आणि असभ्य. पैकी धाकटे दोन अद्याप पोरवयात असूनही या बाबतीत कमी नव्हते. त्राक्विलिनोने, बिशपला शिवीगाळी वा झाडांची नासाडी करण्याकरता ती बरोबर इतर मुले घेऊन आली

असता, बिशपच्या बागेतून त्यांना अनेकवार बाहेर काढले होते.

प्रार्थना संपल्यावर दोघे उठली तेव्हा फादर लतूरने, साडाला अद्याप प्रार्थना चांगली आठवत असल्याबद्दल संतोष प्रकट केला.

तेव्हा ती भावनावेगाने म्हणाली, "फादर, कुठेही झोपले तरी रोज रात्री मी 'होली मदर'ची प्रार्थना न चुकता करते!" फादरच्या चेहऱ्याकडे तिची नजर होती अणि सुरकुतलेले हात तिने छातीशी घट्ट दाबून धरले होते.

तिची माळ तिच्याकडे आहे किंवा काय याची चौकशी फादरने करताच ती वृद्धा बावरून गेली. कारण तिची माळ ती कपड्याखाली, कमरेला बांधून ठेवी. कारण तिथे असली म्हणजे ती कोणाच्या नजरेला येत नसे.

फादर लतूर तिच्याशी मृदू सुरात बोलत होता. तो म्हणाला, "एक लक्षात ठेव, साडा, येत्या वर्षात आणि ख्रिसमसआधीच्या 'नोव्हेना'च्या दिवसात 'मास'च्या वेळी मी तुझ्याकरता विशेष प्रार्थना करण्यास विसरणार नाही. यानंतर मनात समाधान असू दे. माझ्या व्यक्तिगत ईशचिंतनातही माझ्या आप्तनातलगांना मी आठवतो, तशी तुझी आठवण ठेवीन."

डिसेंबरमधल्या त्या रात्री अनुभवला त्या प्रकारचा धार्मिक स्वरूपाच्या उच्च आनंदाचा अनुभव त्याला एरवी कधीही मिळाला नसता, असे तो नंतर फादर व्हेलंटकडे म्हणाला. त्या रात्री, त्या वृद्धेशेजारी नम्र होऊन परमेश्वराची करुणा भाकत असता, जगात हक्काचे काही जवळ नसलेल्या त्या स्त्रीला 'आल्टर' पुढल्या एकेक गोष्टीचे वाटत असलेले मोल त्याला उमगले, जाणवले. समया, व्हर्जिनची मूर्ती, संतांच्या आकृती, कंगालांकडून हलकेपणाची, नीचतेची भावना काढून घेऊन ख्रिस्ताशी त्यांचे नाते यातना आणि दारिद्र्याद्वारा जोडणारा क्रूस– फार काही सोसलेल्या त्या गुलाम स्त्रीशेजारी तसे ईशचिंतन करताना, ऐन उमेदीत मिळे तसा देवाघरच्या रहस्यांचा एक विलक्षण प्रत्यय फादरला मिळाला. तिच्यासारखेच त्याला वाटू लागले की या पृथ्वीवर खूप क्रूर माणसे असली तरी तिथे– देवाघरी कोणालाही भेदभाव न करता पोटाशी धरणारी एक प्रेममूर्ती, एक आई आहे. त्याला वाटले की लहान मुलांपेक्षा, जगाच्या व्यवहाराचे घाव खाऊन, अनेकानेक कटू अनुभव घेऊन थकलेल्या, भागलेल्या वृद्धांनाच स्त्रीच्या वात्सल्याची अधिक गरज असते. ते जाणायला स्त्रीच हवी. देवता हवी.

त्या रात्री जीमारी लतूर जितका त्या दयेच्या देवतेच्या निकट पोचला तितका कधीही पोचला नसेल. ही दया– आईच्या कुशीत वाढलेल्या कोणालाही मिळणारी; मरणोन्मुख सैनिकाला, एखाद्या हुतात्म्याला आणि फासावरच्या खुनी माणसाला सारखीच लाभणारी. मेरीमातेच्या त्या अतिभव्य साक्षात्काराने फादर लतूरचे काळीज दुभंगून गेले.

"O Sacred Heart of Mary!" त्याच्या शेजारी ती वृद्धा पुटपुटत होती. ते शब्द तिला अन्नपाण्यासारखे, एखाद्या जिवलगासारखे, आईच्या मायेसारखे वाटत होते. फादरला हे जाणवत होते. तिला होत असलेला साक्षात्कार त्याने आपल्या मनात परावर्तित केला होता. तिच्या नजरेने तो पाहत होता. आणि आपणही तिच्याइतकेच कंगाल असल्याचे आता त्याला प्रथमच चांगले कळत होते. क्रौर्य, जुलूम, गुलामगिरी यांनी भरलेल्या या विश्वात प्रथम 'स्वर्ग साम्राज्य' अवतरले तेव्हा ते प्रस्थापित करणारा प्रभू म्हणाला होता, "And whosoever is least among you, the same shall be first in the Kingdom of Heaven." (तुमच्यातील सर्वांत कनिष्ठ असेल तोच या राज्यात मला जास्त प्रिय राहील.) हे चर्च– हे वास्तविक साडाचे घर होते आणि इथे बिशप लतूर एक सेवक होता.

त्या वृद्ध स्त्रीने आपले मन फादरकडे मोकळे केले आणि फादरने ते ऐकले. त्याने तिला आशीर्वाद दिला, तिच्या मस्तकावर दोन्ही हात ठेवले. चर्चबाहेरच्या वाटेने तो तिला घेऊन निघाला तेव्हा साडाने आपल्या अंगाभोवतालची त्याची शाल काढण्याला आरंभ केला. त्याने तिला अडवले. तिने ती तिच्याकरता ठेवावी म्हणून सुचवले. रात्री तीच पांघरून तिने झोपावे असे सांगितले; परंतु घाईनेच तिने ती दूर केली. फादरने म्हटले त्याचा विचारही तिला भेडसावून गेला. ''नाही नाही फादर,'' ती म्हणाली, ''माझ्यापाशी ही सापडली तर माझी धडगत नाही.'' मात्र तिने तिच्या धन्याबद्दल कोणताही अनुदार उद्‌गार काढला नाही. तिने ती शाल हाती धरली, तिला निवारा, जिव्हाळा देणारी ती कोणी जिवंत व्यक्ती असल्यासारखे तिला कुरवाळले, थोपटले आणि ती फादरच्या हाती दिली.

अचानक फादरला खिशातल्या 'व्हर्जिन'चे चित्र असलेल्या एका छोट्याशा चांदीच्या पदकाची आठवण झाली. त्याने ते तिला दिले. खुद्द 'होली फादर'चे चिन्ह म्हणून हे ठेव, असे तो म्हणाला. आता तिच्यापाशी जपण्यासारखे, लपविण्यासारखे, एकांतात डोळे भरून पाहत राहावे असे, तिचे असे काही होते. त्याला वाटले, खरोखर, ज्यांना लिहिता येत नाही, वाचता येत नाही, त्यांच्या दृष्टीने अशा प्रतिमा किती मोलाच्या असतात!

कुलूप लावले. चर्च बंद झाले. मनात भरून राहिलेल्या शांततेतलीच आणखी काही भोवतालच्या वातावरणात भासत होती. बर्फ पडायचे थाबले होते. आकाशात विखुरलेले पारदर्शक ढगांचे पुंजके आता सँग्र ड क्रिस्टोच्या डोंगरांच्या माथ्याशी एकत्र येऊन धुके पसरावे तसे ओठंगले होते. निळ्या, विस्तीर्ण, एकाकी आभाळात पूर्णचंद्र विलसत होता. चर्चच्या दाराशी तसा उभा राहून, विचारात गढून, बिशप म्हाताऱ्या साडाने ओल्या बर्फात मागे ठेवून दिलेले पावलांचे ठसे पाहत होता.

३.

सबंध हिवाळाभर फादर व्हेलंट आरिझोनामध्ये होता. हवेत प्रथम वसंताची चाहूल उमटताच बिशप आणि जार्कितो मिळून न्यू मेक्सिकोमधून मोठ्या प्रवासाला निघाले. या खेपेस त्यांचे उद्दिष्ट 'पेण्टेड डेझर्ट' आणि 'होपि' गावे हे होते. ओराइबी सोडल्यावर अनेक दिवसपर्यंत बिशप दक्षिणेकडे वाटचाल करीत राहिला. त्याच्या एका नॅव्हॅजो स्नेह्याच्या भेटीला तो चालला होता. अलीकडेच या स्नेह्याचा एकुलता एक मुलगा निधन पावला होता आणि मुद्दाम त्या स्नेह्याने सँता फेला बिशपला हे कळावे म्हणून निरोप धाडला होता.

या नव्या प्रदेशातल्या आरंभी आरंभीच्या काळातच फादर लतूरचा 'युसाबिओ'शी परिचय झाला होता, वाढला होता. त्या काळी हा 'नॅव्हॅजो' जमातीपैकी इसम सँता फेमध्येच राहत होता. त्याची जमात आणि 'होपि' इंडियन्स यातले जुने आणि अखंड वैर शमविण्याच्या कामी तो लष्करी अधिकाऱ्यांना मदत करीत होता. त्यानंतर युसोबिओ आणि बिशपचा एकमेकांविषयीचा जिव्हाळा वाढतच गेला होता. बिशपने 'बॅप्टाइझ' करावा म्हणून मुलाला घेऊन तो मैलोगणती घौडदौड करून सँता फेला आला होता. आणि गेल्या हिवाळ्यात हाच त्याचा एकुलता एक लाडका मुलगा गेला होता.

तसा फादर लतूरहून युसाबिओ दहा वर्षांनी लहान. परंतु नॅव्हॅजो जमातीत त्याचे वजन मोठे होते. तसाच मेंढ्या आणि घोडे या बाबतीत तो संपन्न असामीतही गणला जात असे. सँता फेमध्ये आणि अल्बुकर्कमध्ये त्याच्या हुशारीमुळे आणि अधिकारामुळे त्याला मान असे. तो खूप उंच होता, सर्वसाधारणपणे नॅव्हॅजो असत त्याहूनही उंच होता. रिपब्लिकन काळातल्या एखाद्या रोमन सेनापतीसारखा त्याचा चेहरा होता. कपड्यांपुरता तो छानछोकीने राही. त्याच्या कपड्यांवर मण्यांचे आणि इतर खूप नक्षीकाम केलेले असे. अंगावर चांदीचे दागिने असत. कोलोरॅडो चिकितो भागात आप्तपरिवारासह हा राही. पश्चिमेकडे आणि दक्षिणेकडे त्याचे जनावरांचे कळप पसरलेले असत.

वाळूच्या एका मोठ्या वादळात फादर लतूर आणि जाकिंतो त्याच्या वस्तीपाशी पोचले. घोंघावती वाळू त्यांच्या आणि त्यांच्या घोड्यांच्या नाकातोंडात शिरत होती. गुदमरायला होत होते. तो नॅव्हॅजो घरातून बाहेर आला आणि त्याने एंजेलिकाचा लगाम हाती पकडला. काही न बोलता, ओठ न उघडता काही वेळ तो नुसताच दर्दभऱ्या, व्यथित, विरक्त नजरेने फादरचा गौरवर्ण हात आपल्या हाती घेऊन मुग्ध उभा राहिला. मग त्याच्या कातीव, निबर मुद्रेवर भावनेचा एक मोठा आवेग उमटला. तो म्हणाला :

"माझा सखा आला!"

एवढेच तो म्हणाला; परंतु त्यात सारे काही आले होते. स्वागत; भरवसा; कृतज्ञता.

वस्तीपासून जरा अलग असलेली एक जागा बिशपला राहण्याकरता देण्यात आली. युसाबिओने झटपट ती आपल्याकडच्या अनेक वस्तूंनी शृंगारली आणि प्रवासाचा थकवा जाईपर्यंत आता तुम्ही इथे राहिले पाहिजे, असे बिशपला बजावले. परतीचा प्रवास पुन्हा फार लांबीचा होता. घोडी आणि बिशप, जाकिंतोने ताजेतवाने होणे आवश्यक होते.

बिशपने याबद्दलची कृतज्ञता व्यक्त करून तीन दिवस राहण्याचा आपला बेत त्याला बोलून दाखविला. मानसिक स्वस्थतेची त्याला फार गरज होती. दैनंदिन व्यवहारांच्या रहाटगाडग्यातच त्याचे आयुष्य चाललेले होते. आणि तो म्हणाला, "हे स्थळ मनाच्या स्वस्थतेला, एकाग्रतेला, चिंतनाला फार चांगले होते." जोराचा वारा सतत वाहत असे. धुळीचे लोट सतत त्यावर तरंगत इकडून तिकडे उडत. नदीलाही या दिवसांत बरेच पाणी असे. धूळ बिशपच्या राहत्या जागेतही चिखलाच्या भिंतीतल्या फटीवाटे सरके.

नदीलगत, उंच उघड्यावाघड्या 'कॉटनवुडस्'चे बन होते. ही झाडे एवढ्या मोठ्या व्यासाची होती की, प्राचीन वाटत. एकमेकांपासून लांब लांब ती उगवत. त्यांचे वेडेवाकडे आकार सततच्या वाऱ्याने दबून, धुळीचा मार खाऊन झालेले असावेत. शिवाय त्यांना पाणीही जेमतेम मिळे. वर्षाचा बहुतेक काळ नदीला पाणीच नसे. ही झाडे जमिनीतून तिरकस उगवली होती. चाळीस-पन्नास फूट तसेच उंच जाऊन पुन्हा बुंध्याशी सरळ रेषेत त्यांचे शेंडे राहिलेले होते. काहींना मोठे फाटे फुटले आणि ते वाकून जवळजवळ भुईपर्यंत पोचले होते. काहींना फाटे नव्हते; परंतु मुख्य बुंधाच ताणलेल्या धनुष्यासारखा खाली वाकलेला होता. ही सारी जिवंत झाडे, परंतु त्यांचे लाकूड मात्र जुनाट, वाळके, मेलेले वाटे. पाने तर त्यांना फारशी नसतच. फाटा फुटे तिथे किंवा वाकलेल्या फांदीच्या टोकाशी हिरव्या नाजूक पानांचा एखादा तुरा दिसे तेवढाच. हा एकूण झाडाशी मोठा विसंगत वाटे.

नॅव्हॅजोंचे आदरातिथ्य आक्रमक वा लुडबुडीच्या स्वरूपाचे नसे. युसाबिओने बिशपचा प्रारंभीचा पाहुणचार आणि आगतस्वागत केले आणि त्याला एकटे सोडले. जवळजवळ अखंडपणे चाललेल्या वाळूच्या वादळात फादर लतूरने त्या ठिकाणी तीन दिवस काढले. नजीकच्या वस्तीपासून तो बहुतेक काळ तोडला गेलेला, अलग पडलेला असे. घरात बसून तो बाहेरचा वाऱ्याचा सुसाटा ऐकत राही किंवा इंडियन ब्लँकेट नाक-तोंड झाकेपर्यंत पांघरून त्या जुनाट, वेड्यावाकड्या वृक्षांच्या निवाऱ्याला हिंडत राही. इथे आल्यापासून त्याच्या डोक्यात एकच विचार

होता : फादर व्हेलंटला टुस्कॉनहून बोलावून घेतले तर ते योग्य होईल किंवा नाही? प्रवाशांकरवी व्हिकरच्या अधूनमधून येणाऱ्या पत्रांतून कळे ते असे की, तो होता तिथेच मजेत होता, दोनशे वर्षे उपेक्षित राहिलेल्या सेंट झेविअर डेल बाक्च्या जुन्या चर्चला नवी कळा आणीत होता.

फादर व्हेलंट लांब गेला तेव्हापासून बिशपच्या जबाबदाऱ्या सारख्या वाढत होत्या. आउव्हर्नचे नवे धर्मगुरू तसे चांगले होते; निष्ठावान आणि कष्टाळू होते, परंतु तरीही या भागात ते नवखे होते. निर्णय घेताना ते कचरत आणि दर वेळी बिशपकडे धाव घेत. फादर लतूरला त्याच्या 'व्हिकर'ची अत्यंत गरज होती कारण स्थानिक रहिवाशांची नाडी, त्यांचे मन त्याला समजे. त्यांच्यातल्या उणिवांविषयी त्याला कळकळ वाटे. एकत्र असता फादर व्हेलंटच्या आशावादी धसमुसळेपणाला त्याला वारंवार पायबंद घालावा लागे- परंतु एकटेपणी या धसमुसळेपणाचीच फार उणीव त्याला वाटे. फादर व्हेलंटचा सहवासही त्याला प्रिय होता- हे उगाच नाकारण्यात काय अर्थ होता?

जी मारि लतूर आणि जोसेफ व्हेलंट हे दाघे पुय-ड-डोमच्या दोन शेजारशेजारच्या भागात जन्मले असले तरी बालपणी एकमेकांच्या सहवासात नव्हते. लतूर कुटुंब विद्वान आणि उच्च राहणीचे होते आणि व्हेलंट कुटुंबाचा दर्जा त्या मानाने बराच सामान्य होता. शिवाय छोटा जोसेफ घरापासून लांबच फार काल असे, व्हॉलव्हिक डोंगरातल्या शेतावर आजोबांबरोबर राहत असे. इथली हवा विशेष मोकळी आणि जोसेफसारख्या मुलाला हितकारक होती. क्लेरमाँटमध्ये, माँटफेरँडला सेमिनरिअन्स असताना हे दोघे मुलगे प्रथम एकत्र आले.

सेमिनरीमध्ये जी मारि दुसऱ्या वर्षाला असताना आरंभीच्या एक दिवशी खेळाच्या मैदानावर उभा राहून नव्या विद्यार्थ्यांना न्याहाळत असता, त्यांच्या घोळक्यात त्याला एक वैशिष्ट्याने मंद मुलगा आढळला. हा सुमारे एकोणीस वर्षांचा आणि त्या मानाने खुरटा होता. वर्ण पांढुरका, चेहऱ्यामोहऱ्याने साधा बगडा. हनुवटीवर चामखीळ. त्याचे केस दोन छटांचे होते आणि त्यामुळे तो जर्मन वाटत होता. जी मारिची नजर या मुलाला जाणवलीशी वाटली. एकदम तो बोलावल्यासारखा त्याच्याकडे आला. आपल्या साधेबगडेपणाची जाणीव त्याला नसावी. तो बिलकूल संकोची किंवा बुजरा नव्हता. किंबहुना या नव्या वातावरणात फार रस घेत होता. जी लतूरला त्याने नावगाव विचारले. वडील काय करतात तेही विचारले. आणि मग अगदी साधेपणाने तो म्हणाला :

"माझे वडील भटारी- बेकर आहेत. रिओममध्ये त्यांच्या तोडीचे कोणी नाही. आणि खरे म्हणायचे तर ते खरोखरच फार चांगले भटारी आहेत."

पोरगेल्या लतूरला मौज वाटली. परंतु तोंडी त्याने त्या मुलाच्या वडिलांविषयीच्या

प्रौढीबाबत सौम्य संमती प्रकट केली. मग तो चमत्कारिक मुलगा त्याच्या भावाबद्दल, आत्याबद्दल, फिलोमेन नावाच्या छोट्या, हुशार बहिणीबद्दल सांगत सुटला. सेमिनरीमध्ये लतूर किती दिवसांपासून होता ते त्याने विचारले.

"तू धर्मगुरू होण्याचे पूर्वीपासून ठरवले होतेस का? मीही ठरवले होते पण त्याऐवजी लष्करात जवळजवळ भरती झालोच होतो."

त्याआदल्या वर्षी, अल्जीअर्सच्या शरणागतीनंतर, क्लेरमाँटला एक लष्करी मेळावा झाला होता. लष्करी गणवेश, लष्करी बँड्स, फ्रेंच लष्कराबाबत आवेशयुक्त भाषणे असा खूप नेत्रदीपक आणि मन हुरळविणारा थाटमाट झाला होता. त्या गडबडीत पोरगेला जोसेफ व्हेलंट खरोखरच हुरळला होता आणि घरी न विचारताच त्याने स्वयंसेवक म्हणून नाव नोंदवले होते. आपल्या मनात स्फुरलेल्या देशभक्तीच्या भावनेचे, वडिलांच्या रागाचे, आणि त्यानंतरच्या आपल्या नाउमेदीचे प्रत्ययकारी वर्णन त्याने लतूरला ऐकवले. त्याच्या आईची इच्छा, त्याने धर्मगुरू व्हावे अशी होती. तो तेरा वर्षांचा असता तिला मृत्यू आला आणि त्यानंतर नेहमीच तो तिच्या इच्छेबरहुकूम वागण्याचे आणि 'डिव्हाइन मदर'च्या सेवेत आयुष्य घालवण्याचे ठरवीत आला होता. परंतु त्या एका दिवशी मात्र बँड्स आणि कवायतींच्या जल्लोषात फ्रान्सच्या कारणी आयुष्य लाविण्याचा एकच एक निर्धार सोडला तर त्याला बाकी साऱ्याचा विसर पडला होता.

हे सांगताना एकाएकी पोरगेला व्हेलंट बोलायचा थांबला होता. आपल्याला तत्काळ एक पत्र लिहून टाकायला हवे असल्याचे म्हणाला. आणि झगा वर खोचून वेगाने धावत निघून गेला होता. लतूर त्याच्या पळत्या आकृतीकडे पाहत राहिला होता. या नव्या मुलाला आपल्या पंखाखाली घेण्याचा त्याचा निश्चय झाला होता. त्या भटाऱ्याच्या पोरात असे काही वैशिष्ट्य होते की त्या त्यांच्या भेटीला एखाद्या साहसकथेतल्या प्रसंगाचा रंग चढला होता. आणि लतूरला वाटले की असे पुनःपुन्हा घडावे. पहिल्या भेटीतच, त्याने तो चटपटीत, कुरूप मुलगा आपला मित्र म्हणून ठरवला. अगदी सहज स्फूर्तीने हे घडले. स्वतः लतूर वृत्तीने थंड होता, चिकित्सक होता. त्याचे समाधान सहजी होत नसे. आणि सर्वसाधारणतः वृत्तीने तो उदास असे.

सेमिनरीतल्या काळात, निव्वळ विद्याध्ययनाच्या क्षेत्रात त्याने सहजी त्याच्या मित्राला मागे टाकले होते. परंतु श्रद्धेच्या सखोलतेत आणि दृढतेत हा मुलगा आपल्याला मागे टाकीत आहे, याची जाणीव त्याला सतत होती. पुढे ते धर्मोपदेशक बनल्यावर जोसेफ इंग्रजी बोलायला शिकला होता; स्पॅनिश भाषाही शिकला होता आणि लतूरपेक्षा हौसेने शिकला होता. प्रथम तो या दोन्ही भाषा बोलताना चुका करी यात शंका नव्हती; परंतु व्याकरण, शब्दांची सफाई याबाबत मोठीशी तमा

वा वृथा अभिमान त्याला नव्हताही. त्या त्या भाषा बोलणाऱ्या सामान्य जनांशी त्याला संबंध जोडायचा होता आणि त्यासाठी त्या सामान्य जनांसारखेच बोलायचे होते.

फादर जोसेफबरोबर काम करू लागल्याला बिशपला आता पंचवीस एक वर्षे झाली होती. तरीही त्याच्या स्वभावातल्या परस्परविरुद्ध गुणधर्मांचा छडा मात्र त्याला नीटसा लागला नव्हता. त्याने ते फादर जोसेफच्या व्यक्तिमत्त्वाचा एक भाग म्हणून स्वीकारले होते आणि फादर जोसेफ फार काळ लांब असला म्हणजे त्याला कळून येई की या परस्परविरुद्ध गुणधर्मांबाबतही आपल्याला एक जिव्हाळा वाटत आहे. ऐहिक म्हणाव्यात अशा अनेक गोष्टींत त्याच्या या 'व्हिकर'चे मन अडकलेले असले तरी त्याच्या पाहण्यातला तो एक अस्सल आध्यात्मिक वृत्तीचा फार मोठा धार्मिक माणूस होता. त्याला खाण्याची चव होती, पिण्याची आवड होती, तरीही सारे धार्मिक उपवास तो एखाद्या कर्मठ माणसाच्या कडकपणे करे; किंबहुना धर्मप्रसाराच्या लांबच्या प्रवासात खाण्यापिण्याचे कितीही हाल झाले तरी कधी चुकूनही तक्रारीचा शब्दही उच्चारीत नसे. त्याला उत्तम मद्याची आवड होती. तशी ती असणे दुसऱ्या एखाद्या माणसात दोषास्पद ठरले असते; परंतु कुडीने हाडकुळा आणि जरा दुबळाच असल्याने पेशाला आवश्यक त्या शारीरिक सामर्थ्याकरता, मानसिक चिकाटीकरता आणि उमेदीकरता मद्य त्याला स्फूर्तिप्रद आणि हिताचेच ठरे. बिशपच्या नजरेसमक्ष अनेकदा सुग्रास अन्न आणि उंची मद्याच्या एखाद्या बाटलीचा फायदा फादर जोसेफने आध्यात्मिक स्वरूपाचे काही कर्तृत्व करण्याकरता घेतलेला होता. इतर कोणाला सुस्ती आणील अशी मेजवानी झोडून फादर व्हेलंट नव्या जोमाने कामाला लागे, दहा-बारा तास अंग मोडून कष्ट, वणवण करी, आणि सारे इतक्या एकचित्ततेने, की त्या साऱ्यालाच एक भरीव, टिकाऊ स्वरूप असे.

'पॅरिश'करता, कॅथेड्रल निधीकरता, लांबलांबच्या 'मिशन्स'करता याचना करण्याच्या त्याच्या 'व्हिकर'च्या उत्साहाने बिशपवर अनेकदा संकोचण्याची पाळी आलेली होती. तरीसुद्धा उचिततेच्या मर्यादेपर्यंतही फादर जोसेफने आपल्या स्वार्थाचा, लाभाचा विचार कधीही बाळगला नव्हता. एक 'काँटेंटो' घोडे सोडले तर जगात त्याचे असे मालकीचे काही नव्हते. रिओममधल्या त्याच्या बहिणीकडून त्याला चांगलेचुंगले कपडे मिळत; तरी पण त्याचे दैनंदिन वापराचे कपडे राठ आणि मळकट असत. त्या मानाने बिशपचे मोठे, मौल्यवान ग्रंथालय होते. घरात अनेक सुखसोयी होत्या. त्याच्याकडे सुंदर सुंदर कातडी आणि ब्लँकेटे होती. ही युसाबिओ आणि त्याच्या इतर इंडियन मित्रांनी भेट दिलेली होती. शिवणकामात आणि भरतकामात तरबेज मेक्सिकन बायांनी त्याला त्याच्या उपयोगाकरता तलम कपडे, अंथरुण-पांघरुणे आणि मेजावर अंथरण्याचे रुमाल भेट दिले होते. ऑलिव्हेर्सनी आणि 'पॅरिश' पैकी इतर संपन्न माणसांनी दिलेली चांदीची काही भांडीही त्याच्या

संग्रही होती; परंतु फादर व्हेलंट मात्र पुरातन संतांसारखा होता. निःसंग.

आपल्या उमेदीत, जोसेफने आपले जीवन एकांतात आणि एकाकी चिंतनात व्यतीत करण्याचे ठरविले होते; परंतु खरी गोष्ट अशी होती की, माणसे पाहिल्याशिवाय, त्यांच्याशी कोणत्या ना कोणत्या प्रकारे व्यवहार ठेवल्याशिवाय फार काळ चैन पडावी अशी त्याची वृत्ती नव्हती. आणि जवळजवळ कोणीही माणूस त्याला प्रिय होई. ओहिओमध्ये, बग्ग्यांतून लांबचा प्रवास करण्याच्या काळात, फादर लतूरने हे पाहून ठेवले होते की, दर वेळी नवा कोणी उतारू आधीच दाटी झालेल्या त्या बग्गीत शिरला की जोसेफला नवा आनंद होई. तो त्या नवागतात रस घेई. जणू तो आला हे फार चांगलेच झाले! याउलट असा कोणी नवा माणूस बग्गीतल्या गर्दीत शिरला की बिशपला यातना होत, पण तो त्या दाखवीत नसे, इतकेच. ओहिओतल्या गलिच्छपणाचे जोसेफला कधीच काही वाटले नव्हते. भिकार घरे, चर्चेस, निगा नसलेली शेते आणि बागा, सर्वभर दिसणारी अव्यवस्था, घाण, यांनी फादर लतूर बावून जाई; याउलट फादर जोसेफला ते बहुधा जाणवतही नसावेसे दिसे. कोणाला वाटले असते की सौंदर्य, टापटीप यांची दृष्टीच या माणसाला नसावी. तरीही संगीताची रुची त्याला फार होती. सँडस्कीमध्ये असताना त्याच्या जर्मन संगीत शिक्षकाबरोबर प्रत्येक संध्याकाळ लहान मुलांना संगीताचे धडे देत घालवण्यात त्याला एक विशेष आनंद वाटे.

फादर व्हेलंटबाबत म्हटले जाई त्या कशामुळेही त्याच्या व्यक्तिमत्त्वाचा खुलासा मिळण्याजोगा नव्हता. त्याच्याजवळच्या गोळाबेरीज गुणांपेक्षा त्याचे व्यक्तिमत्त्व मोठे होते. कोणत्याही समाजात त्याला सोडा; त्या जागी एक नवा उल्हास, नवी उमेद खेळू लागे. मग तो समाज नॅव्हॅजो इंडियनांचा असो, मेक्सिकनांचा असो की रोमच्या वरिष्ठ धर्माधिकाऱ्यांचा असो.

गतखेपेला रोममध्ये असताना बिशपने, फादर व्हेलंट प्रथमच ओहिओहून रोमला गेला तेव्हाच १६व्या ग्रेगरीचे चिटणीस असलेल्या मॉसिनोर माझुक्ची यांच्याकडून त्याची एक गमतीशीर हकिगत ऐकली होती.

जोसेफ त्या वेळी तीन महिने रोममध्ये राहिला होता. दिवसाला चाळीस सेंट हा त्याचा खर्च. मिळेल ते सारे तो पाहून घेत होता. अनेकवार त्याने माझुक्चीकडे, पोपची आणि आपली व्यक्तिशः भेट व्हावी, अशी विनंती केली. ओहिओचा हा धर्मोपदेशक माझुक्चीला आवडला होता; त्याच्यात एक वेगळा चटपटीतपणा, रोममध्ये येणाऱ्या धर्मगुरूंत त्याला सहसा न आढळलेली टवटवी त्याला आढळली होती. त्याने पोपशी त्याची भेट निश्चित केली. त्या भेटीत त्या दोघांव्यतिरिक्त माझुक्चीही हजर राहणार होता.

पोपच्या स्पर्शाने पवित्र व्हाव्यात त्या वस्तूंनी भरलेल्या दोन थैल्या घेतलेल्या

एका 'चेंबरलेन' समवेत फादर भेटीच्या दालनात आला. आरंभीचे आगतस्वागत संपताच फादर जोसेफने आपल्या आणि आपल्या धर्मप्रसारक मित्रांच्या अनुभवांचे असे बोलके आणि परिणामकारक वर्णन पोपपुढे ऐकवण्याला सुरुवात केली की पोपला आणि त्याच्या चिटणिसाला काळवेळेचे भान न राहून मुळात ठरल्याच्या तिप्पट काळ ही मुलाखत चालली. सोळावा ग्रेगरी सरंजामशाही वृत्तीचा, एकतंत्री वळणाचा होता. युरोपातल्या राजकारणात त्याने चुकीची भूमिका पत्करून ती अखंडपणे चालू ठेवली होती. स्वतंत्र इटलीचा तो शत्रू होता. परंतु जगाच्या दूरदूरच्या कोन्याकोपऱ्यात धर्मप्रसार व्हावा म्हणून आधीच्या पोपपेक्षा त्याने बरेच अधिक कार्य केले होते. आपल्या मनातले बोलणारा, उमगणारा हा धर्मोपदेशक पाहून त्याला संतोष वाटला. प्रथम फादर व्हेलंटने स्वतःला, स्वतःच्या धर्मप्रसारक बांधवांना, त्यांच्या मिशन्सना, त्याच्या बिशपला पोपचा आशीर्वाद मिळावा अशी इच्छा प्रदर्शित केली. मग त्याने एखाद्या फिरस्त्या व्यापाऱ्याप्रमाणे आपल्या मोठ्या थैल्या सोडून अनेक क्रूस, रोजरीज, प्रार्थनापुस्तके, पदके, ब्रेव्हिअरीज यांनी तट्ट भरल्या स्थितीत त्या पोपपुढे मांडल्या आणि यांनाही पोपने पुनीत करावे अशी आणखी इच्छा प्रकट केली. आश्चर्याने थक्क झालेल्या 'चेंबरलेन'ने दरम्यान अनेकवार तिथे येरझारा केल्या होत्या आणि शेवटी चिटणीस माझुक्चीनेही पोपला पुढल्या कार्यक्रमाची याद दिली. फादर व्हलंटने आता स्वतःच त्या अवजड थैल्या उचलून घेतल्या; कारण त्या आणणारा 'चेंबरलेन' आता तिथे हजर नव्हता; आणि त्या पाठीवर लादून तो पोपपुढून नम्र होऊन निघून जाऊ लागला. तेव्हा पोपने आसनातून उठून आपला बाहू वर धरला, आशीर्वादासाठी नव्हे, अभिवादनाकरता. आणि बरोबरीच्या माणसाला म्हणावे तसे तो म्हणाला,

"Coraggio, Americano!"

जुन्या आठवणी करण्याकरता, नवे बेत ठरविण्याकरता बिशप लतूरला ते 'नॅव्हॅजो' ठिकाण फार पसंत पडले. त्याच्या भावाला, फ्रान्समधल्या त्याच्या जुन्या मित्रांना तिथून त्याने लांब लांब पत्रे लिहिली. समुद्रावर असताना जहाजाची केबिन असते तितका हा भाग एकीकडे आणि जगापासून अलग वाटत होता. वाराही अष्टौप्रहर तसाच. एकुलते एक आणि सदा उघडे दार एवढाच बाहेरच्या परिस्थितीशी प्रत्यक्ष संबंध. वाऱ्याबरोबर वाळू सतत घरात येऊन भुईवर विखरून राही. घराची बांधणी इतकी तकलाबी, की ऐन वाळवंटातच जरासा आडोसा करून बसल्यासारखे वाटे.

४.

युसाबिओकडे येऊन पोचल्यापासून तीन दिवसांनी 'व्हिकर'ला परत बोलावणारे बरेचसे औपचारिक पत्र बिशपने त्याला लिहिले आणि मग तिथून तो रोजच्यासारखा बाहेर फिरतीला गेला. सूर्यास्तापावेतो तो बाहेरच राहिला. मग वारा पडला आणि वातावरण स्वच्छ झाले. परत येत असता, नदीपासून जवळजवळ मैलाच्या अंतरावर असता त्याने 'कॉटनवूड'चा पडघम मंदपणे वाजत असलेला ऐकला. त्याला वाटले की हा युसाबिओच्या घरातून वाजतो आहे आणि युसाबिओ घरी आला असला पाहिजे.

परतल्यावर फादर लतूरला युसाबिओ त्याच्या घराच्या दाराशी पुढ्यातल्या लांबोडक्या पडघमवर हळुवारपणे नाद घुमवीत नॉव्हॅजो भाषेतले एक गाणे म्हणताना आढळला. त्याच्यापुढे सुमारे चारपाच वर्षांचे दोन इंडियन मुलगे त्या गाण्याच्या तालावर नाचत होते. युसाबिओची पत्नी आणि बहीण या दोघी अंधाऱ्या घरातून हे पाहत होत्या.

या नवागताकडे प्रथम त्या नाचणाऱ्या मुलांचे लक्ष गेले नाही. आपल्याच नादात ती होती. नाचत होती. मुद्रेवर गांभीर्य होते. तपकिरी डोळे अर्धवट मिटलेले, धुंद होते. त्यांच्या हातांच्या, बाहूंच्या भरदार आणि लयबद्ध हालचाली पाहण्यात बिशप रंगला. जेमतेम 'कॉटनवूड'च्या पानाइतक्या आकाराच्या त्यांच्या चिमुकल्या पावलांच्या नाजूक, तरबेज हालचाली पाहण्यात गढला आणि कोणाच्याही सूचनेशिवाय, मार्गदर्शनाशिवाय ती मुले ते ठेक्यावरचे, अनियमित नृत्य नाचत राहिली. युसाबिओही एकाग्र झाला होता. गुडघ्यांमध्ये पडघम घेऊन, रुंद खांदे वाकवून, डोक्याला एक किरमिजी फडके बांधून तो बसला होता. थापेने वा हातच्या काटकीने तो पडघम वाजवीत असता त्याच्या गडद गव्हाळी वर्णाच्या बाहूंतले चांदीचे अलंकार चकचकत होते. गात असलेले गाणे संपवल्यावर तो उठला आणि त्याने बिशपशी त्या छोट्या मुलांची– त्याच्या भाच्यांची– त्यांच्या इंडियन नावांनी ओळख करून दिली. एकाचे नाव होते 'ईगल फेदर' आणि दुसऱ्याचे 'मेडिसिन मौंटन' ओळख करून दिल्यावर मानेच्या एका हालचालीने त्याने त्यांना निरोप दिला. ते घरात दिसेनासे झाले. युसाबिओने पडघम बायकोहाती दिला आणि पाहुण्याबरोबर तो चालू लागला.

"युसाबिओ," बिशप म्हणाला, "टुस्कॉनला फादर व्हेलंटला मला एक पत्र धाडायचे आहे. जाकितोसोबत ते मी पाठवू शकेन; परंतु मग परतीच्या माझ्या प्रवासात माझ्या सोबतीला तू दुसऱ्या कुणाला तरी दिले पाहिजेस."

युसाबिओ म्हणाला, "मी येतो तुमच्या सोबतीला व्हिलापर्यंत." नॅव्हॅजो

लोक सँता फेला अद्याप याच जुन्या नावाने संबोधीत.

त्याप्रमाणे, दुसऱ्या दिवशी सकाळी, जाकिंतोला दक्षिणेकडे पाठवून देण्यात आले आणि फादर लतूर आणि युसाबिओ आपली ओझ्याची जनावरे घेऊन पूर्वेकडे दौड मारत निघाले.

परतीचा प्रवास सुमारे चारशे मैलांचा होता– हवा दोन प्रकारची आलटून पालटून अनुभवाला येत होती. एक तर डोळे दिपविणारे उन्ह किंवा वाळूचे सोसाट्याचे वादळ. खालचे वाळवंट जेवढे एकसारखे, निःस्तब्ध, तेवढे वरचे आभाळ बदलते, हलते, वाहते. आणि वरचे आभाळ खूप विस्तीर्ण होते– समुद्रावरही एवढे असत नसेल, जगात दुसरीकडे कुठेही नाही. वाळू पायतळी होती इतकेच. बाकी पाहावे तिकडे हे आभाळ. त्याची निळाई. उन्ह. त्याखाली डोंगरही वारुळागत वाटत होते. इतरत्र आभाळ हे जगाचे छप्पर मानले जाते; परंतु इथे भुई आभाळाची जमीन होती. लांबून दिसे ते जग आभाळाचे, भोवती पाहावे तिकडे आभाळ, ज्यात आपले अस्तित्व ते जग म्हणजेच सगळे आभाळ!

युसाबिओबरोबर प्रवास करणे म्हणजे मानवी स्वरूपातल्या या प्रदेशाबरोबरच प्रवास करण्यासारखे होते. लहरी हवा आणि दैवाधीनता या गोष्टी भारावल्या परंतु आनंदी मनाने त्याने स्वीकारल्या होत्या. तो बोले थोडका, खाई थोडका, कुठेही झोपून जाई, सदा मनाची खुली वृत्ती आणि दिलदारपणा कायम असे. जाकिंतोप्रमाणे त्याचेही वागणे-वावरणे शिस्तीचे आणि शालीन होते. फुले गोळा करण्याकरता वाटेत तो इतक्या वेळा थांबतो याचे बिशपला आश्चर्य वाटे. एकदा सकाळचा घोडी घेऊन, हाती किरमिजी रंगाच्या थरथरत्या, लांबोडक्या फुलांचा एक गजरा घेऊनच तो परत आला.

"यांना इंडियन्स 'रेनबो फ्लॉवर' म्हणतात." तो ती झुलवीत म्हणाला. "अजून तशी फुललेली नाहीत ही."

मुक्कामाची दरड किंवा झाड किंवा वाळूचे टेकाड सोडताना प्रत्येक वेळी युसाबिओ तिथल्या आपल्या वसतीच्या खुणा पुसून टाकण्याची खबरदारी घेई. शेकोटीची राख तो गाडून टाकी, उरले सुरले अन्न खड्डा खणून त्यात पुरून टाकी. एकत्र केलेले दगड पुन्हा पुन्हा विखरून, पाडलेली विवरे बुजवून मगच तो निघे. जाकिंतोची पद्धत हीच, अशीच होती. यावरून फादर लतूरच्या मनात आले की कोणत्याही प्रदेशात आपली खूण मागे ठेवण्याला, आपले अस्तित्व प्रस्थापित करण्याला, काही नवीन, वेगळे, विधायक करण्याला गौरकाय माणूस उत्सुक असतो, तसे हे इंडियन्स कोणत्याही प्रदेशातून आपला वावर जाणवू न देता जाऊ इच्छितात. काही बदलू देत नाहीत, वेगळे राहू देत नाहीत. येण्यापूर्वी सारे होते तसे जाताना सारे ठेवून जातात. पाण्यातल्या मासोळीसारखे, हवेतल्या पक्ष्यासारखे.

कोणत्याही प्रदेशात उठून दिसण्याऐवजी मिसळून जाण्याची ही इंडियन पद्धती. 'होपि' गावच घ्या ना. ज्या खडकावर ते उभे होते, त्याचाच रंग, त्याचेच रूप त्याने धारण केले होते; लांबून त्याचे वेगळे अस्तित्व भासतही नसे. भोवती वाळू, वृक्ष. आणि यांची घरेही याच बनावटीची. घराला काचेची तावदाने बसविण्याची त्या काळी कोणा गावाची तयारी नव्हती. सूर्याचे काचेतले परावर्तन, प्रतिबिंब त्यांना कुरूप वाटे, अनैसर्गिक वाटे– अगदी धोक्याचे वाटे. त्यांना मुळी मुळात कसला बदल, काही नवे मानवत नसे. त्यांच्या बापजाद्यांनी या खडकाळ आणि वालुकामय प्रदेशात रुळविलेल्या ठरावीक पायवाटेने तेही येत होते, जात होते. उंच खडकांवरच्या त्यांच्या वस्त्यांचे जुनेच नैसर्गिक दगडी जिने चढत होते आणि उतरत होते, जुन्याच झऱ्यांच्या कावडी वाहत होते– अगदी गौरकाय लोकांनी नव्या विहिरी खोदल्यावरही.

चांदीचे अलंकार घडविताना वा नीलमणी खोदताना अपार चिकाटी त्यांच्याकडे असे; स्वतःच्या ब्लँकेटावर, पट्ट्यावर, सणावारी मिरवण्याच्या कपड्यांवर ते आपले सारे कलाकसब एकवटीत. परंतु सजावटीची ही त्यांची कल्पना या पलीकडे, आसपासच्या प्रदेशापर्यंत पोचत नव्हती. युरोपीय माणसांची निसर्गावर मात करण्याची, त्याला वाकविण्याची, नमविण्याची जिद्द त्यांच्यात नव्हती. वेगळ्याच दिशेने त्यांचे कसब, चातुरी कामी येई. भोवतालच्या प्रदेशात स्वतःला ते बेमालूम मिसळवून टाकीत. त्यासाठी स्वतःत बदल घडवीत, जुळते घेत. यात बिशपच्या मते आळस नव्हता, सुस्तपणा नव्हता, तर बापाजाद्यांपासून चालत आलेले भय आणि आदर होता. जणू तो सारा अवाढव्य भूखंड गाढ झोपलेला होता आणि त्याला जाग न आणता त्यांना जगायचे होते. वा पंचमहाभूतांना चाळवणे, डिवचणे त्यांना नको होते. ते शिकारी करीत तेही याच सारासार बुद्धीने. त्यांची शिकार म्हणजे कत्तल नसे. नद्या वा जंगले विस्कटणे वा विध्वंसिणे त्यांना बरे वाटत नसे; नदीचे पाणी पाट काढून ते बाजूला घेत तेही अगदी गरजेपुरतेच. जमीन आणि तिच्यावरच्या साऱ्याच गोष्टींविषयी ते एक कदर बाळगून असत. यातले काही ते सुधारूही पाहत नसत आणि बिघडवण्यालाही नाराज असत.

फादर लतूर आणि युसाबिओ अल्बुकर्कच्या नजीक आले तसे त्यांना येते जाते इंडियन्स भेटू लागले. सोबत मिळू लागली. सर्वांची वाटचालीची एकच मुग्ध तऱ्हा. मग गती जलद असो की मंद असो; तेच निरुपद्रवी वागणे, वावरणे. प्रत्येकाने अंगावर झगझगीत ब्लँकेट लपेटलेले, तो घोड्यावर बसलेला वा त्याचा लगाम हाती धरून चालणारा. साऱ्या वाटा, वळणे एकाच अच्चळपणे पार करणारा. जणू वसंताची नवी जागृती दाखविणाऱ्या या सृष्टीतून त्यांना न दिसता, न जाणवता निघून जायचे होते.

लगुनाच्या उत्तरेकडे दोन 'झुन' निरोपे बाजूने दौडत गेले. काही इंडियन कामाकरता ते पूर्वेकडे चालले होते. दौडतानाच उघड्या पंजाने त्यांनी युसबिओला अभिवादन केले; परंतु ते थांबले नाहीत. उमद्या सांबराच्या चपळ अच्चळपणाने ते दूर निघून गेले. बाजूच्या टेकाडांवर त्यांच्या आकृत्या हिंदकळत, वर खाली होत गेल्या– मंद परंतु समर्थ उड्डाण करणाऱ्या, झेपावत्या घारींच्या सावल्या भुईवरून सरकत जाव्यात, तशा.

आठवा खण्ड

१.

सँता फेला येऊन फादर व्हेलंटला तीन आठवडे झाले होते आणि तरीही टुस्कॉनहून त्याला बोलावण्यात येण्यामागचा हेतू अद्याप बिशपने त्याला शब्दानेही कळवला नव्हता. एकदा सकाळी फ्रुक्तोसाने बागेत येऊन त्याला वर्दी दिली की आज जेवण नेहमीपेक्षा लवकर व्हायचे आहे, कारण बिशप दोन प्रहरी कुठेसे जाणार आहेत. सुमारे अर्ध्या तासानंतर फादर व्हेलंट त्याच्या बिशपबरोबर भोजनाला बसला.

बिशप सहसा एकटा जेवत नसे. लांबच्या एखाद्या चर्चचा धर्मगुरू, वा कोणी लष्करी अधिकारी किंवा अमेरिकन व्यापारी आणि असे कोणी नसेल तर जुन्या मेक्सिकोतून वा कॅलिफोर्नियातून कोणी आला असता त्याच्याशी महत्त्वाच्या गोष्टी करण्याला याच वेळी चांगली उसंत असे. जेवणाची खोली प्रशस्त होती, तिला थंडावाही चांगला होता. पश्चिमेकडल्या टोकालाच तिला खिडक्या होत्या; त्यातून बाग दिसे. झाडांमुळे आत प्रकाश येई तो मंद प्रमाणात. उन्हाचे कवडसे आत येऊन भिंतींवर, काचांवर खेळत. मादाम ऑलिव्हेर्सने सँता फे सोडून न्यू ऑर्लिन्सला परत जाण्याच्या दृष्टीने घरातल्या एकेक वस्तू लिलावात विकल्या तेव्हा फादर लतूरने तिच्याकडले जेवणाचे मेज आणि मद्य ठेवण्याचा 'साईड बोर्ड' विकत घेतला होता. आपली आठवण म्हणून डोना इसबेलाने स्वतः त्याला कॉफीचा चांदीचा सेट आणि मेणबत्त्यांचे पात्र दिले होते. धूसर प्रकाशाच्या त्या सबंध खोलीत जरा भारी अशा एवढ्याच वस्तू दिसत.

फादर जोसेफ जेवणाकरता खोलीत आला तेव्हा बिशप आपल्या आसनात प्रविष्ट झालेला होता. "आपले जेवण आज लवकर का, ते फ्रुक्तोसाने सांगितले का तुला? दुपारी जरा बाहेर जाऊ या. तुला काही दाखवायचे आहे."

"बरे झाले. मी बेचैन आहे हे कदाचित तुमच्या लक्षात आलेच असेल. सबंध दोन आठवडे मी असा मागे केव्हा धूळ खात पडलो असल्याचे मला आठवत नाही. पागेत जाऊन 'काँटेण्टो'कडे पाहतो, तेव्हा नजरेने तो जणू मला हिणवतो. असाच राहिला तर तोदेखील अंगाने सुटेल!"

बिशपने स्मित केले. त्या स्मितात किंचित मिस्कील भावही होता. जोसेफला तो चांगला ओळखीत होता. जराशा बेफिकीरपणेच तो म्हणाला, "समझा. टुस्कॉनहून सहाशे मैल रखडपट्टी केल्यावर थोड्या विश्रांतीने त्याचे काही नुकसान होणार नाही. आज दुपारी काढ त्याला बाहेर. मी 'अँगेलिका'वर बसेन."

दोन प्रहरानंतर थोड्या अवधीने ते दोघे धर्मगुरू घोड्यांवर बसून पश्चिमेकडे निघाले. आपले उद्दिष्ट बिशपने उघड केले नव्हते आणि व्हिकरनेही ते विचारले नव्हते. लवकरच सडक सोडून ते सीधे दक्षिणेकडे एका मळवाटेने निघाले. निळ्या सांडिया डोंगराकडे जाणाऱ्या उताराला लागले.

चारच्या सुमारास रिओ ग्रँड व्हॅलीच्या एका उंच टोकावर ते पोचले. इथून वाट एकदम खाली उतरून, सांडिआ डोंगराला पायथ्याशी वळसा घालून सुमारे साठ मैल अंतरावरच्या अल्बुकर्कमध्ये पोचली होती. ते उभे होते तो भाग त्रिकोणी, खडकाळ टेकड्यांचा होता. त्यावर तुरळक पर्णराजी दिसत होती. खडकाचा रंग हिरवा होत; परंतु छटा समुद्राचा रंग आणि ऑलिव्हचा रंग या दरम्यानची आणि विरळा सापडणारी होती. खालच्या, खडीने भरलेल्या जमिनीलाही हीच हिरवी छटा होती. फादर लतूर, या उंचवट्याच्या पश्चिम टोकाला उताराशी उभ्या असलेल्या, अलग पडलेल्या एका टेकडीकडे दौडत गेला. टेकडी बरीच उंच होती. निळ्या सांडिआ डोंगराच्या माळेला आणि मावळत्या सूर्याला सामोरी अशी ती दाटून उभी दिसत होती. ते तिच्यापाशी पोचले तेव्हा फादर व्हेलंटच्या नजरेत एक गोष्ट आली. पश्चिम बाजूला जमीन निचरून केवळ खडकांची एक भक्कम भिंत तेवढी उरली होती आणि ती इतर टेकड्यांप्रमाणे हिरवी नव्हती. सोनेरी पिवळी होती. सूर्यास्ताच्या आताच्या प्रकाशासारखीच ती भासत होती. फावडी, पहारी तिथे पडलेल्या होत्या आणि नुकत्याच फोडलेल्या दगडाच्या ठिकऱ्याही विखुरल्या होत्या.

बिशप असली एक ठिकरी उचलण्याकरता वाकत म्हणाला, "या साऱ्या हिरव्या टेकड्यांत एवढीच ही पिवळी सापडावी हे नवल आहे, नाही? या टेकड्यांतून मी सर्वत्र हिंडलो आहे; परंतु ही मात्र अशा प्रकारची एवढीच." हाती घेतलेल्या पिवळ्या ठिकरीकडे तो पाहत होता. पवित्र आणि धार्मिक वस्तू हाताळण्याची

त्याची एक वेगळीच तऱ्हा होती; आणि तीच तो फार सुंदर वस्तूबाबतही अमलात आणी. क्षणभर मुग्ध राहून त्याने त्या भरभक्कम भिंतीकडे पाहिले. ती सोन्यासारखी चकाकत होती. तो म्हणाला, ''ही टेकडी हेच माझे कॅथेड्रल.''

फादर जोसेफने बिशपकडे पाहिले. मग किलकिल्या डोळ्यांनी त्या टेकडीकडे पाहिले. ''एवढा कठीण दगड आहे इथला? रंग खरेच चांगला आहे. सेंट पीटर्सच्या स्तंभांची आठवण होते.''

बिशपने अंगठ्याने हातातली ठिकरी स्वच्छ केली. ''घराजवळचे काहीतरी वाटते ही पाहून —क्लेरमाँटजवळचे. या ठिकरीकडे, या टेकडीकडे मी पाहतो तेव्हा वाटते की मागेच ऱ्होन नदी वाहते आहे!''

''असे असे. म्हणजे तुम्ही ॲव्हिग्नॉनच्या पोप्सच्या राजवाड्याबद्दल म्हणता! खरे आहे. तसे वाटते खरे इथे. या दिवसांत अशा वेळी तरी तिथे असेच असते.''

एका दरडीवर बिशपने बैठक मारली. अजूनही तो त्या टेकडीकडेच पाहत होता. ''मला अगदी हाच दगड हवा होता; आणि योगायोगाने हा इथे आढळला. इस्लेताहून मी परत येत होतो. अखेरच्या घटका मोजणाऱ्या पॅड्रे जीससच्या भेटीला मी गेलो होतो तिथून येत होतो. त्यापूर्वी कधी या वाटेने मी आलो नव्हतो; परंतु सँतो डोमिनिगोला पोचलो तेव्हा सडक मोठ्या पावसाने एवढी धुपून गेली होती की, मी ती सोडून या मार्गाने आलो. उतरत्या दुपारी इथे पोचलो. आता आहे अशी ही टेकडी समोर ठाकली. आणि त्या क्षणी मन म्हणाले की हेच माझे कॅथेड्रल.''

''हे अपघात नसतात, जीं. असल्या गोष्टी काही पूर्वनियोजनेनेच घडत असतात. परंतु कॅथेड्रल बांधण्याचा बेत तुम्हाला इतक्यात मनावर घेता येणार नाही.''

''परंतु तो फार लांबवणीवरही टाकावा लागू नये असे वाटते... माझ्या आयुष्यात या डोळ्यांनी हे काम पुरे झालेले मला दिसावे; अर्थात ईश्वरेच्छा तशी असेल तर. होईल, घडेल म्हणून मला काहीही कुणावर सोपवायचे नाही, इमारती बांधणाऱ्या अमेरिकन माणसांच्याही पंगस्तीला मला जायचे नाही. त्या तिकडे ओहिओत बांधताहेत तसली भयंकर इमारत बांधण्यापेक्षा आपले आहे हे कच्च्या बांधणीचे जुने चर्चच मला पत्करेल. मला हवे साधे चर्च; पण मला ते चांगलेही व्हायला हवे. इंग्लिश तबेल्यासारखी लाल विटांची क्लिष्ट इमारत चर्चच्या नावाने उभी रहावी म्हणून मी यत्किंचितही उत्साह दाखविणार नाही. या भागाला आपली 'श्ग्ऱ् दर्स्हेलि' पद्धतच खुलेल.''

फादर व्हेलंटने चश्मा पुसला. ''जीं, अशी इमारतीच्या बांधकामाची अचडविचड करीत राहिलात आणि ती बांधायला अमेरिकन माणसे नकोत म्हणालात तर मग कुणाला सांगणार आहात ते काम, ते तरी सांगा!''

“आहे, माझा एक मित्र आहे. तुलूजमध्ये असतो तो. चांगला स्थापत्य विशारद आहे. मागल्या खेपेला तिकडे गेलो असता या संबंधात त्याच्याकडे बोललोही होतो मी. तो स्वतः काही इथवर येऊ शकणार नाही; मोठ्या सागरी प्रवासाची त्याला भीती वाटते. आणि घोड्यावरच्या प्रवासाची त्याला सवय नाही. परंतु त्याचा एक तरुण मुलगा आहे. अद्याप शिकतो आहे तो. तो हे काम आनंदाने हाती घेईल. या नव्या जगात ‘रोमनेस्क’ पद्धतीचे पहिले चर्च बांधणे, ही त्या मुलाची फार मोठी महत्त्वाकांक्षाच बनली असल्याचे त्याच्या बापाच्या पत्रांतून मला नेहमी वाचायला मिळते. त्या दृष्टीने त्याने काही कल्पना केल्या असतील, नमुने अभ्यासले असतील. ‘मिडी’ची जुनी चर्चेस साऱ्या फ्रान्समधली सर्वांत सुंदर चर्चेस असल्याचे तो म्हणतो. आपली तयारी झाली की दोन-तीन पाथरवट बरोबर घेऊन तो इथे येईल. सेंट लुईच्या मजुरांहून या लोकांची मजुरी नक्कीच जास्त नसेल. आता मला हवा तसला दगडही सापडलाच आहे; माझ्या दृष्टीने कॅथेड्रलच्या उभारणीला सुरुवात झालीच आहे. सँता फेपासून ही टेकडी फार तर पंधरा मैलांवर आहे. दरम्यान जरा चढ आहे; परंतु तो फार मोठा नाही. इथून दगड गावात नेणे मला वाटले होते त्याहून सोपेच जाईल.”

जरा नवलानेच आपल्या मित्राकडे, बिशपकडे पाहत फादर जोसेफ म्हणाला, “तुम्ही फार पुढचे बेत ठरवता. अर्थात बिशपला हेच जमले पाहिजे हेही खरे. माझ्यापुरते म्हणाल तर मी आपला नाकाखालचे पाहणारा माणूस आहे. भोवती सारे दारिद्र्य असता, आणि आपणही दरिद्री असता, त्यात इतकी चांगली इमारत बांधण्याचे तुमच्या मनात असेल, हे माझ्या स्वप्नातही नव्हते.”

“परंतु फादर जोसेफ, कॅथेड्रल होणार ते आपल्याकरता नव्हे. भविष्यकाळासाठी आपण ते बांधणार आहो, ते आपण मागे ठेवणार आहोत. फ्रान्समध्ये स्थापत्याबाबत भूषण समजल्या जाणाऱ्या सेमिनरीतले आहोत आपण. आधीच वाटेल तेवढी भिकार बांधणीची चर्चेस असलेल्या या भूमीवर आणखी एक बेरूप चर्च उभारले तर लज्जास्पद गोष्ट ठरेल ती आपल्याला.”

“तुमचेच बरोबर असेल. मी यावर कधी विचारच केलेला नाही. ओहिओच्या पद्धतीव्यतिरिक्त वेगळे एखादे चर्च इथे आपण उपलब्ध करू शकू, असे मला यामागे कधी वाटले नव्हते. मला आठवते त्याप्रमाणे तुमच्या पूर्वजांनी क्लेरमाँटचे कॅथेड्रल बांधण्याला तेराव्या शतकात हातभार लावला. काळ घटना पुनरावृत्त करतो हेच खरे. कॅथेड्रलची कल्पना तुम्ही एवढी जिवाला लावून घेतली असेलसे नव्हते वाटले मला.”

फादर लतूर हसला. “तर मग काय ती वरवर बोलायची गोष्ट असायला हवी होती?”

“नव्हे, तसे नव्हे!” फादर व्हेलंटने अस्वस्थपणे खांदे चाळवले. यात आपण एवढे माघार का घेत आहोत ते त्याचे त्यालाच समजत नव्हते.

ते ज्या टेकडीसमोर उभे होते तिचा पायथा आता काळवंडून पिवळ्या जर्द शाडूसारखा झाला होता. शेंडा मात्र अजूनही वितळत्या सुवर्णाची शान दाखवीत होता. खूप तृप्तीचा एक उसासा टाकून अखेर बिशप वळला. “होय.” तो पुटपुटला. “हा दगड फार उपयोगी येईल. चल. घरी चलू या. दर वेळी इथे यावे तो हा दगड मला अधिकच आवडू लागतो. या प्रकारे ईश्वर माझी आवड, वाटले तर याला माझा पोकळ रुबाब म्हण, पुरवील असे वाटले नव्हते. तुला सांगतो, मला कोणी मोठी इस्टेट दानधर्माकरता देऊ केली असती आणि बदल्यात ही टेकडी हवी तर घे म्हटले असते, तर मी हसत ही टेकडी घेतली असती! अनेक कारणास्तव, कॅथेड्रल ही माझी अत्यंत जिवलग गोष्ट झाली आहे. मला वाटते तू मला याबद्दल फार ऐहिक वृत्तीचा म्हणणार नाहीस.”

चंद्रप्रकाशाने न्हालेल्या त्या प्रदेशातून परतीची वाट कापीत असता, फादर व्हेलंटला एक-दोन गोष्टींचे अद्याप गूढ वाटत होते. आरिझोनात धर्मकार्य करण्यापासून परावृत्त करून त्याला इकडे का बोलावण्यात आले होते, हे एक गूढ. आणि एका इमारतीबाबत एका गरीब धर्मोपदेशक बिशपाने एवढे का मानून घ्यावे, हे दुसरे गूढ. त्याला स्वतःला ते कॅथेड्रल व्हावे असे वाटत होते; परंतु ते ‘मिडी रोमनेस्क’ पद्धतीचे असावे की ‘ओहिओ जर्मन’ पद्धतीचे, याला त्याच्या लेखी काडीचेही महत्त्व नव्हते.

२.

हा प्रसंग घडला त्याच्या पुढच्या दिवशीच सँता फेमध्ये साप्ताहिक टपाल आले. त्यात बिशपकरता बरीच पत्रे होती. त्याची सबंध सकाळ त्यातच गेली. जेवणाच्या वेळी फादर व्हेलंटला त्याने सांगितले की लीव्हेनवर्थच्या बिशपकडून एक फार महत्त्वाचे पत्र आले असून, त्याच्या विचारार्थ संध्याकाळी दोघांनी एकत्र बसणे जरूर आहे.

या अनेक पानी पत्रात कोलोरॅडोत, रॉकी डोंगरांच्या जवळ जवळ अज्ञात भागात घडणाऱ्या अनेक घटनांबाबत मजकूर होता. सँता फेपासून हा प्रदेश उत्तरेकडे तसा केवळ काहीशे मैलांवर. परंतु त्या भागाशी दळणवळण इतके अनियमितपणे चाले की युरोपची बातमी सँता फेंत पाइक्सपीकच्या त्या भागातल्या बातमीपेक्षा लवकर पोचे. गतवर्षांत त्या भागात सोन्याच्या मोठ्या खाणी सापडल्या होत्या आणि फ्रान्सहून आलेल्या एका पत्रातून फादर व्हेलंटला हे प्रथम समजले

होते. चेरी क्रीक आणि सँता फे या दरम्यानच्या अज्ञात डोंगरदऱ्या पार करून पोचावी त्याहून लवकर ही वर्दी अॅटलांटिक समुद्रकिनाऱ्यावरून युरोपला आणि तिथून परत या इथे पोचली होती. फादर व्हेलंट टुस्कॉनला असता त्याच्या भावाचे- मारिअसचे या बातमीचे पत्र औव्हर्नहून आले होते आणि आपल्याला गंधवार्ताही नसलेल्या या इथल्याच नजीकच्या गोष्टीबाबत याने निम्मे अधिक पत्र अनेक प्रश्न विचारून भरून टाकावे आणि आपल्याला हवा तो इटालीतल्या लढाईचा अधिक महत्त्वाचा, निकटचा तपशील मात्र त्याने चटापुरता द्यावा, याचा तेव्हा फादर व्हेलंटला जरा रागही आला होता.

पाइक्सपीकच्या आसमंतातला रॉकी डोंगराचा तो भाग त्या काळी अगदी अज्ञात होता. व्योमिंगहून ताओसला येणारे फासेपारधीदेखील तेवढा ग्रॅनाइटचा कुबडवजा उंचवटा वगळीत, टाळीत. थोड्याच वर्षांमागे, फ्रेमपॉंटने, 'कोलोरॅडोरॉकीज' मधून पार जाण्याचा प्रयत्न केला होता आणि शेवटी ती माणसे भुकेने अर्धमेल्या स्थितीत परत ताओसला आली होती. जवळची खेचरेदेखील त्यांना मारून भक्षण करावी लागली होती. परंतु गेल्या वर्षभरात सारेच पालटले होते. चेरी क्रीकच्या टापूत नशीब काढीत फिरणाऱ्या भटक्या लोकांना सोन्याच्या मोठ्या खाणी सापडल्या होत्या आणि वर्षामागे निर्मनुष्य असलेल्या त्या डोंगराळ भागात माणसांची आता दाटी उडाली होती. मिसुरी नदीकडून मधला गवताळ भाग पार करून पश्चिमेकडे गाड्यांची नुसती रीघ लागून राहिली होती.

लीव्हेनवर्थच्या बिशपने फादर लतूरला लिहिले होते की तो स्वतः नुकताच कोलोरॅडोच्या त्या भागाला भेट देऊन परतला होता. छावण्या करून तंबूतून आणि तात्पुरत्या निवाऱ्यातून राहणारी हजारो माणसे, सुरूंगांनी काळ्या पडलेल्या खोल खोल दरडी, चैन मौजेच्या आणि जुगाराच्या साधनांनी गजबजलेले डेन्व्हर शहर, या साऱ्या स्वार्थसाधू वातावरणात आढळलेले शेकडो प्रामाणिक कॅथॉलिक्स आणि त्याबरोबरच एखाद्या धर्मगुरूंचा या भागात असलेला अभाव, या साऱ्याचे वर्णन त्या बिशपने त्याच्या पत्रात केले होते. कोणत्याही आध्यात्मिक मार्गदर्शनाविना त्या बकाल वातावरणात तरुण मुले वाहवत असल्याचे त्याने म्हटले होते. म्हातारेकोतारे उघड्या हवेने, डोंगरी न्यूमोनियाने मरत होते आणि धर्मात सांगितल्या रीतीने त्यांचे शेवटचे कर्म उरकण्याला कोणी नव्हते, असेही त्याने लिहिले होते.

ही नवी, वाढती वसाहत सध्यापुरती फादर लतूरने आपल्या अखत्यारीत घ्यावी, असे कन्सासच्या त्या बिशपचे म्हणणे होते. पश्चिमेकडे आणि दक्षिणेकडे हजारो चौरस मैलांनी आधीच वाढलेल्या आपल्या 'डायकोज'मध्ये फादरने कोलोरॅडो रॉकीजमधली ही निनावी परंतु आकस्मिकपणे महत्त्व पावलेली वस्तीही जमा करावी, असे त्याने सुचविले होते. शक्य तितक्या त्वरित त्या भागात एक

धर्मगुरू पाठवा, असे त्याने शेवटी कळकळीने विनवले होते. अर्थातच हा धर्मगुरू केवळ धर्मपरायण असून चालणार नव्हते, तर तो चतुर, बुद्धिमान आणि सर्व प्रकारच्या माणसांशी जमवून घेऊ शकणारा असणे आवश्यक होते. तसेच त्याने बरोबर अंथरुणे पांघरुणे, मुक्कामाची साधने, औषधे, खाण्या-पिण्याच्या व इतर आवश्यक वस्तू आणि कडक हिवाळ्याच्या दृष्टीने जरूर तितके कपडे घेणे आवश्यक होते. कॅम्प डेन्व्हरला तंबाखू आणि व्हिस्कीपलीकडे दुसरे काहीही विकत मिळत नव्हते. तिकडे स्त्रिया नव्हत्या आणि स्वयंपाकाची रीतसर साधनेही नव्हती. अर्धकच्च्या भाकऱ्या आणि दारू यावर तिथे माणसे जगत होती. डोंगरावरचे पाणीही त्यांनी निर्मळ राखले नव्हते आणि त्यामुळे तापाने अनेक जण मरत. तिथली सारीच राहणी मोठी भयानक होती.

संध्याकाळी, जेवण झाल्यावर, फादर लतूरने फादर व्हेलंटला ते पत्र वाचून दाखवले. त्याचे वाचून संपल्यावर त्याने बारीक अक्षरात लिहून काढलेले ते कागद खाली ठेवले.

"काम नाही म्हणून तक्रार करतोस तू, फादर जोसेफ. हे तुला काम."

पत्र ऐकत असता अधिकाधिक अस्वस्थ होत असलेला फादर जोसेफ यावर फारसे काही म्हणाला नाही. तो इतकेच बोलला- "तर मग आता पुन्हा मी इंग्रजी बोलायला लागायचे! तुमची परवानगी असेल तर उद्याच निघतो."

बिशपने मान हलवली. "इतकी घाई करण्याचे प्रयोजन नाही." तो म्हणाला. "प्रवासाअखेरीस तुझे स्वागत करायला इथल्यासारखे तिथे आतिथ्यशील मेक्सिकन्स नाहीत. बरोबर बरीच चीजवस्तू घ्यायची आहे तुला. प्रथम एक गाडी बांधवून घेऊ या. तुझ्याकरता काय काय लागेल तेही नीट ठरवून जमवू. त्रांक्विलिनोचा भाऊ साबिनो तुझा गाडीहाक्या होईल. आतापर्यंतच्या तुझ्या धर्मगुरूच्या आयुष्यात हे नवे काम जास्त अवघड ठरेल, असा माझा कयास आहे."

बराच काळ ते दोघे असे बोलत होते. आरिझोनाचाही विचार क्रमप्राप्त होता. फादर व्हेलंटचे कार्य पुढे चालविण्याकरता तिथे कुणाला तरी धाडणे जरूर होते. फादर व्हेलंटने अनेक प्रदेश आणि तिथले लोक पाहिले होते; परंतु आरिझोनाचा त्याचा भाग आणि तिथला समाज त्याला फार पसंत पडला होता, आवडला होता. परंतु बंध, पाश तोडणे, ऋणानुबंध न जुमानणे हीच त्याच्या पेशाची शिस्त होती. कोणत्याही क्षणी कुणालाही रामराम ठोकून कोणत्याही अज्ञात स्थळाकडे चालू लागणे हेच तर त्याचे ब्रीद होते.

त्या रात्री झोपी जाण्याआधी फादर जोसेफने बुटांना तेल लावले, जुन्या वस्त्राने पायांवरच्या केसाळ जागा स्वच्छ केल्या. टुकास डोंगरातल्या चिमायो गावचे धर्मनिष्ठ मेक्सिकन रहिवासी त्यांच्या चर्चमधल्या सानतिआगोच्या एका

मूर्तीविषयी भारी भक्ती बाळगून होते. दर काही महिन्यांनी या मूर्तीला ते बुटाचा नवा जोड चढवीत. रात्री हा सानतिआगो बाहेर पडून लांबलांबवर जातो आणि तो घोड्यावर बसलेला असला तरी त्याचे बूट या फिरण्याने झिजतात, असे त्याचे म्हणणे असे. तिथे असताना फादर जोसेफ त्यांना नेहमी म्हणे की, धर्मगुरूच्या केवळ हातांनाच विशेष सामर्थ्य देणाऱ्या देवबाप्पाने त्याच्या पायांनाही ते दिले असते तर फार बरे झाले असते.

चिमायोच्या या सानतिआगोसंबंधातला एक प्रसंग तो नेहमी सांगे. काही वर्षांमागे फादर जोसेफला सँता फेच्या 'कोलोबोझो'ला भेट देण्याचा हुकूम झाला. चिमायोच्या एका खुनी माणसाची त्याने तिथे जाऊन भेट घ्यायची होती. तो खुनी वीस वर्षांचा पोर असल्याचे त्याला प्रत्यक्ष भेटीत दिसून आले. चेहरामोहरा सात्त्विक वाटावा असा. वागणेही असेच. त्याचे नाव होते रेमॉन आर्मीजिल्लो. कोंबड्यांच्या लढतीचा तो फार नादी होता आणि तेच त्याला बाधले होते. एक मोठा तगडा कोंबडा त्याने पाळला, जोपासला होता. एकही लढत हा कोंबडा हरत नसे. उलट भोवतालच्या गावातल्या अनेक कोंबड्यांचे कंठ त्याने फोडले होते. अखेर सँता फेच्या एका प्रसिद्ध कोंबड्याशी लढत खेळण्याकरता रेमॉनने त्याचा कोंबडा सँता फेला आणला... लढतीच्या वेळी चिमायोची पाच सहा इतर मुलेही आली आणि स्वतःजवळचे होते नव्हते सारे त्यांनी त्या कोंबड्यावर लावले. दोन्ही बाजूंनी फार मोठ्या रकमा इरेला पडल्या आणि प्रेक्षकांच्या तिकिटाच्या पैशांची रक्कम विजेत्या कोंबड्याच्या मालकाला मिळायची होती. जरा अनिश्चित अवस्थेतच लढतीला आरंभ झाला; परंतु पुढे रेमॉनच्या कोंबड्याने प्रतिस्पर्ध्याची धमनी अचूक तोडली आणि लढत जिंकली. यावर कोणाच्याही लक्षात येण्याआत पराभूत कोंबड्याचा मालक रिंगणात घुसला आणि रेमॉनच्या कोंबड्याची मान त्याने साफ मुरगळली. त्याने हातातून पिसांचे ते निर्जीव गाठोडे खाली टाकण्याआत रेमॉनचा चाकू त्यांच्या उरात खोलवर घुसला. क्षण दोन क्षणात सारे घडून गेले- कोणी तर म्हणत होते की तो कोंबडा आणि त्याला मारणारा तो माणूस, दोघांचेही मृत्यू एकदमच घडून आले. मात्र सर्वांचे एकमत होते की मनगटाची हालचाल आणि चाकूची झेप यादरम्यान श्वास घ्यायलाही त्या माणसाला उसंत सापडली नव्हती. दुर्दैवाने स्थानिक अमेरिकन न्यायाधीश फारच निर्बुद्ध निघाला. त्याला साऱ्या मेक्सिकन लोकांविषयीच द्वेष होता आणि कोंबड्यांच्या लढती थांबविण्याचाही त्याचा निश्चय होता. मृत माणसाच्या मित्रांच्या जबान्या खऱ्या मानून त्याने रेमॉनने वारंवार त्या माणसाला खुनाची धमकी पूर्वी दिली होती हे खरे मानले आणि त्याला फाशी सुनावली.

फादर व्हेलंट त्याच्या भेटीला गेला तेव्हा त्या मुलाच्या आयुष्याचे मोजकेच

दिवस बाकी होते. फादर गेला तेव्हा तो एखाद्या बाहुलीला पुरतील एवढेच छोटेसे नाजूक बूट बनवीत बसला होता. फादरने विचारले तेव्हा तो म्हणाला, "हे आपल्या चर्चमधल्या सानतिआगोसाठी." फाशीच्या वेळी उपस्थित राहण्याकरता त्याच्या घरची सारी मंडळी सँता फेला येणार होती आणि तेव्हा तो त्यांच्याकडे हे बूट देणार होता. मग ते बूट त्याच्या सानतिआगोच्या पायी शोभणार होते आणि त्याचा सानतिआगो त्याच्यासाठी परलोकी काही रदबदली करण्याचाही संभव होता.

मेणबत्तीच्या प्रकाशात हातच्या बुटांना तेल लावीत असता फादर व्हेलंटने उसासा सोडला. कोलोरॅडोमध्ये त्याला भेटणार होते ते गुन्हेगार या प्रकारचे नक्कीच असणार नव्हते, असे त्याने स्वतःला सांगितले.

३.

फादर व्हेलंटकरता गाडी तयार होण्याला महिना लागला. बरेच ओझे या गाडीतून जायचे होते आणि तरीही ती हलकी आणि निरुंद असणे आवश्यक होते. कारण वाट पक्की नव्हती. एरवी झरे वाहत त्या चाकोरीवजा दरडींतून तिला वाट काढीत जायचे होते. त्या दृष्टीने तिची बनावट काही वेगळीच असणार हे उघड होते. गाडीचे बांधकाम चालले असताना फादर जोसेफ काळजीपूर्वक, तिकडे सोबत न्यायचे साहित्य निवडत होता. कँप डेन्व्हरला पोचताच तिथे तो वासे आणि कॅनव्हासच्या साहाय्याने एक तात्पुरते 'चॅपेल' उभारणार होता; त्यात असणे आवश्यक असे सामानही तो निवडत होता. त्याशिवाय पदके, क्रूस, रोजरीज, रंगीत चित्रे आणि धर्मविषयक पुस्तिका यांनी भरलेल्या त्याच्या थैल्या होत्याच. स्वतःकरता त्याला एक 'ब्रेव्हिअरी' सोडून आणखी कोठल्या पुस्तकाची जरूर नव्हती.

बिशपच्या अंगणात तो वारंवार निवड करीत होता, काही गोष्टी बाजूला टाकीत होता आणि प्रत्येक वेळी हे नव्याने घडायचे टळत नव्हते. काही ना काही बदल सुचेच. त्याला मदत करण्याकरता फ्रुक्तोसा आणि मॅग्डालेनाला वारंवार बोलवून घेण्यात येई आणि अखेर एक पेटारा एकदाचा पूर्ण भरला की तो बंद करण्यात येई आणि फ्रुक्तोसा तो उचलून नेऊन लाकडाच्या 'शेड'मध्ये ठेवी. बिशपला त्याच्या फिरण्या-जेवण्याच्या जागेत हे पेटारे दिसले की त्याच्या भुवया आकुंचित होत, कपाळावर आठी पडे हे तिला दिसत असे. जुन्या मेक्सिकन रहिवाशांकडून आणलेल्या कातडी पिशव्यांत अंथरुण-पांघरुणे आणि कपडालत्ता बांधण्यात आला. या पिशव्या आता जुनाट झाल्या होत्या; परंतु त्याआधी अशी

पिशवी हीच गरीब माणसाची ट्रंक असे.

या काळात बिशप लतूरही बराच कामात होता. क्लेरमाँटच्या एका नव्या धर्मगुरूला तो या भागातल्या कामाकरता तयार करीत होता. लांबलांबच्या 'पॅरिशेस' कडे तो त्याला घेऊन जाऊन या भागातल्या माणसांची जाण त्याला येईल म्हणून झटत होता. बिशप म्हणून त्याला फादर व्हेलंटच्या जाण्याविषयीच्या, त्या पोटचे कष्ट उपसण्याविषयीच्या उताविळीचे कौतुकच करणे भाग होते; परंतु माणूस म्हणून मात्र आपल्या या जुन्या सहकाऱ्याने खंत खेद न मानता इतक्या तत्परतेने आपल्यापासून लांब जाऊ पाहावे, हे त्याला लागले होते. त्याला माहीत होते, साक्षात्कार घडावा तसे कळत होते, की हा वियोग शेवटचा होता. इथे त्यांची आयुष्ये अलग व्हायची होती आणि फिरून ती एकत्र येण्याचा योग नव्हता. घरातली फादर जोसेफच्या प्रस्थानाची धामधूम पाहून त्याला त्रास होत होता आणि म्हणून लांब लांबच्या कुठल्या तरी 'पॅरिशेस'कडे धाव घेणे त्याला सोयीचे वाटत होते.

एके दिवशी बिशप अल्बुकर्कहून नुकताच परतला असता, फादर व्हेलंट मोठ्या उल्हसित मनाने जेवणाला येऊन हजर झाला. त्याच्या नव्या गाडीतून त्याने फेरफटका केला होता आणि गाडी त्याला समाधानकारक वाटली होती. साबिनोची निघण्याची तयारी झालेली होती आणि बहुधा एक दिवसाच्या अवकाशाने त्यांचे निघणे होणार होते. पुढ्यातल्या टेबलक्लॉथवर त्याने आपला मार्ग काढून दाखवला, बरोबर बांधून घेतलेल्या वस्तूची यादी ऐकवली. बिशप थकलेला होता आणि अन्नावर त्याची वासना दिसत नव्हती; परंतु फादर जोसेफने मात्र पोटभर खाल्ले. काही नवा बेत, नवी योजना पुढे असली की तो खूप चवीने खाई.

फ्रुक्तोसाने कॉफी आणल्यावर खुर्चीत तो मागे रेलला आणि उजळ मुद्रेने आपल्या मित्राकडे वळला. म्हणाला, "जीं, मला नेहमी वाटते की मला तुम्ही टुस्कॉनहून परत बोलावलेत तेव्हा केवळ विधीच्छेबरहुकूम तुम्ही वागलात. तिथे मला वाटत होते की माझ्या आयुष्यातले फार मौल्यवान काम मी करतो आहे आणि तसे काहीच कारण नसताना तुम्ही मला परत बोलावलेत. का ते तुम्हालाही माहीत नव्हते आणि मलाही माहीत नव्हते. अंधारात काही तरी हालचाली केल्या आपण. परंतु प्रभूला 'चेरी क्रीक' वर घडणारे सारे दिसत होते आणि बुद्धिबळातल्या सोंगट्यांसारखा तो आपल्याला हलवीत होता. आणि पाचारण आले तेव्हा साद द्यायला मी इथे मोकळा हजर होतो— चमत्कारच म्हणायचा."

फादर लतूरने कॉफी पिता पिता चांदीचा पेला खाली ठेवला. तो म्हणाला, "जोसेफ, चमत्कार ठीक आहेत. परंतु इथे मात्र तसा एखादा घडल्यासारखे मला वाटत नाही. तुला मी बोलावून घेतले कारण तुझ्या संगतीची तेवढी गरज मला

भासली. माझ्या व्यक्तिगत इच्छेच्या पूर्तीकरता मी माझा बिशपचा अधिकार वापरला, हे वाटले तर स्वार्थी म्हण, पण नैसर्गिकही होते. आपण एका देशातले आहोत. काही सामायिक स्मृतींनी एकत्र गुंफले गेलेलो आहोत. आणि एकत्र आलेल्या, राहिलेल्या दोन मित्रांनी पुन्हा आपापल्या स्वतंत्र मार्गाने लांब जावे, हेही तसे म्हटले तर नैसर्गिकच होय. मला वाटते, खरेच याचा खुलासा शोधण्याकरता याला चमत्कार म्हणण्याची जरूर नाही.''

सोन्यामागे देशोधडी येऊन मुक्काम टाकलेल्या माणसांच्या उद्धाराचाच विचार आणि तयारी करण्यात अष्टौप्रहर गुंतलेल्या फादर जोसेफला बाकी काहीच दिसले, जाणवले नव्हते. आता त्याच्या मनात लखखपणे जाणवले की त्याच्या साऱ्या लगबगीत, तयारीत, धामधुमीत बिशप अलिप्तच राहिला होता. त्याला जाऊ देणे फादर लतूरला फार अवघड वाटत होते; वाटणार होते. पुढल्या एकटेपणाचे दडपण त्याच्या मनावर आतापासून पडले होते.

आपल्या खोलीकडे जाताना मनाशी त्याने कबूल केले की त्याच्या वृत्तीपेक्षा बिशपची वृत्ती फारच वेगळी होती. तो स्वतः जाई तिथे स्वदेशाची भावना जाणवून घेई, कुटुंबाचे वातावरण निर्माण करी. परंतु जी कोणत्याही समाजात मिसळू शकणारा आणि सर्वांना प्रिय होणारा माणूस होता, तितका नवनवीन ऋणानुबंध नव्याने जोडू शकणारा नव्हता. असे नेहमीच होत आले होते. पोरवयातही तो असाच होता. सर्वांशी त्याचे वर्तन चांगले; परंतु त्याच्याभोवती घोळका फारसा नसे. कोणीही म्हटले असते ते असे की फादर लतूरसारखा असामान्य गुणांचा माणूस असा वनवासात पाठवण्याऐवजी त्याला त्याची विद्वत्ता, देखणे व्यक्तिमत्त्व, आणि हळुवार वागणे यांचा योग्य उपयोग होईल अशा जगाच्या एखाद्या भागात धाडणेच योग्य झाले असते. या ओसाड भागात एखादा अधिक निबर, राकट, हडसभडस वृत्तीचा बिशप योग्य ठरला असता. बिशप लतूरनंतरचे इथले बिशप्स त्याच्यासारखे असणार नव्हते, हे उघडच होते. मग हाच तेवढा या भागात का पोचावा? परंतु प्रत्येक गोष्टीला ईश्वराघरी काही कारण असते हे फादर व्हेलंटला मंजूर होते. कदाचित त्या विस्तीर्ण प्रदेशातल्या नव्या 'डायोसेज'च्या आरंभाला अशी एखादी भूषणास्पद व्यक्ती उपस्थित असणे परमेश्वराला उचित वाटले असेल; आणि कदाचित असेही असेल की पुढल्या कित्येक वर्षांत या व्यक्तीची काही ना काही परंपरा, आदर्श, स्मृती या भागात राहूनही जाईल.

दुसऱ्या दिवशी दुपारी गाडी भरून झाली. अंगणात, निघण्याच्या तयारीने ती उभी करण्यात आली. फादर व्हेलंट बिशपच्या मेजाशी बसला होता, फ्रान्सला काही पत्रे लिहून पाठवीत होता. मारिअसला एक छोटे पत्र, आवडत्या फिलोमेनला लांबलचक पत्र- आपल्या नव्या हालचालीची माहिती देणारे, आपल्याला यश

येवो म्हणून प्रार्थना करण्याला सांगणारे. भराभर आणि लेखणीला हिसके देत तो लिहीत होता. बोटांबरोबर त्याचे ओठही हलत होते. बिशप तिथे आला तेव्हा तो उठून हातात ते कागद धरून उभा राहिला.

"तुझ्या लिहिण्यात व्यत्यय यावा म्हणून नाही आलो मी, जोसेफ. पण एक विचारायचे होते की कॉण्टेण्टोला तू तुझ्याबरोबर कोलोरॅडोला नेणार आहेस का?"

फादर जोसेफच्या डोळ्यांची उघडझाप झाली. "हो, तर, नक्कीच त्यावरून मी निघणार होतो. पण तो तुम्हाला इथे हवा असेल तर..."

"छे छे, अगदी नाही. परंतु कॉण्टेण्टोला नेणार असशील तर अँगलिकालाही ने असे मी तुला सांगणार होतो. दोघांचा जीव आहे एकमेकांवर. तर मग अनिश्चित कालपर्यंत त्यांचा वियोग का घडवायचा? त्यांना सांगता तर काही येणार नाही, समजावता येणार नाही. फार काळ एकत्र राहिले आहेत, राबले आहेत दोघे!"

फादर व्हेलंटने जबाब केला नाही. हातातल्या कागदांकडे तो डोळे ताणून पाहत राहिला. त्या कागदांवर पाण्याचा एक थेंब ठिबकला आणि साकळला तो बिशपने पाहिला. तो तात्काळ वळला आणि कमानीच्या दारावाटे बाहेर नाहीसा झाला.

दुसऱ्या दिवशी सूर्योदयाला फादर व्हेलंट निघाला. साबिनो गाडी हाकीत होता. त्याचा सर्वांत मोठा मुलगा अँगेलिकावर स्वार होता आणि फादर जोसेफ स्वतः कॉण्टेण्टोवर बसला होता. ईशान्येकडचा जुना रस्ता त्यांनी धरला. सर्वभर लाल रंगाच्या वाळूच्या टेकड्या होत्या. अशा एका टेकडीच्या माथ्यावर रस्ता वळण मारी त्या वाकणापर्यंत बिशप त्या मंडळींना पोचवण्याकरता आला. सँताफेचे अखेरचे दर्शन त्यांना त्याने घडवले. एका डोंगराला पाठ लावून बसलेले, कोवळ्या उन्हात गुलाबी दिसणारे ते गाव एकदा पाहून घेण्याकरता फादर जोसेफ घोड्याचा लगाम खेचून मागे वळला. बाहूंची कव घालावी तसे टेकड्यांनी या गावाला वेढले होते.

या परिचित जगाकडे पाठ वळवताना तो पुटपुटला, "ल्ज्म्म, ईंर्ग!" बिशप परत फिरला- एकांताकडे. आता वय झाले होते सत्तेचाळिशीचे. वीस वर्षे 'नव्या जगा'त व्यतीत झाली होती. त्यातली दहा न्यू मेक्सिकोत. तो स्वदेशी धर्मगुरू असता तर या काळात त्याचे भाचे; पुतणे लॅटिनमधले अवघड भाग समजावून घेण्याकरता, खाऊला पैसे मागण्याकरता त्याच्याकडे आले असते; भाच्या, पुतण्या बागेत बागडल्या असत्या, काहीतरी शिवणकाम घेऊन येऊन त्याच्या घराच्या निगेवर देखरेख करीत राहिल्या असत्या. पन्नाशीला आलेल्या कोणाही अविवाहित माणसासारखा तो या कल्पनांत रंगून घरापर्यंत पोचला.

परंतु घरात पाऊल टाकताच वास्तवाचे भान त्याला आले, कर्तव्याचे आले. त्याला सोबत वाटली. दारावरचा पडदा पाठीशी खाली येताच एकलेपण लोपले. आणि हानीच्या भावनेची जागा पूर्वस्थितीच्या प्राप्तीच्या जाणिवेने घेतली. आपल्या मेजाशी तो बसला, चिंतनात गर्क झाला. या विशिष्ट एकाकीपणातच एखाद्या धर्मगुरूचे जीवन त्याच्या प्रभूच्या जीवनाप्रत पोचले असते. हे एकाकीपण झिजविणारे, नाकारणारे नव्हते; ते होते अखंडपणे फुलणारे, बहरणारे व्हर्जिन-मातेच्या आस्तित्वाने भरलेले. जीवन निष्प्राण, अचेतन, ऐहिक अर्थाने अर्थहीन कसे होईल? साधेसोपेपणात लहान मुलांच्या एखाद्या गोष्टीला मातेने मागे टाकले असते तसे अगाधतेत उत्तमोत्तम अध्यात्मवाद्यांना हरवले असते.

इथे, सँता फेमधल्या त्याच्याच चर्चमध्ये तिची मूर्ती होती. छोटी, लाकडी बनावटीची, फार जुनी आणि सर्वांना प्रिय वाटणारी. दोनशे वर्षांमागे स्पेनकडून हे शहर ड व्हार्गाजने परत जिंकून घेतले तेव्हा तिचा मान म्हणून वर्षातल्या एका दिवशी मिरवणूक काढण्याची प्रतिज्ञा त्याने वाहिली होती. आणि आजतागायत सँता फेंत या सोहळ्याला फार महत्त्व होते. त्या मूर्तीची उंची होती सुमारे तीन फूट. दिसायला राजस. सुंदर तरीही धारदार अशी स्पॅनिश मुद्रा. तिचे कपडेलत्ते बरेच होते, हक्काचे वैभव होते. इथल्या स्त्रियांना तिच्याकरता कपडे शिवणे आवडे आणि सोनारांना तिच्याकरता अलंकार घडवणे आवडे. खुद्द इंग्लंडच्या राणीकडे किंवा फ्रान्सच्या सम्राज्ञीकडेदेखील एवढे पोशाख नसतील असे आपल्याला वाटत असल्याचे फादर लतूर म्हणाला, तेव्हा या साध्या भाबड्या माणसांना केवढे बरे वाटले होते. ती त्यांची बाहुली होती तशी त्यांची राणी होती. कौतुकाचे आणि आदराचे स्थान होती. मेरीचा मुलगा तिच्याशी असाच तर वागला असेल.

फादर लतूरला वाटले की अशा साध्या भाबड्या पद्धतीने उरातल्या भक्तीला, प्रेमाला मोकळी वाट देणारे हे दरिद्री मेक्सिकन्सच एकटे नव्हते. त्यांच्या काळात चित्रकार राफेलने आणि टिटिअनने हेच केले होते. मोठमोठ्या स्थापत्यविशारदांनी हेच केले होते. कोणी तिची चित्रे रेखाटली होती, तर कोणी मंदिरे बांधली होती आणि कोणी तिची गीते गायिली होती. तिचा अवतारही घडण्याआधी 'पेगन' शिल्पकारांनी देवता आणि तरीही स्त्री असलेली एक मूर्ती घडविण्याचे केवढे अविरत प्रयत्न केले होते.

बिशप लतूरचे भाकीत खरे ठरले. मेक्सिकोतले आपले कार्य पुढे चालवण्याला फादर व्हेलंट कधीही परतला नाही. तसा तो एकदा परत आला, संधी मिळे तेव्हा वारंवार येत असे, परंतु येई तो केवळ आपल्या जुन्या स्नेह्यासोबत्यांना भेटण्यासाठी. मात्र त्याच्या आयुष्याचे ध्येय आता पक्के ठरले होते आणि ते होते कोलरॅडो

रॉकीजमध्ये. दक्षिणेकडले निळे डोंगर त्याला आवडत तसे हे डोंगर त्याला आवडले नव्हते. वाटेतल्या अनेक अपघातांत आणि आजारात झालेली शारीरिक हानी भरून काढण्यासाठी तो प्रथम सँता फेला परतला; मग बिशप लतूरला 'आर्चबिशप' करण्यात आले तेव्हा पोपच्या प्रतिनिधीसमवेत आला. परंतु त्याचे कार्यक्षेत्र होते कुंद डोंगराळ प्रदेशात, कोणतीही सुखसोय नसलेल्या खाणींभोवतालच्या छावण्यांत– चुकलेली मेंढरे मार्गावर आणणे, हे.

क्रीड, ड्युरँगो, सिलव्हर सिटी, सेंट्रल सिटी, कॉण्टिनेंटल डिव्हाइडवरून उटाहमध्ये– या साऱ्या ग्रॅनाइटच्या ओबडधोबड टापूंत त्याची 'एपिस्कोपल' गाडी हळूहळू प्रसिद्ध झाली होती, नेहमीची झाली होती.

तिला छप्पर होते आणि रात्री झोपण्याकरता त्याला ती पुरत असे- मुळात फादर जोसेफ खुरटाच होता. मागल्या बाजूला सामानाची पेटी होती- खुल्यावर एखाद्या पाइन वृक्षाखाली 'मास' साजरा करण्याची वेळ येई तेव्हा हिचा 'आल्टर' होत असे. तो म्हणे की डोंगरातले धबधबे हे तिथल्या रस्त्यांचे आद्य प्रवर्तक; आणि ते जातील तिकडे तिकडे त्याला रस्ता मिळत असे. त्याचा ड्रायव्हरमागून ड्रायव्हर बदलला, अनेकवार आणि मोठ्या प्रमाणावर त्याची गाडी दुरुस्त करावी लागली– इतकी की ती त्याने टाकून दिली तेव्हा तिचा एकही भाग मूळचा नव्हता.

धावा मोडणे, आस मोडणे, या गोष्टीचे त्याला काहीच वाटत नसे. दोन खेपांना अख्खी गाडी फादरसकट चाकोरीतून उलटून डोंगरावरून उताराकडे घरंगळत, गडगडत गेली. असल्या अगदी पहिल्या अपघातातून फादर व्हेलंट किमान शारीरिक हानीनिशी बाहेर आला. असे झाले याला कारण आर्चएंजल राफेलची कृपा कारण त्याचेच ध्यान आपण त्या दिवशी सकाळी विशेष मनःपूर्वक केले होते, असे त्याने बिशप लतूरला लिहिलेल्या पत्रातून कळवले. दुसऱ्या खेपेला अपघात झाला होता तो सेंट्रल सिटीनजीक. या वेळी त्याच्या मांडीचे हाड सांध्याच्या जरा खाली मोडले. वेळीच ते व्यवस्थित जोडले गेले; परंतु लंगडणे मात्र कायमचे चिकटले आणि पुन्हा केव्हाही त्याला घोड्यावर बसता आले नाही.

मात्र हा अपघात होण्याआधी, तो नुक्ताच सँता फे आणि अल्बुकर्कला जाऊन जुन्या इष्टमित्रांना भेटून, नवी उमेद घेऊन बऱ्याच दिवसांनी परत आला होता. त्याने डेन्व्हर सोडले तेव्हा त्याच्या 'काँग्रेगेशन'ला त्याने सांगितले होते की मेक्सिकनांकडे आपण पैशांची याचना करण्याकरता जात आहोत. डेन्व्हरचे चर्च तसे बंद इमारतीतच होते; परंतु खिडक्यांना तावदाने नव्हती. ती आणण्याकरता घस सोसण्याला कोणीच तयार नव्हते. वास्तविक या भागात खाणमालक होते, लाकूड पिसण्याच्या गिरण्यांचे धनी होते, सुस्थितीतले व्यापारी होते; परंतु त्यांचा सारा पैसा त्यांच्या व्यवसायांच्या विकासार्थच कारणी लागत होता. मेक्सिकन्स

दरिद्री होते, मातीचे घर आणि खेचर यापलीकडे त्यांच्याकडे मालकीचे काही नसे; तरीही फादरला त्यांच्याकडून नेहमीच पैसे जमवता येत; जवळ असेल ते ते देत असत.

त्याच्या या प्रवासाला तो 'भीक मागण्याची यात्रा' असे प्रांजळपणे संबोधित होता आणि काय मिळेल ते घेऊन येण्याकरिता या 'यात्रे'ला तो आपल्या गाडीने निघाला. तो ताओसपर्यंत पोचला आणि त्याच्या आयरिश गाडीहाक्याने पुढे येण्याचे साफ नाकारले. असल्या या रस्त्यावर आपण एक मैलही जास्त येणार नाही असे त्याने बजावले. त्याचा टापू त्याला माहीत होता परंतु या भागात मात्र त्याने आपला आणि पॅड्रेचा जीव पणाला लावण्याचे नाकारले. त्या काळात ताओस ते सँता फे असा गाडीचा रस्ताच नव्हता. पुढे पंधरवड्याभराने फादर व्हेलंटला या प्रवासाकरता नवा गाडीवान मिळाला. तो सराईत होता; असल्या गाड्यांचा त्याला अनुभव होता; आणि कुदळ फावडी बरोबर घेऊन त्याने फादर लतूरची गाडी एकदाची सुखरूप, सँता फेमध्ये, बिशपच्या अंगणात आणून उभी केली.

पुन्हा एकवार, आपल्या माणसात येऊन, (तो या लोकांना असे म्हणे.) फादर जोसेफने आपली 'भिके'ची मोहीम उघडली. दरिद्री मेक्सिकन्स येऊन आपल्या कपड्यांतून, जोड्यांतून (इथे ते पैसे ठेवीत.) डॉलर्स काढून डेन्व्हरच्या चर्चच्या दुरुस्तीकरता फादरच्या पदरात टाकू लागले. फादर तिथेच थांबला नाही. सँता फेच्या आणि अल्बुकर्कच्या दयार्द्र स्त्री वर्गाला त्याने डेन्व्हरमधल्या त्याच्या अकारण उद्भवणाऱ्या अनेक गैरसोई विदीत केल्या.

डेन्व्हरमध्ये गवताच्या थप्प्यांवर तो झोपत होता, ओबडधोबड फळ्यांवर मेणकापड टाकून त्याने जेवणाचे मेज बनवले होते. टेबलक्लॉथ्स, टॉवेल्स, रुमाल याअभावी जुन्या कपड्यांचा तत्सम उपयोग करावा लागत होता. त्या मेक्सिकन बायांना हे सारे ऐकणेही अशक्य झाले. फादर व्हेलंटने असेही सांगितले की कोलोरॅडोमध्ये बागा करण्याचीही पद्धत नव्हती. सोन्याविना दुसऱ्या कोठल्या हेतूने जमिनीवर कुदळ मारण्याची कोणाचीही तयारी नसे. तिथे नव्हते लोणी, नव्हती अंडी, नव्हती फळे. मिळेल ते खाऊन तो तिथे जगत होता.

आल्यापासून काही आठवड्यांत बिशपच्या फादर व्हेलंटकरता लोकांनी पराच्या सहा गाद्या पाठवल्या. त्याशिवाय, अंथरुणे पांघरुणे, उश्यांचे भरलेले अभ्रे, टेबलक्लॉथ्स, नॅपकिन्स, मिरच्यांच्या माळा आणि सुकवलेल्या फळांच्या पेट्या बिशपच्या निवासस्थानी जमल्या. चिमायोच्या छोट्याच वस्तीतून दोन उत्कृष्ट ब्लँकेट्स आली होती.

या साऱ्या भेटी जमत असता, फादर जोसेफ त्या एकीकडे ठेवून देत होता.

कारण भेटी स्वीकारण्याची त्याची तत्परता बिशपला नेहमीच संकोचवीत आली होती. परंतु एक दिवशी सकाळी फादर लतूरच्या नजरेला या वस्तू आल्याच.

त्याने सुनावले, "फादर जोसेफ, डेन्व्हरला या साऱ्या वस्तू नेणे तुला जमणार नाही. हे सारे घेऊन जायचे तर बैलगाडीच लागेल!"

फादर जोसेफ म्हणाला, "ठीक आहे. देव मला बैलगाडीही पाठवून देईल."

आणि खरोखर तसेच झाले. बैलगाडी मिळाली; इतकेच नव्हे तर प्युएब्लोपर्यंत ती नेण्याला गाडीवानही गवसला.

परत निघण्याच्या दिवशी सकाळी, गाडी भरून सुसज्ज झाल्यावर, भल्या पहाटेपासून सर्वांना तयारीत गुंतवून घाई करणारा फादर व्हेलंट एकदम मंदावला. बिशपच्या खोलीत तो गेला आणि काही बिनमहत्त्वाच्या गोष्टी बोलत त्याच्यासमोर बसला. काहीतरी राहून जात असल्यासारखे त्याचे वागणे, बोलणे रेंगाळते होते.

मग किंचित स्तब्ध राहून तो एकदम म्हणाला, "जीं, आता आपले वय होत चालले."

बिशप किंचित हसला. म्हणाला, "हो हो. आता तरुण राहिलो नाही आपण. अशाच एखाद्या ताटातुटीने सारे संपेल."

फादर व्हेलंटने मान हलवली. "ईश्वराची मर्जी. मी तर तयारच आहे." तो उठला आणि खोलीत फेऱ्या मारू लागला. बिशपकडे, त्याच्या या जिवलग स्नेह्याकडे न पाहता तो पुढे बोलत राहिला. "पण जीं, मला वाटते झाले ते सारे तेवढेसे वाईट नव्हे. सेमिनरीत असताना फार पूर्वी आपण जे मनात योजले ते सारे– निदान त्यातले काही– हातून घडले आहे. तारुण्यातली, पोरवयातली स्वप्ने साकार होणे, याहून माणसाच्या जीविताचे साफल्य ते आणखी काय? कोणतेही ऐहिक यश त्याची बरोबरी करू शकणार नाही."

बिशप उठत म्हणाला, "माझ्यापेक्षा वेगळा आहेस, उजवा आहेस तू. अभिमान वा लज्जा न ठेवता तुझे कार्य जोमाने केले आहेस तू. मी त्या मानाने नेहमीच थोडाफार स्थितप्रज्ञ राहत आलो आहे. मागे पडत आलो आहे. यानंतर तूच मला आशीर्वाद द्यायला हवास."

तो वाकला. आणि त्याला आशीर्वाद दिल्यावर फादर व्हेलंटने वाकून लागलीच त्याचा आशीर्वाद ग्रहण केला. दोघांनी एकमेकांना आलिंगन दिले- भूत आणि भविष्य यांना सारखेच व्यापून, बुडवून, टाकणारे ते आलिंगन होते.

नववा खण्ड

१.

धर्मशील जोगीण, मदर सुपरिअर फिलोमेन तिच्या मूळ गावी, रिओममध्ये बऱ्याच दीर्घ हयातीनंतर मृत्यू पावली, तेव्हा तिच्या कागदपत्रांत आर्चबिशप लतूरकडून तिला आलेली अनेक पत्रे मिळाली. त्यातले एक १८८८ च्या डिसेंबरमधले म्हणजे आर्चबिशप लतूर यांच्या अवसानापूर्वी केवळ काही थोडे महिनेच आधी लिहिलेले होते. त्यात त्यांनी तिला लिहिले होते, ''तुमच्या भावाला प्रभुचरणी स्थान लाभले तेव्हापासून मला तो जास्त निकट भासू लागला आहे. गेली अनेक वर्षे परस्परांच्या कर्तव्यांनी आमची ताटातूट झाली होती; परंतु मृत्यूने आम्हाला जोडले आहे. आता थोड्याच काळात मी त्याच्याप्रत जाईन. दरम्यान, कृतिशील जीवनाचे सर्वांत सुखद साफल्य म्हणजे पूर्णतया चिंतनात काल घालविण्याचा मनसोक्त आनंद- तो मी लुटीत आहे.''

हा चिंतनाचा अंतिम काल आर्चबिशपनी सँता फेच्या उत्तरेकडे चार एक मैलांवरच्या हक्काच्या छोट्याशा जमिनीवर, हक्काच्या घरात घालवला. 'डायोसेज'च्या कारभारापासून मुक्त आणि निवृत्त होण्याच्या खूप आधीच त्यांनी ही जमीन विकत घेऊन ठेवलेली होती. तेसुक गावाजवळच्या लाल वाळूच्या टेकड्यांच्या टापूत ही होती. तिथे त्यांनी एक ऑर्चर्डचे रोप लावले. त्यांची अंतिम विश्रांतीची वेळ येईल तेव्हा हे बहरायचे होते. या टापूतली ही जागा त्यांनी निवडली ती इष्टमित्रांच्या सल्ल्याविरुद्ध. कारण फळांच्या लागवडीला त्यांना ही सोईस्कर वाटत होती.

एक दिवशी तेसुकच्या चर्चकडे ते घोड्यावरून जात असता, एका झऱ्याचा

मागोवा घेत ते या जागी पोचले होते. इथे त्यांना एक छोटेसे मेक्सिकन घर आणि त्यालगत, मागे कधीही न पाहिलेल्या आकाराचे 'ॲप्रिकॉट'चे झाड दिसले होते. त्याला दोन फांद्या होत्या. यातली प्रत्येक फांदी मानवी देहाहून जाड होती, भरीव होती. आणि झाड तसे बरेच जुनाट असले तरी फळांनी लहडले होते. फळे मोठी, सुंदर रंगांची आणि फारच रुचकर होती. टेकडीच्या बाजूला हे झाड पाहून आर्चबिशपनी मनाशी हिशेब केला की ही हवा फळझाडांना उत्तम असली पाहिजे. सूर्याची उष्णता टेकडीच्या खडकाळ उतारावर परावर्तित होऊन त्या झाडांना मिळते आणि त्यामुळे उत्तम फळांना हवे ते समतोल उष्णतामान कायम राहते, दोन्ही बाजूंनी ऊब कायम टिकते आणि फ्रान्समध्ये 'पीच' फळांची एक उत्तम जात अशा प्रकारे काढली जाते, तशी इथेही फळे उत्तम दर्जाची होत असावीत.

तिथे राहणाऱ्या म्हाताऱ्या मेक्सिकनाने सांगितले की ते विशिष्ट झाड दोनशे वर्षांचे जुने होते. त्याचा आजा पोरवयात होता तेव्हाही ते असेच होते. आणि न चुकता त्याला वारंवार फार रुचकर 'ॲप्रिकॉट' फळे लागत. ती जमीन, ते घर विकून टाकून सँता फेंत राहायला जायला तो म्हातारा बिशपना उत्सुक दिसला आणि काही दिवसांत त्यांनी ते सारे खरेदीही केले. पुढल्या वसंत ऋतूत त्यांनी त्यांच्या हाताने 'आर्चर्ड'चे झाड आणि 'ॲकासिया'ची काही झाडे लावली. काही वर्षांनी त्यांनी त्या जागेत स्थानिक पद्धतीचे एक छोटे घर उभारले, एक 'चॅपेल' बनवले. हे टेकडीच्या वरच्या बाजूला बिशपांच्या ऑर्चर्डकडे तोंड करून होते. विश्रांतीकरता किंवा एखाद्या विशेष व्रताच्या वेळी त्यांचे वास्तव्य तिथे असे. निवृत्तीनंतर, तिथेच ते कायमचे राहायला आले. परंतु तरी नव्या आर्चबिशपच्या निवासातील आपली खोली त्यांनी कायमच ठेवली.

निवृत्तीच्या काळात फादर लतूर यांचे प्रमुख कार्य, फ्रान्सहून येणाऱ्या नव्या धर्मोपदेशकांना शिकवून तयार करणे, हे होते. त्यांचा वारस, दुसरा आर्चबिशप, हादेखील फादर लतूरच्याच कॉलेजातून आलेला होता. आणि उत्तर न्यू मेक्सिकोतल्या धर्मगुरूंचे प्रमाण एकंदरीने अधिकतर फ्रेंचच राहिले. जेव्हा जेव्हा नव्या धर्मोपदेशकांचा जथा येई (ते एकेकटे कधीच येत नसत.), तेव्हा तेव्हा नवा आर्चबिशप त्यांना फादर लतूरच्या सहवासात काही महिने राहण्याकरिता, स्पॅनिश शिकण्याकरता, 'डायोसेज'च्या इतर रीतीभाती अवगत करण्याकरता आणि त्या मर्यादेतल्या गावागावांची वैशिष्ट्ये जाणून घेण्याकरिता पाठवीत असे.

फादर लतूर यांचा छंद एक : बागकाम. कॅलिफोर्नियाच्या जुनाट बागांतूनही मिळणार नाहीत अशी टपोरी, रसाळ फळे ते आपल्या बागेत काढीत. यांत चेरीज असत, ॲपल्स असत, ॲप्रिकॉट्स असत- आणखीही कित्येक जाती. जाल तेथे

फळझाडे लावा आणि मेक्सिकनांना त्यांच्या आहारात फळांचा समावेश करायला शिकवा, असे ते नव्या धर्मोपदेशकांना सांगत. फ्रेंच धर्मोपदेशक जिथे जिथे असेल तिथे तिथे फळांची बाग, पालेभाज्यांचे वाफे आणि फुलझाडांची शोभा दिसलीच पाहिजे, असे ते बजावीत. पॅस्कलचे एक वाक्य ते या तरुण माणसांना ऐकवीत : माणसांची अधोगती आणि उन्नती एका बागेतच झाली.

स्थानिक रानफुलांच्या जाती हेरून त्यांनी त्यांचा आपल्या बागेत विकास चालवला. त्यांचे विविध रंग बागेला अष्टौप्रहर शोभा देत.

१८८५ सालात, न्यू मेक्सिकोत सेमिनरीपैकीच एक तरुण माणूस, बर्नार्ड ड्युक्रॉट आला. फादर लतूरशी त्याचे पितापुत्राचेच नाते जडले. माँटफेरँडमधल्या वर्गावर्गांतून सांगितली जाई ती आर्चबिशपांच्या जीवनाची कहाणी ऐकूनच त्याने त्यांच्याविषयी एक ओढ निर्माण करून घेतली होती आणि बरीच वर्षे तो त्यांच्याप्रत येण्याची संधी शोधत होता. बर्नार्डचे व्यक्तिमत्त्व देखणे होते आणि वृत्तीने तो चारचौघांहून वेगळा, वरच्या पातळीवरचा होता. फादर लतूर यांच्या दरेक चांगल्या वैशिष्ट्याची भक्ती करण्याइतकी उमदी वृत्ती त्याच्याकडे होती आणि फादर लतूर यांची कोणतीही इच्छा, अपेक्षा तो आगाऊ समजू शके; त्यांच्या विचारांशी सहमत होई. त्यांच्या पूर्वस्मृती आपल्या मानून जतन करी.

बिशप धर्मगुरूंकडे म्हणत, ''या सरत्या काळात आधार म्हणूनच जणू प्रभूने हा तरुण माणूस माझ्याप्रत धाडला आहे.''

१८८८ चा सारा शरदऋतूभर बिशपांची प्रकृती खडखडीत होती. त्यांच्याबरोबर पाच फ्रेंच धर्मगुरू राहत होते आणि नजीकच्या मिशन्सना भेटी देण्याकरता ते अद्याप त्यांच्यासमवेत घोड्यावरून जात. ख्रिसमसच्या आधीची मध्यरात्रीची 'मास' त्यांनी सँता फेच्या कॅथेड्रलमध्ये साजरी केली. जानेवारीत बर्नार्डबरोबर ते सँताक्रूझला गेले, तेथल्या स्थानिक धर्मगुरूची भेट त्यांनी घेतली, कारण तो आजारी होता. काम उरकून ते परत फिरले असता वाटेत हवेत मोठा पालट पडला आणि मोठे वादळ होऊन मुसळधार पाऊस कोसळला. उघड्या बग्गीत ते या वेळी होते आणि एखाद्या मेक्सिकन घराचा निवारा घेण्यापूर्वीच ते भिजून ओलेचिंब होऊन गेले.

घरी आल्यावर तत्काळ फादर लतूर झोपी गेले. रात्रभर त्यांना सुस्त झोप नव्हती आणि तापकऱ्यासारखे वाटत होते. कुणालाही त्यांनी हाक मारली नाही की काही कळवले नाही. नेहमीप्रमाणे उजाडण्याआधी घटकाभर ते बिछान्यातून बाहेर आले आणि चिंतनाकरता, प्रार्थनेकरता 'चॅपेल'मध्ये निघून गेले. प्रार्थनेतच त्यांना हुडहुडी भरली. कसेबसे ते स्वयंपाकघराकडे आले. त्यांची जुनी स्वैपाकीण फ्रुक्तोसा हिच्या लक्षात तत्काळ त्यांची अवस्था आली आणि तिने त्यांना बिछान्यात

निजवून ब्रँडी पाजली. हुडहुडीनंतर ताप भरला होता आणि मग छाती दुखविणारा खोकलाही सुरू झाला.

काही दिवस बिछान्यात निमूट पडून काढल्यावर बिशपनी एकदा सकाळचे बर्नार्डला आपल्यापाशी बोलावून घेतले आणि ते म्हणाले :

''बर्नार्ड, आज सँता फेला जाऊन माझ्याकरता जरा आर्चबिशपची गाठ घेशील का? थोडे दिवस मी त्यांच्या घरच्या माझ्या खोलीत राहायला आलो तर त्यांना चालेल का, ते विचारून ये. अखेर तिथे व्हावी असे वाटते.''

''तत्काळ मी जाऊन येतो, फादर. पण धीर सोडू नका. नुसत्या थंडीतापाने काही माणूस जात नाही.''

फादर हसले. म्हणाले, ''बेटा, थंडीतापाने नाही जात मी. मी जीवन जगून जाणार आहे.''

त्या क्षणापासून, भोवतालच्यांशी ते केवळ फ्रेंचमध्ये बोलत आणि आणखी कशापेक्षा त्यांनीच घातलेल्या दंडकाच्या या त्यांनीच केलेल्या भंगामुळे घरात सर्वत्र त्यांच्या तब्येतीविषयी चिंता पसरली. घरून कोणा धर्मगुरूला अशुभ वर्तमान कळले किंवा तो आजारी पडला तर फादर लतूर त्याच्या स्वतःच्याच भाषेत त्याच्याशी संभाषण करीत; परंतु एरवी त्यांचा असा दंडक होता की घरातले नेहमीचे संभाषण स्पॅनिश किंवा इंग्रजीत चालले पाहिजे.

बर्नार्ड त्या दिवशी दुपारी आर्चबिशपांचा निरोप घेऊन परत आला की, उरलेल्या हिवाळ्यात फादरचा सहवास लाभल्यास त्यांना फार आनंद वाटणार होता. मॅग्डालेनाने तर तिकडे त्यांच्या खोलीची साफसफाई चालूही केली होती. त्यांच्या तिथल्या वास्तव्यात ती फादरकडे स्वतः लक्ष पुरवणार होती. आर्चबिशप आपली नवी गाडी फादरना आणविण्याकरता पाठवणार होते; कारण फादरची बग्गी उघडी होती. फादरना उघड्या हवेचा त्रास होण्याचा संभव होता.

बिशपनी म्हटले, ''आज नको. जरा बरे वाटू लागले, ताकद वाटू लागली की दिवस ठरवू. आणि त्या दिवशी हवाही बरी असायला हवी; कारण आपण आपल्या बग्गीतूनच जाणार आहो. तू मला ने. उतरत्या दुपारी- अगदी सूर्यास्तालाच एखाद दिवशी निघू.''

बर्नार्ड समजला. कारण त्याला ठाऊक होते; खूप वर्षांमागे असाच सूर्यास्ताच्या वेळेला एक तरुण बिशप अल्बुकर्कच्या रस्त्याने दौडत आला होता आणि प्रथमच त्याला लांबून सँता फेचे पहिले दर्शन घडले होते...आणि दोघे मिळून बरोबर गावात शिरताना बहुतेक वेळा त्या विशिष्ट टेकडीच्या माथ्यावर थबकून सँता फेचे दर्शन क्षणभर घेतल्याविना पुढे सरकत नसत. उरलेले आयुष्य कारणी लावणाऱ्या आणि अखेर बिशपचा मान प्राप्त करून देणाऱ्या कामाकरता कोलोरॅडोला निघालेल्या

फादर व्हेलंटने याच टेकडीवर थबकून, मागे वळून सँता फेचा निरोप घेतला होता.

त्या जुन्या काळात ते गाव पाहायला फार बरे होते असे फादर लतूर बर्नार्डला नेहमी निःश्वसून सांगत. जुन्या काळात त्याचे स्वतंत्र व्यक्तिमत्त्व त्याला होते, वेगळेपण होते. 'कार्नेलियन'च्या रंगाच्या टेकड्यांच्या अर्धवर्तुळात, काही थोड्या हिरव्यागार झाडांच्या छायेत विसावलेले मातीच्या घरांचे ते जुने गाव, एवढेच ते होते. त्याला नव्हती कसली जिल्हई की नव्हती कृत्रिम शोभा. परंतु १८८० पासून गावात आकारहीन, ऐसपैस अमेरिकन धर्तीची घरे उभी राहू लागली. आता निम्मे गाव मातीच्या घरांचे होते आणि उरलेल्यांत होती दुहेरी 'पोर्च'ची घासून गुळगुळीत केल्यासारखी वाटणारी प्रशस्त बांधणीची तकलादू लाकडी घरे. फादर लतूर म्हणत की ओहिओत त्यांना नकोशी वाटणारी ही लाकडी घरे त्यांची पाठ धरून आता सँता फेतही पोचली होती. ही अलीकडली सुधारणा फादरनी अनेक वर्षे नेट धरून बांधलेल्या कॅथेड्रलच्या दृष्टीने योग्य ठरली नव्हती. कॅथेड्रलला फादरच्या उरल्या जीवनात फादर व्हेलंटचे स्थान होते. फादर व्हेलंट कोलोरॅडोला निघून गेल्यानंतर तोच फादरचा विरंगुळा होता.

फादर लतूरनी सँता फेत अखेरचा प्रवेश केला तो फेब्रुवारीतल्या एका झगझगीत संध्याकाळी. सूर्यास्ताची वाट पाहत बर्नाडने ठरावीक उंचवट्याशी काही वेळ गाडी थांबवून धरली होती.

इंडियन ब्लँकेटात लपेटल्या स्थितीत, माजी आर्चबिशपनी आपल्या बग्गीत बसून दीर्घ काल सूर्यास्ताचा देखावा आणि त्यात आपले सोन्याचे पाणी प्यायल्यासारखे दिसणारे कॅथेड्रल डोळे भरभरून पाहिले. त्यांच्या मनातलेच कॅथेड्रलचे चित्र जणू त्यांच्या तरुण स्थापत्यविशारदाने मनकवडे होऊन तिथे साकार केले होते! बांधणीत काहीही नखरा नव्हता, होती ती साधी, भरावबांधणी आणि दगडांवरचे नितळ काम. 'मिडी रोमानस्क' पद्धतीचे, साध्यांत साधे कॅथेड्रल. आणि आता या थंडीत दारची 'ॲकासिया'ची झाडे झडली असूनही ते किती इथले वाटत होते! जणू इथेच ते उगवले! इथल्या मातीचा धर्म ते सांगत होते!

खरे म्हणजे खुद्द स्थापत्यविशारद मोल्नी आणि ते स्वतः यापलीकडे कोणालाच त्या कॅथेड्रलचे हे सौंदर्य प्रतीत झाले नव्हते. पुढेही कोणाला उमगणार नव्हते. परंतु या दोघांनी मात्र त्याच्या सौंदर्याचा आस्वाद घेण्यात तास न् तास व्यतीत केले होते. बिशपची बग्गी उभी होती तिथून त्या कॅथेड्रलला मागल्या टेकड्यांच्या उताराची पार्श्वभूमी पडद्यासारखी लाभली होती. उतारावर पाइनची काळसर हिरवळ तुरळकपणे विखुरली होती. बर्नार्ड धीम्या गतीने गाडी घेऊन जवळ पोचला तसतसा मागला टेकड्यांचा पडदा खाली खाली दबत, बुडत गेला आणि कॅथेड्रलचे

मनोरे निळ्या आभाळात स्वच्छ रेखले गेले. कॅथेड्रलची मुख्य इमारत मात्र अद्याप टेकड्यांच्या पडद्यावर उठून दिसत होती.

तो तरुण स्थापत्यविशारद मोल्नी सांगे की, केवळ इतालीत किंवा संगीत नाटकांतूनच चर्चेस अशी डोंगरपठारांतून वर उठून आभाळाला टेकू पाहत. आभाळात वादळ दाटत असता अनेक वेळा मोल्नीने फादरना त्यांच्या घराबाहेर बोलवून ते अपुरे बांधलेले कॅथेड्रल दाखविले होते. त्या वेळी आभाळ काळे पडे, टेकड्यांच्या खडकांना 'लव्हेण्डर'चा दाट रंग मिळे, पाइनची झाडे दाट किरमिजी होत, टेकड्या जवळ सरकल्याचा भास होई आणि सारी पार्श्वभूमी एखाद्या काळ्या संकटासारखी चाल करून येत असल्याचा प्रत्यय मिळे.

मोल्नी फादर लतूरना म्हणे, "स्थळाचा योग जमून येणे हा अपघातच. एक तर एखादी इमारत एखाद्या प्रदेशाचा भाग असते तरी किंवा नसते तरी. मुळात ही सांगड असेल तर कालान्तराने ती दृढच होत जाते."

मोल्नीचे हे एकेक उद्गार मनात घोळवीत असता वर्तमानकाळातील एक आवाज बिशपच्या कानी आला. तो बर्नार्डचा होता.

"फार सुंदर सूर्यास्त आहे, फादर. डोंगर पाहा किती लाल पडताहेत ते."

परंतु सूर्यास्ताची गुलाबी उधळण मोठी असली तरी त्या लाल टेकड्या 'व्हर्मिलियन' होत नव्हत्या. त्या कार्नेलियनच्याच रंगाच्या; परंतु गडद पडत होत्या. बिशपना वाटले, त्या टेकड्यांचा रंग सळसळत्या रक्ताचा नाही, तर रोमच्या पुरातन चर्चेसमधून जतन करण्यात येणाऱ्या हुतात्म्यांच्या, संतांच्या रक्ताचा आहे.

दुसऱ्या दिवशी फादर लतूर जागे झाले तेच आपल्या कॅथेड्रलच्या जवळिकीने सुखावून. त्याच्या छायेत त्यांना फार सुरक्षित वाटत होते; जणू नाव बंदराला लागली होती. त्यांच्या जुन्या अभ्यासिकेत ते आता होते. विद्यालयाच्या सिस्टर्सनी त्यांच्याकरता लोखंडाचा एक पलंग आणि संग्रहीची उत्तमोत्तम अंथरुण-पांघरुणे पाठवली होती. इथे असण्यात एक मनस्वी आनंद होता. इथेच तर ते तरुण वयात प्रथम आले होते आणि इथेच कष्टले होते. खोलीत मोठेसे काहीच बदल घडलेले नव्हते. तेच रग्ज, तीच मातीच्या जमिनीवरची कातडी, तेच मेज, त्यावर तशाच मेणबत्त्या, बाहेरचा कोलाहल रोखणाऱ्या, जगापासून आतल्या माणसाला अलग करणाऱ्या, आत्म्याला शांती मिळवून देणाऱ्या, त्याच त्या जुन्या जाडजूड, उंचसखल पांढऱ्या भिंती.

दिवस फटफटला. हिवाळ्यातली धूसर प्रातःकाल उगवला. बिशप अंथरुणात पडून चर्चच्या घंटांची प्रतीक्षा करीत होते. आणखीही एका आवाजाची अपेक्षा त्यांच्या मनात होती. इथे असताना नेहमीच त्या आवाजाची त्यांना मोठी मौज

वाटत आली होती. तो आवाज : रेल्वे इंजिनाची शिट्टी. होय, ते इथे आले ते बैलगाडी घेऊन आणि सँता फेंतून रेल्वे गाड्या पळताना पाहायला उरले होते. एका ऐतिहासिक महत्त्वाच्या उत्क्रांतीला साक्ष राहण्याचे भाग्य त्यांना लाभले होते.

फ्रान्समधले त्यांचे आप्तेष्ट आणि न्यू मेक्सिकोतले स्नेहीसोबती, अशा सर्वांनाच वाटले होते की भूतपूर्व आर्चबिशप आपला अखेरचा काळ फ्रान्समध्ये, बहुधा क्लेरमाँटमध्ये व्यतीत करतील. त्यांच्या जुन्या कॉलेजात त्यांना प्राध्यापकाचे स्थान मिळण्याजोगे होते. त्यांच्या मते हेच योग्य ठरले असते आणि बिशपनीही यावर बराच विचार करून आपला अंतिम निर्णय घेतला होता. आर्चबिशपपदावरून निवृत्त होण्याच्या थोडे आधी गेल्या खेपेस औव्हर्नमध्ये गेले असता, अशी काही व्यवस्था करून ठेवावी असे त्यांच्या मनाला थोडेबहुत वाटलेही होते. परंतु तेथल्या त्या जुन्या जगात त्यांना करमले नव्हते; नव्या जगाची ओढ लागली होती. या ओढीचा, न करमण्याचा, बेचैनीचा काही खुलासा नव्हता. मात्र यामागे, पुय-ड-डोममध्ये म्हातारपणाचे दडपण माणसाच्या मनावर राहते तेवढे ते न्यू मेक्सिकोत राहत नाही, हा समज होता. आणि याचाही खुलासा त्यांच्याकडे नव्हता.

वास्तविक त्यांच्या जन्मभूमीतल्या मोठमोठ्या डोंगरांची उंच उंच शिखरे, खेड्यातली स्वच्छता, टापटीप, त्यांचे कॉलेज, हे सारे त्यांना आवडे; क्लेरमाँट सुंदर नक्कीच होते; परंतु त्यांना मात्र तिथे चैन नसे. कसली उमेद नसे, उत्साह नसे. मन दगडासारखे निश्चेतन राही. अफाट भविष्यकाळात कदाचित याचे कारण असेल... तेथल्या बागांतून वसंतातला वायू 'लिलॅक्स'चे झेले डोलवी, 'हॉर्स चेस्टनट्स' चा बहर गदगदा हलवून खाली ढाळी, तेव्हा कित्येकदा फादर लतूर डोळे मिटीत आणि त्यांना ऐकू येई नॅव्हॅजो जंगलातल्या सरळसोट पाइनच्या राईतून धावणाऱ्या वाऱ्याची शीळ...

दिवसभरात ही बेचैनी ओसरे आणि रात्रीच्या जेवणापर्यंत त्याचा मागमूसही उरलेला नसे. जेवणाचा आस्वाद फादर मनापासून घेत, मद्याची रुची मजेने चाखीत, उच्च संस्कारातल्या स्नेह्या-सोबत्यांच्या सहवासात मजेने काळ घालवीत, आणि एकटे उरत, झोपी जात ते एका उमेदीत. परंतु पुन्हा भल्या पहाटे उठावे तो उरातली ती कळ नव्याने उठत असे. नव्याने एक वेदना, एक बेचैनी जाणवत राही. लवकर जाग येण्याशी याचा काहीतरी संबंध होता. इथे ही धूसर पहाट फार रेंगाळते, असे फादरना वाटे. इथले हे जग जागे व्हायला फार काळ घेते, असे त्यांना वाटे. बागा, शेते ओली असत. दाट धुके डोंगरदऱ्यांतून ओठंगून राही; त्यात डोंगर दिसत नसत. ते सारे धुके विरून उबदार सूर्यप्रकाशाने सारा टापू स्वच्छ होण्यास अनेक तास लागत.

असे न्यू मेक्सिकोत नव्हते. सकाळी उठावे तो नवा उत्साह, नवी उमेद

वाटे. उठून दाढी करण्याला उभे राहीपर्यंत, आपले वय होते आहे हे मुळी कळतच नसे. जाग येई तेव्हा प्रथम जाणवे ती खिडकीवाटे येणारी कोरड्या वाऱ्याची मंद झुळूक. तिला एक विशिष्ट गंध असे. अनेक गंधांच्या मिश्रणाने तयार झालेला सुगंध. उन्हाचा, गवताचा, फुलांचा. त्या वाऱ्याने अंग कसे पिसांचे वाटे आणि मन एखाद्या अर्भकासारखे चीत्कारे, "आज! आज!"

रमणीय वातावरण, विद्वज्जनांची संगत सोबत, घरंदाज स्त्रियांची माया, कलांचा व्यासंग, इतके सारे असूनही फादरना भल्या पहाटेची ती बेचैनी तिथे सतत जाणवली होती. नव्या जगाची आठवण सतत चाळवली होती. तेथला, अंग पिसांचे आणि मन तरुण बनविणारा तो पहिला वारा त्यांना हवा होता. त्यांचा असा अनुभव होता की नव्या प्रदेशातल्या हवेचा हा गुण माणसांच्या सुधारणांच्या संस्कारांनी गढुळतो, हरवतो. टेक्सास, कॅन्सासचे त्यांच्या माहितीतले मोकळे भाग त्यांच्या पाहण्यातच शेतीचे संपन्न प्रदेश बनले होते आणि तेथल्या हवेचा मूळचा ताजेपणा, माणसाला टवटवीत करण्याचा गुणधर्म, तो विशिष्ट विलक्षण गंध, नेमका हरवला होता. नांगरल्या जमिनीचा ओलावा, कष्टांपोटचे जाड्य आणि पिकांची वाढ, धान्यांचा बहर यामुळे सारे नष्ट होई. ते होते काय ते या नव्या जगात, मानवी संस्कारांनी फारशा न गढुळलेल्या न्यू मेक्सिकोच्या वाळवंटातून, टेकड्यांवरून.

काही काळात साऱ्या पृथ्वीवरूनच कदाचित हे सारे नष्ट व्हायचे असेल; परंतु सुदैवाने तो काळ फादरना दिसणार नव्हता. फादरच्या उरल्या आयुष्यात हे सारे उपलब्ध असणार होते- सँता फेमध्ये. हे एवढे केव्हापासून आपल्याला हवेसे वाटू लागले, हे त्यांनाही माहीत नव्हते. परंतु या वनवासात याच्याच आवडीने ते पुन्हा परतले होते. काही तरी मृदू, मुक्त, अनिर्बंध; उशीवर कानात फुंकर घालणारे; मन हलके करणारे; हळुवारपणे- अगदी अच्चळपणे कुलूप खोलणारे, कड्याकोयंडे काढून आणि अडसर दूर करून माणसाच्या बंदिवान आत्म्याला वाऱ्यावर सोडणारे, निळ्या रंगात आणि सुवर्णाच्या पाण्यात बुडविणारे, नव्या दिवसाच्या उजाडत्या प्रातःकालात नेणारे, अगदी एकजीव करणारे!

आपल्या अखेरच्या दिवसांकरता फादरनी एक व्यवस्था आखून टाकली. तब्येत उत्तम असताना शिस्त हवीशी वाटली, आणि या आजारात तर ती जास्तच आवश्यक होती. भल्या सकाळचा बर्नार्ड गरम पाणी घेऊन येई, फादरची दाढी करी, त्यांना स्नानाला मदत करी. घरून त्यांनी आपल्याबरोबर फार पूर्वी ऑलिव्हेर्सनी दिलेली चांदीची भांडी आणि काही आवश्यक कपडे वगळले तर काहीच आणले नव्हते. त्याच एका ठरलेल्या चांदीच्या तस्तात बिशपनी गेली

तीस वर्षे हात धुतले होते. सकाळची प्रार्थना संपली की मॅग्डालेना न्याहरी घेऊन येई. ती बिछायत नीट करीतोवर आणि केरवारा उरकेतोवर बिशप एका आरामखुर्चीत पडत. मग कुणाचीही भेट घ्यायची असल्यास त्यासाठी त्यांची तयारी झालेली असे. नवे बिशप घरीच असले की थोडा वेळ इथे येऊन जात; मग येई मदर सुपीरिअर. मग अमेरिकन डॉक्टर. उरलेल्या वेळात बर्नार्ड काही ना काही वाचून दाखवी. यात कधी सेंट ऑगस्टाइनचे लिखाण असे, तर कधी मादाम द सेव्हिनची पत्रे असत तर कधी बिशपच्या लाडक्या पास्कलचे विचार असत.

केव्हा केव्हा, सकाळच्या वेळी 'डायोसेज' मधल्या जुन्या मिशन्सविषयीची काही महत्त्वाची माहिती सांगून ती बर्नार्डकडून लिहून घेण्यात बिशपचा वेळ जाई. ही त्यांना योगायोगाने समजलेली आणि नोंदविली न गेल्यास त्यांच्याबरोबरच हरवेल अशी असे. हे अधिक व्यवस्थितपणे व्हावे असे बिशपना फार वाटे; परंतु तेवढे बळ जवळ नव्हते. अज्ञातात जमा होऊ पाहणाऱ्या एका महत्त्वपूर्ण काळाच्या या महत्त्वपूर्ण खुणा होत्या. हे एका नव्या युगाच्या प्राचीचे साक्षीपुरावे होते. आणि हे महत्त्वाचे ठरणार होते. परंतु आताच यांतल्या एकेक जुन्या दंतकथा, रीतीभाती, समजुती, कुचकामाच्या ठरून नष्ट होत चालल्या होत्या. हे सारे लिहून काढायला मागेच सवड मिळायला हवी होती, तशी ती काढायला हवी होती, असे बिशपना आता राहून राहून वाटे. हळुवार, लवचिक फ्रेंच भाषेत हे सारे तेव्हाच निबद्ध होते, तर असे हरवले नसते.

या भागात- 'ख्रिश्चॅनिटी'चा ध्वज प्रथम नेणाऱ्या आद्य स्पॅनिश धर्मगुरूंच्या कठोर कर्तव्यनिष्ठेचा आणि आत्यंतिक सोशिकपणाचा खडतर आदर्श बिशप नव्या धर्मोपदेशकांपुढे नित्य ठेवीत आले होते. ते नेहमीच सांगत की त्या मानाने या भागातला आपल्या कार्याचा ऐन आरंभही फार सुखाचा, कमी कष्टांचा होता. कष्ट अनेकदा पडले असतील, उपासमार झाली असेल, पाण्याविना दिवसचे दिवस काढावे लागले असतील, उघड्यावर झोपावे लागले असेल आणि शरीराच्या स्वच्छतेलाही दिवसचे दिवस पारखे व्हावे लागले असेल; परंतु एक हमी तरी नक्कीच होती की आपण स्नेहाची भावना वागवणाऱ्या जगात आहोत; कोणाच्याही शेकोटीशी पहिल्या संधीला आपले स्वागत होईल.

परंतु 'झुनी'ला आलेले, पुढे उत्तरेकडे नॅव्हॅजोच्या भागात, पश्चिमेला होपकडे, पूर्वेला अल्बुकर्क ते ताओसच्या टापूंत पसरलेले पहिले स्पॅनिश फादर्स हे वैरभावाने पाहणाऱ्या जगात, जवळ कसले संरक्षण न बाळगता केवळ 'ब्रेव्हिअरी' आणि 'क्रूस' मिरवीत आले होते. इंडियननांनी त्यांची खेचरे नित्य चोरावीत आणि अन्नपाण्यावाचून विश्रांतीविना या माहात्म्यांनी उरली मजल पायीच रखडपट्टी करीत मारावा, असे वारंवार घडले होते. असले कष्ट युरोपीय माणसाला कल्पना

ताणूनही समजण्याजोगे नव्हते. जुन्या जगातल्या प्रदेशांना माणसाने नमवले होते, वाकवले होते, आपल्या सोयीनुसार घडवले, मोडले होते, आपला दुसरा देह बनविले होते. तेथल्या रानटी वनस्पती, फळे, कंदमुळे भक्षणीय असत. झऱ्यातून गोड पाणी वाहे. झाडे छाया देत, निवारा देत; परंतु या जगात मिळे ते पाणी बहुधा विषाने गढुळलेले असे; वनस्पती खाण्यायोग्य नसत. सारे काही निःसत्त्व, वाळलेले, सुकलेले, काटेरी, धारदार. स्पॅनिश बेयॉनेट, ज्युनिपर, ग्रीजवूड, कॅक्टस, विषाच्या दाढा असलेले जिवाणू आणि या साऱ्या दुष्ट वातावरणाने दुष्ट बनवलेली माणसे. राक्षसांचीही कसोटी ठरावी अशा त्या कठोर हृदयाच्या दगडी, काटेरी प्रदेशावर त्या आद्य मिशनऱ्यांनी स्वतःला उघडेनागडे भिरकावून दिले होते. त्यातल्या वाळवंटात ते तहानेने व्याकूळ झाले, कडेकपारीतून भुकेने कळवळले, रक्तबंबाळ पायांनी त्याचे ओबडधोबड डोंगर चढले आणि उतरले, नासक्या, कुबट अन्नानेही त्यांनी त्यांची उपोषणे सोडली आणि व्रते साजरी केली- सेंट पॉलच्या आणि त्याच्या बांधवांच्या कल्पनेतही नसेल एवढ्या प्रमाणात हे सारे त्या महाभागांनी करून दाखवले. आद्य ख्रिश्चन्सनी हाल काढले ते मेडिटेरेनियनच्या छोट्या, सुरक्षित जगात; नित्यपरिचित संस्कृतीत, जीवनपद्धतीत. त्यांनी हौतात्म्य सोसले त्यांच्याच बांधवांच्या सहवासात. त्यांच्या अस्थी श्रद्धेने जतन करण्यात आल्या, त्यांची नावे धर्मनिष्ठांच्या तोंडी राहून गेली.

पूर्वी मायदेशी, हौतात्म्याविषयी प्रसिद्ध अशा जुन्या जुन्या मिशन्सना सहाध्यायांबरोबर भेटी देताना बिशप त्यांना वारंवार स्मरण देत की, अनेक पाखंड्यांच्या समुदायात एका गौरवर्णीयाला छळ आणि मृत्यू पत्करावा लागला होता, अशा या जागी श्रद्धेचे केवढे उदात्त विजय प्रस्थापित झाले होते ते कोणालाही कळण्याजोगे नव्हते. या एकाकी श्रद्धावानांच्या छळाच्या, मरणकालच्या यातना हलक्या व्हाव्यात म्हणून प्रभूने त्यांना कोणते साक्षात्कार घडविले असतील आणि कोणती दर्शने घडविली असतील, ते आज कळणे अशक्य होते.

तरुण असता, ड्युरँगोच्या बिशपकडून आपल्या 'सी' चा ताबा मिळवण्याकरता फादर लतूर प्रथम जुन्या मेक्सिकोत गेले तेव्हा त्यांना वाटेत सोनोरा आणि कॅलिफोर्नियाच्या खालच्या टापूंतल्या मिशन्सचे धर्मगुरू भेटले होते. त्यांनी आद्य फ्रान्सिस्कन धर्मगुरूंच्या अनेक हकिगती फादरना कथन केल्या होत्या. छोट्या छोट्या चमत्कारांनी त्या माहात्म्यांचा वनवास जणू बहरला होता. एकदा सुप्रसिद्ध फादर ज्युनिपेरो सेरा आणि त्याचे दोघे सहकारी अशा तिघांनी एका धोक्याच्या ठिकाणी नदी ओलांडण्याचा प्राणघातक प्रयत्न आरंभला होता, तेव्हा एक अज्ञात इसम पल्याडल्या तीरावरच्या खडकाळ भागातून आला होता आणि त्याने त्यांच्याशी स्पॅनिशमध्ये बातचीत करून योग्य जागेकरून त्यांना नदीपार केले होते. त्यांनी

नाव जाणून घेण्याची उत्सुकता दर्शविताच त्याने त्यांना चुकवले होते आणि तो अदृश्य झाला होता. आणखी एकदा, एका मोठ्या सपाटीवरून ते अन्नान्न स्थितीत, थकून भागून मार्गक्रमणा करीत असता, एक तरुण घोडेस्वार मागून आला, त्याने त्यांना तीन रसाळ फळे दिली आणि तो दौडत दूर निघून गेला होता. या फळांनी केवळ त्यांची तहान भागली होती इतकेच नव्हे; तर अत्यंत सकस आणि सुग्रास अन्न पोटात जावे तशी नवी तरतरी, नवी उमेद त्यांच्या अंगी आली होती. नव्या दमाने त्यांनी मग आपला उर्वरित प्रवास संपवला होता.

एकदा रात्री, स्वतः फादर लतूर ड्युरँगोमधून प्रवास करीत असता एका गावी मोठ्या जमीनजुमल्यावरल्या घरात त्यांचा आदरसत्कार करण्यात आला होता. येथला 'रेसिडेंट चॅप्लेन' हा योगायोगाने पाश्चिमात्य मिशन्सपैकी एकाचा धर्मगुरू होता. त्याने पूर्वापार त्याच्या मठात चालत आलेली याच फादर ज्युनिपेरोची एक हकिगत फादर लतूरना विदीत केली होती.

फादर ज्युनिपेरो एकदा एकुलत्या एका सहकाऱ्यासमवेत त्या मठात पायी येऊन पोचला होता. त्याच्यापाशी काहीएक सामानसुमान नव्हते. मठाच्या सेवकांनी थक्क होऊनच त्यांचे स्वागत केले. कारण दोन माणसे अशी सडी एवढे मोठे वाळवंट पार करून येतात, हे त्यांना नवलाचे, अगदी अशक्यप्राय वाटले. 'सुपीरिअर'ने त्यांना 'कोठून आलात' म्हणून विचारले आणि त्यांच्या जबाबावर असा अभिप्राय प्रकट केला की अशा तऱ्हेने वाटाड्या अगर अन्न वगैरे जवळ न बाळगता एवढ्या दूरच्या प्रवासाला निघण्याला वास्तविक त्यांच्या मिशनने त्यांना मनाईच करायला हवी होती. अशाही स्थितीत ते सुखरूप आलेच कसे याबाबतही त्याने आपले आश्चर्य बोलून दाखविले. परंतु फादर ज्युनिपेरो उत्तरला की त्यांचा प्रवास चांगला झाला होता आणि वाटेत एका मेक्सिकन कुटुंबाने त्यांचा उत्तम प्रकारे पाहुणचार केला होता. यावर, सेवकांकरता लाकूडफाटा आणून टाकणारा एक नोकर हसू लागला आणि म्हणाला की सलग बारा 'लीग्ज'च्या वाळवंटाने भरलेल्या अंतरात कुठेही वसतीच नव्हती, कोणी राहत नव्हते. सेवकांनी याला दुजोरा दिला.

मग फादर ज्युनिपेरो आणि त्याच्या सहकाऱ्याने, अनुभवलेला सारा प्रकार निवेदिला. एक दिवसाची भाकर आणि पाणी बरोबर घेऊन ते प्रवासाला निघाले होते. परंतु दुसऱ्या दिवशी पहाटेपासून ते 'कॅक्टस' ने भरलेल्या ओसाड भागातून एकसारखा प्रवास करीत होते आणि त्यांचा धीर खचू लागला होता. तेवढ्यात, सूर्यास्ताच्या सुमारास, काही अंतरावर त्यांना 'कॉटनवूड'ची तीन झाडे दिसली. मावळत्या संधिप्रकाशात ती फार उंच वाटत होती. त्या झाडांकडे ते घाईने पोचले, तेव्हा ती त्यांना भरदार आणि हिरवी वाटली. त्यांचा कापूस मोठ्या प्रमाणावर चौफेर विखुरला होता आणि नजीकच, वाळूत, वर आलेल्या एका

मोठ्या झाडाच्या वाळक्या खोडाला एक गाढव बांधलेले त्यांना आढळले. गाढवाच्या मालकाचा शोध घेता एका छोट्या मेक्सिकन घराशी ते आले. दाराशीच घरातला चुलाणा होता. त्यांनी हाका मारल्या तेव्हा 'बक्स्किन'च्या कपड्यांतला एक मेक्सिकन बाहेर आला आणि त्याने आपुलकीने त्यांचे स्वागत केले, रात्री मुक्काम आपल्याकडेच करण्याची विनंती त्यांना केली. त्याच्याबरोबर घरात गेल्यावर त्यांच्या नजरेत घरातला नेटकेपणा, टापटीप भरली. त्या मेक्सिकनाची बायको देखणी होती, तरुण होती. चुलीशी बसून ती स्वयंपाकाचे पाहत होती. त्यांचे मूल फार लहान, अगदी तान्हे होते आणि त्याच्या अंगावर एका छोट्या झबल्याखेरीज काही नव्हते. तिच्याजवळच जमिनीवर बसून ते एका कोकराशी खेळत होते.

या दोघा पाहुण्यांना ही माणसे सोज्ज्वळ, धार्मिक आणि शब्दाची गोडवी वाटली. त्यांपैकी पुरुष म्हणाला की त्यांचा धंदा मेंढपाळाचा होता. हे दोघे धर्मगुरू त्यांच्या मेजाशी बसले, त्यांच्याच जेवणातले जेवण त्यांनी भक्षण केले आणि मग सायंकाळची प्रार्थना वाचली. या भागाबद्दल, त्या मेंढपाळाच्या एकूण जीवनमानाबद्दल आणि या भागात मेंढ्या पाळण्याला त्याला कुरण कुठे मिळाले याविषयी, त्या पुरुषाला विचारण्याचे धर्मगुरूंच्या मनात होते; परंतु त्यांच्यावर थकव्याची अतोनात गुंगी आली आणि देण्यात आलेले एकेक पांघरूण लपेटून दोघेही जमिनीवर आडवे झाले आणि तत्काळ झोपी गेले. सकाळी ते उठले तेव्हा सारे रात्रीसारखेच त्यांना दिसले. त्यांचे जेवणही मेजावर वाढून ठेवलेले दिसले. परंतु ते कुटुंब कुठेच दिसले नाही. ते पाळलेले कोकरूदेखील कुठे सापडले नाही. बहुधा मेंढ्यांच्या कळपामागे ती माणसे गेली असावीत असा निष्कर्ष त्या दोघा धर्मगुरूंनी काढला. मठातल्या सेवकांनी ही कहाणी ऐकली तेव्हा त्यांना मनस्वी नवल वाटले. त्यांनी बोलून दाखविले की धर्मगुरूंच्या म्हणण्याप्रमाणे, वाळवंटात एकत्र वाढलेली तीन 'कॉटनवूड'ची झाडे निश्चितच होती. त्या भागातली ती एक खूण होती. परंतु कोणी रहिवासी तिथे आढळतच असेल तर तो अगदी अलीकडेच राहायला आला असावा. आणि म्हणून घडले ते खरे असल्याचे सिद्ध करण्याककरता फादर ज्युनिपेरो आणि फादर आंद्रिआ यांनी या मंडळींना आपल्यासोबत घेऊन पुन्हा परत त्या ठिकाणी मोर्चा वळवला. ती तीन एकत्र वाढलेली झाडे आणि लगतचे एका मेल्या झाडाचे वाळके खोडही त्यांना सापडले. परंतु गाढव तिथे नव्हते, घरही नव्हते आणि दाराजवळचा चुलाणाही अर्थातच नव्हता. मग ते दोघे धर्मगुरू आदल्या दिवशीच्या चमत्काराच्या जाणिवेने गहिवरून खाली वाकले, विनम्र झाले, त्या पवित्र भूमीची त्यांनी प्रेमाने चुंबने घेतली.

घरात शिरल्या क्षणापासून आपण त्या खेळत्या मुलाकडे कसे आकर्षिलो गेलो होतो, त्याला उचलून घ्यावे, खेळवावे असे आपल्याला कसे सारखे वाटत

होते आणि तो पोर त्याच्या आईलाच कसा चिकटून होता, त्याबाबत आपल्या मनात उसळत होते ते सारे त्यांनी सांगून टाकले. फादर प्रार्थना करीत असता तो पोर आईच्या मांडीशी बसून कोकराला कुरवाळीत होता आणि आपल्याला प्रार्थनेत चित्त गुंतवणे कसे त्यामुळे कठीण होत होते तेही फादरने सांगितले. प्रार्थनेनंतर, घरातल्या माणसांचा निरोप घेतल्यावर आशीर्वादाखातर तो त्या मुलाच्या माथ्यावर वाकला होता आणि त्या मुलाने हात वर करून बोटाने फादरच्या कपाळावर क्रूसाचे चिन्ह केले होते तेही सारे फादरने एका ऊर्मीने सांगितले.

फादर ज्युनिपेरोच्या त्या कुटुंबाच्या या हकिगतीचा बिशपच्या मनावर, रात्री त्या मोठ्या घरी पाहुणे म्हणून राहिले असता ती ऐकल्यावर फार परिणाम झाला होता. त्या हकिगतीविषयी त्यांच्या मनी खरोखर एवढा जिव्हाळा होता की फक्त दोनच प्रसंगी त्यांनी ती स्वतःच्या तोंडून आणखी कोणाला ऐकवली होती. एकदा रिओममधल्या मदर फिलोमेनच्या कॉन्व्हेण्टच्या जोगिणींना आणि एकदा रोममध्ये कार्डिनल माझुक्चीनी मेजवानी दिली त्या वेळी. देवत्वाच्या योग्यतेचे महान व्यक्तिमत्त्व कोणाच्या तरी साहाय्यार्थ सामान्याच्या पातळीवर उतरते, या कल्पनेतच आधी एक आकर्षकता होती. त्याहूनही, प्रभूंनी इतिहासाच्या इतक्या शतकांनंतर त्यांच्या मूळ भूमिका पुन्हा बजावण्यासाठी परत यावे, एक अत्यंत गरीब, सामान्यांतले सामान्य मेक्सिकन कुटुंब बनावे आणि अशा ओसाडीत उतरावे की देवदूतांनाही त्याचा पत्ता लागणे दुरापास्त- ही कल्पना तर शतपटींनी आकर्षक!

लेखन करवून घेण्याचे काम संपले की आर्चबिशप झोपेचा बहाणा करीत. जेवण तयार होईपर्यंत आपल्याला कोणी हटकू नये असे सांगून ते डोळे मिटून स्वस्थ पडत. त्यांचा पलंग खोलीच्या अंधाऱ्या कोपऱ्यात होता. इथल्या अंधाराचा त्यांना या एकाकी चिंतनात उपयोगच होई. उघडिपीच्या दिवशी खोलीचा दुसरा भाग झगझगीत उजळलेला असे आणि कुंद दिवशी शेकोटीचा प्रकाश शुभ्र भिंतींवर वर-खाली नाचत राही. बिशप इतके नि:शब्द पडत, की अंगावरचे कपडे अचेतन होत. हात दोन्ही बाजूंना वा छातीवर पूर्ण विसावलेले असत. अशा प्रकारे बिशप आता आपले पूर्वजीवन पुन्हा जगत होते. असे ते एरवी निःशब्द पडत तेव्हा उजव्या हाताचा अंगठा तर्जनीतल्या अंगठीला काही वेळा हळूच स्पर्श करीत असे. त्या अंगठीवर अक्षरे होती, 'Auspice Maria'. ही फादर व्हेलंटची 'सिग्नेट रिंग'. असे घडे तेव्हा नक्की समजावे की बिशप फादर व्हेलंटची, या खोलीतल्या त्यांच्या एकत्रित जीवनाची, ओहिओतल्या ग्रेट लेक्सनजीकच्या काळाची, पॅरिसमधली तरुण असतानाची, मॉटफेरँडला पोरवयात असतानाची आठवण करताहेत. अशा किती तरी सुखद, प्रिय, अवीट आठवणी त्यांच्यापाशी होत्या- अगदी

आरंभापासूनच्या!

दोघे विशीतले तरुण होते. वयस्क धर्मगुरूंचे 'क्युरेट्स' म्हणून काम करीत होते. आणि ओहिओहून क्लेरमाँटला एक बिशप आला. हा औव्हर्नचा रहिवासी. पश्चिमेतल्या मिशन्सकरता त्याला स्वयंसेवक हवे होते. सेमिनरीत त्याचे व्याख्यान झाले ते दोघांनी ऐकले आणि मग त्याच्याशी व्यक्तिगत स्वरूपाच्या गोष्टीही केल्या. तो उत्तरेकडे परतण्याआधी, एका ठरावीक तारखेला त्याला पॅरिसमध्ये भेटण्याचे दोघांनी प्रतिज्ञेवर ठरविले होते, बाहेरच्या, विशेषतः पश्चिमेतल्या धर्मोपदेशकाच्या कामाच्या दृष्टीने काही आठवडे कॉलेज फॉर फॉरेन मिशन्समध्ये त्यांनी अध्ययनही करण्याचे योजले होते. आणि मग त्या बिशपबरोबरच चेरबर्गला जाण्याचा त्यांचा बेत होता.

या बेताला दोघांच्याही घरून कडाक्याचा विरोध होणार हे त्यांना माहीत होते. म्हणून हा बेत गुप्तच राखण्याचे दोघांनी ठरवले होते. रीतसर कोणाचा निरोप न घेता साध्या कपड्यात इष्ट स्थळाकडे निघून जायचे, अशी त्यांची योजना होती. सेंट फ्रान्सेस झेविअर भारताकडे मिशनरी म्हणून गेला तेव्हा तोही याच प्रकारे सर्वांना फसवून गेला होता. शाळेत असताना माहीत झालेल्या या प्रसंगाची आठवण देऊन एकमेकांनी एकमेकांचे सांत्वन चालवले होते. 'अभिवादनही न करता तो आईबापाच्या घरावरून पुढे निघून गेला.' असे पुस्तकातले शब्दच होते.

फादर व्हेलंटची परिस्थिती विशेष अवघड होती. त्याचे वडील शिस्तीचे भोक्ते आणि अबोल गृहस्थ होते. विधुर होते. मुलांवर त्यांचे अतोनात प्रेम होते. आणि त्यांच्याच आयुष्यांपलीकडे त्यांना वेगळे आयुष्य नव्हते. जोसेफ हा त्यांचा सर्वांत मोठा मुलगा. निश्चय ठरवल्यापासून तो अमलात आणीपर्यंतचा कालखंड त्याला मनस्वी त्रासाचा आणि यातनांचा गेला. निघण्याची तारीख जवळ येत गेली तसतसा तो अधिकाअधिक रुग्णाईत, फिक्कट, ओढलेला दिसू लागला होता.

करारानुसार त्या तारखेला रिओमच्या वेशीबाहेरच्या एका विशिष्ट शेतावर भल्या पहाटे त्या दोघांनी त्या बिशपला भेटायचे होते. जीं लतूरने एकदा निर्णय घेऊन निश्चय ठरवल्यानंतर आता डळमळणे, कचरणे त्याला माहीत नव्हते. ठरल्या दिवशी पहाटे बहिणीच्या घरून तो गुपचूप बाहेर पडला आणि गावाबाहेरच्या वाटेला लागला. गाव अद्याप जागे व्हायचे होते. आभाळ ढगाळ होते. हवा कुंदच होती. त्या ठरलेल्या शेतात त्याला त्याचा मित्र अत्यंत दयनीय अवस्थेत आढळला. रात्रभर तो त्याच भागात होता, वेडावाकडा भटकत होता, या सगळ्या यातायातींतला हेतू शोधत होता. तो सापडे आणि पुन्हा तात्काळ गायब होई. रडून त्याचा चेहरा सुजला होता. हुडहुडीने तो कापत होता आणि त्याचा आवाज त्याच्या ताब्यात नव्हता.

तो म्हणू लागला, "काय करू मी, जीं? काय करू? मला सांग! माझ्या

बाबांचे मन मोडायची इच्छा नाही माझी आणि देवाला स्मरून केली ती प्रतिज्ञाही नाही मोडायची मला! यातले काही करण्यापेक्षा मरण चालेल मला! या वेळी या दुःखाने मी मरेन तर किती छान होईल रे!''

...वृद्ध आर्चबिशपांना अद्याप हा प्रसंग स्वच्छ स्मरत होता. त्या कुंद वेळी ते दोन तरुण मुलगे त्या शेतात उभे; जणू कोणी गुन्हेगार आहेत असे लपूनछपून. घरून चोरून पळालेले. मित्राचे सांत्वन कसे करावे हे त्या वेळच्या जीं मारी लतूरला कळले नव्हते. सहनशक्तीपलीकडे जोसेफला त्रास होतो आहे, दोन परस्परविरुद्ध इच्छांनी तो दुभंगून जातो आह, असे त्याला वाटले. हातात हात घालून ते दोघे तिथे पुढे-मागे फेऱ्या घालीत असता त्यांनी एक आवाज ऐकला. डोंगरातल्या वाटेने त्यांची गाडी येत होती. जोसेफ निःशब्द झाला, त्याने तोंड हातात लपवून घेतले. गाडीचे शिंग वाजले.

जीं मग अगदी काही न झाल्यासारखाच म्हणाला होता, ''माझ्याबरोबर पॅरिसला चलणार तू, जोसेफ! तू चलणार! तिथे पोचल्यावर तुझ्या वडिलांचा प्रश्न तरीही सुटलेला नसला तर मग आपण तुला तुझ्या प्रतिज्ञेतून मुक्त करण्याकरता तेथल्या बिशप XXX ना भेटू. मग वाटल्यास तू रिओमला परतू शकशील. सोपे तर आहे.''

रस्त्याच्या कडेला तो धावला. गाडीहाक्याला त्याने हाताने खुणावले. गाडी थांबली. क्षणभरात दोघे तिच्यात चढून बसले. आणि थोड्याच वेळात जोसेफ त्याच्या जागी केवळ थकव्यानेच गाढ झोपी गेला. परंतु तो पुढे नेहमी सांगे की जीं लतूरने त्या यातनामय वेळी पाठिंबा, आधार दिला नसता तर आयुष्यभर तो पुय-ड-डोममध्येच धर्मगुरू म्हणून जगला असता.

त्या वसंतारंभीच्या सकाळी रिओमहून निघालेल्या त्या दोघा तरुण धर्मगुरूंपैकी जीं लतूर मिशनऱ्याच्या पेशात अधिक यशस्वी होईल असेच तेव्हा कोणीही म्हटले असते. आणि खरोखरच त्याचे अंगपिंड आणि मन या पेशाला योग्य होते, भक्कम होते. रू-ड-बॅकमधल्या 'कॉलेज ऑफ फॉरेन मिशन्स'मध्ये शिकण्याच्या काळात जोसेफ या पेशातले खडतर जीवन कितपत धकवू शकेल याबाबत कॉलेजच्या प्रमुखांना शंका होती. तरीही पुढल्या प्रदीर्घ कसोटीत त्याच हाडकुळ्या शरीराने अधिक सोसले होते, साधले होते.

फादर लतूर नित्य म्हणे की मैलाची वाढ सोडली तर त्याचे 'डायोसेज' फारसे बदलले नव्हते. मेक्सिकन्स हे मेक्सिकन्सच राहत आले होते आणि इंडियन्स हे इंडियन्स. सँता फे एक सामान्य, संथ वळणाचे गाव होते. इथे ना नैसर्गिक सुबत्ता की ना व्यापार उदिमाची बरकत. परंतु फादर व्हेलंटने मात्र एका प्रचंड औद्योगिक विस्तारात उडी घेतली होती. तिथे गुण आणि दुर्गुण एकत्र नांदत होते. मोठमोठ्या झेपांनी सुधारणा घडत होती– पीछेहाटही तेवढीच पल्लेदार. पंगू

झाल्यावरही दर साल तो डोंगरभागातल्या गावांना भेटी देत प्रवासी बग्गीने वा आपल्या गाडीने हजारो मैल पालथे घाली. बोल्डर, गोल्ड हिल, कॅरिबु, केक-अ-ला-पौद्र, स्पॅनिश बार, साउथ पार्क, केक क्रीक, कॅलिफोर्निया गल्प अशी नाना ठिकाणे.

केवळ धर्मोपदेशक राहण्यातही फादर व्हेलंटने समाधन मानले नव्हते. तो धर्मप्रसारक झाला. कोलोरॅडोमध्ये त्याच्या मते चर्चला फार वाव होता. जवळ साध्या साध्या गरजांच्या वस्तू नसताही तो जमिनीचे मोठमोठे तुकडे चर्चच्या नावे खरीदू लागला. फार थोड्या पैशात त्याला हे साधले. परंतु हा थोडा पैसाही त्याला राक्षसी व्याजाने बँकांकडून कर्जाऊ काढावा लागला. शाळा, कॉन्व्हेण्ट्स बांधण्याकरताही त्याने कर्जे काढली. या साऱ्यांच्या व्याजातच तो चिरडून जाऊ लागला. ओहिओ, पेन्सिल्व्हानिया, कॅनडा इथे त्याने नित्यवर्धिष्णू व्याजाच्या पैशांकरता देणग्या जमवण्याकरता मोठेमोठे दौरे काढले. त्याने एक जमीनविषयक कंपनी स्थापन केली, तो परदेशी गेला. फ्रान्समध्ये त्याने पैसे उभारण्याकरित शेअर्स काढले, अप्रामाणिक दलालांनी त्याच्या नावावर अनेक वाईटसाईट व्यवहार केले.

तो सत्तरीला आला तेव्हा, एका पायाहून दुसरा पाय चार इंचांनी आखूड असलेल्या स्थितीत, त्याला त्याच्या गुंतागुंतीच्या अर्थकारणाचा खुलासा करण्याकरता रोमला पेपल कोर्टापुढे बोलावून घेण्यात आले होते. आणि कार्डिनल्सचे समाधान करताना त्याला अति सायास पडले होते.

फादर व्हेलंटच्या मृत्यूची वार्ता सांगणारी तार सँता फेत पोचली तेव्हा तत्काळ फादर लतूर नव्या रेल्वे गाडीने डेन्व्हरकडे निघाले. मात्र तारेतल्या मजकुराचा त्यांना विश्वास वाटत नव्हता. मागे अनेकदा अशाच वाईटसाईट वार्ता कानी पडूनही डोंगरदऱ्या मागे टाकून फादर व्हेलंटला गाठावे तो, तो खडखडीत असायचा.

फादर व्हेलंटच्या शवयात्रेला आपण उपस्थित होतो हे फादर लतूरना नंतर कधीच पटले नव्हते. शवपेटिकेतला तो म्हातारा, खुरटा, हाडकुळा देह– माकडाच्या देहाहून थोडासाच मोठा– त्याचा फादर व्हेलंटशी काय संबंध? बर्नार्ड त्यांना दिसत होता तितका स्वच्छ त्यांना फादर व्हेलंट दिसू शकत होता– परंतु तो होता. दोघे मिळून प्रथम या भागात आले तेव्हाचा. ही भावनाविवशता नव्हती. स्मृतीत मुळी फादर व्हेलंटचे दुसरे चित्रच नव्हते. तो दफनविधी मात्र त्यांच्या लक्षात राहिला होता. उघड्यावर, कॅन्व्हसच्या छताखाली तो साजरा झाला. डेन्व्हरमध्ये– किंवा साऱ्या दूर पश्चिमेतच– त्यांच्या जोसेफच्या दफनायोग्य मोठी इमारत नव्हती. कारण त्या विधीआधी दोन दिवस आसपासच्या टापूंतली जनता केवढ्या तरी प्रमाणावर डोंगरावरून येऊन जोसेफचे दर्शन घेत होती. दफनविधीला एखाद्या राष्ट्रीय मेळाव्याएवढी मोठी गर्दी जमली होती. आणि त्या दफनविधीच्या

वेळी एक विलक्षण घटना घडली :

त्यापूर्वी वीस वर्षांमागे फादर व्हेलंटबरोबर सँता फेहून कोलोरॅडोला आलेला आणि क्युरेट आणि व्हिकर म्हणून राहिलेला फादर रिव्हार्डी नावाचा फ्रेंच धर्मगुरू बिशपच्या काही कामाकरता फ्रान्सला गेलेला होता. तिथे असताना त्याच्या वैद्याने त्याला सांगितले होते की त्याला एक प्राणघातक व्याधी जडली होती, आणि तत्काळ बोट पकडून तो परत आला होता. बिशप व्हेलंटना त्यांच्या कामाचे काय झाले ते सांगून मरायला मोकळे व्हावे, हा यामागला हेतू होता. तो शिकागोपर्यंत पोचला आणि त्याचे दुखणे वाढले, त्याला एका कॅथॉलिक इस्पितळात दाखल करण्यात आले. एकदा सकाळी एका नर्सने त्याच्या बिछायतीशी गाफीलपणे एक वर्तमानपत्र टाकले. ते चाळताना फादरच्या नजरेला कोलोरॅडोच्या बिशपच्या अवसानाची वार्ता आली. सिस्टर परतली तेव्हा तिला पेशंटने कपडे चढवल्याचे आढळले. तत्काळ आपल्याला रेल्वे स्टेशनावरच पोचवण्यात आले पाहिजे याबाबत त्याने तिची खात्री पटविली. डेन्व्हरला पोचताच एका गाडीत शिरून बिशपच्या दफनाकडे जाण्याची इच्छा प्रकट केली. तेथले विधी निम्मेअधिक पार पडले असता तो तिथे पोचला. गाडीवानाने आणि दोघा धर्मगुरूंनी सावरल्या स्थितीत गर्दीतून वाट काढीत शवपेटिकेशेजारी गुडघ्यांवर नम्र झालेला तो मृत्युपंथातला माणूस केवळ अविस्मरणीय होता! त्याच्याकरता एक खुर्ची आणविण्यात आली आणि उरलेल्या विधींत तो शवपेटिकेवर कपाळ टेकून विसावला होता. बिशप व्हेलंटला थडग्याकडे नेण्यात आले तेव्हाच फादर रिव्हार्डीला इस्पितळाकडे नेण्यात आले. थोड्याच दिवसांत तो मरण पावला. लाल, पिवळ्या, गौर अशा सर्व वर्णांच्या माणसांशी ऋणानुबंध जोडून ते दीर्घ काल टिकविण्याच्या फादर जोसेफच्या गुणाचे हे आणखी एक उदाहरण.

बिशपच्या आयुष्यातल्या त्या अखेरच्या दिवसांत मृत्यूचा विचार त्यांनी तसा फार थोडा केला. वियोग ठरला होता तो भूतकाळाचा. भविष्याची चिंता कुणी करावी? परंतु मरणाच्या क्रियेविषयी त्यांना एक बौद्धिक औत्सुक्य मात्र होते, उत्सुकता होती. मरणाने माणसाच्या निष्ठा आणि मूल्ये यात काय बदल घडतात ते त्यांना शक्य असते तर जाणून घ्यायचे होते. जीवन हा त्यांना उत्तरोत्तर 'अहम्'चा एक अनुभवच वाटत चालला होता– मात्र खुद्द 'अहम्' म्हणजे जीवन नव्हते. हा नवा निष्कर्ष त्यांच्या धार्मिक जीवनापासून अलग आणि स्वतंत्र होता, असा त्यांचा विश्वास होता. एक माणूस म्हणून, मानवी जीव म्हणून त्यांच्या मनी तो आला होता, रुजला होता. त्यांच्या लक्षात हेही आले की आता आपण साऱ्या गोष्टींकडे, आपल्या, इतरांच्या चालचलणुकीकडे एका वेगळ्या दृष्टिकोनातून पाहतो. त्यांच्या जीवनातल्या चुकांची विशेष क्षिती आता त्यांना वाटेनाशी झाली होती.

गॅल्व्हॅस्टन बंदरातले जहाज फुटणे, न्यू मेक्सिकोच्या वाटेवर 'बिशोप्रिक'च्या शोधात असता झालेला असलाच अपघात, हे त्यांना क्षुल्लक भासू लागले होते.

त्यांच्या एकूण स्मरणातही प्रमाणाची जाणीव उरली नव्हती. लांब जवळ काही नव्हते. जुने नवे सारे सारखेच स्पष्टपणे स्मरत होते. मेडिटरेनियनवरचे पोरवयातले पुतण्यांबरोबरचे दिवस त्यांना दिसत, भासत होते; तशीच रोममधली विद्यार्थिदशाही स्मरत होती. आणि एम. मोल्नीचे सँता फेतले आगमनही याला अपवाद नव्हते. कॅथेड्रलचे बांधकाम याचाच आणखी पुढला भाग होते. कॅलेंडरातले काळाचे विभाग त्यांच्या लेखी उपयोगाचे राहिले नव्हते आणि त्यांनीही त्यांची गणना टाकली होती. स्वतःच्या जाणिवेच्या मध्यभागी ते बसून होते. मनाची जुनी वाटा-वळणे सारी कायम होती. ती हाताशीच होती आणि हाती घेताही येत होती. नीट अभ्यासताही येत होती.

केव्हा केव्हा मॅग्डालेना किंवा बर्नार्ड खोलीत येत, काही विचारपूस करीत तेव्हा त्यांना नक्की काय हवे आहे ते समजून घेण्यात बिशपांचे काही सेकंद जात. असे पुन्हा वर्तमानात येऊन पडणे कष्टदायक होई. त्यांना कळत होते की हे लोक आपली मानसिक कुवत कमी होत असल्याचे समजताहेत; परंतु त्यांना हेही कळत होते की ती इतरत्र काही बाबतीत कमालीची वाढलीही आहे आणि त्यांना त्याची कल्पना नव्हती.

गरज निर्माण होई तेव्हा ते वर्तमानकाळात परत येऊ शकत होते. परंतु फारसा वर्तमानकाळ शिल्लक नव्हता. फादर जोसेफ गेला होता, ऑलिव्हेर्स जोडपे गेले होते, किट कार्सन गेला होता, आणि आयुष्यातल्या काही लहानसहान व्यक्ती तेवढ्या नावाला उरल्या होत्या. सँता फेला आल्यावर काही आठवड्यांनी एकदा सकाळी, जुन्या दिवसांतली एक समर्थ व्यक्ती उपस्थित झाली होती– स्मरणात नव्हे, चिंतनात नव्हे, प्रत्यक्षात, वर्तमानाच्या उथळ प्रकाशात. युसाबिओ. तो नॅव्हॅजो प्रमुख. लांब कोलोरॅडो चिकितोच्या भागात त्याला बातमी कळली होती की जुने आर्चबिशप मृत्युशय्येवर आहेत; आणि तो सँता फेला आला होता. आता तोही फार म्हातारा झाला होता. पुन्हा एकवार दोघांचे बाहू एकमेकांत निबद्ध झाले. बिशपनी डोळ्याकडेचा एक थेंब निपटून टाकला.

"मित्रा, भेटायची फार इच्छा होती. बोलावून घेणार होतो पण अंतर फार."

तो म्हातारा नॅव्हॅजो हसला. "नाही फादर, आता लांब नाही. मी गाडीने येतो, गाडीने. गॅलपला मी गाडीत चढलो की त्याच दिवशी इथे पोचतो. आपण एकदा बरोबर आमच्या मुलखातून इथे सँता फेला आलो होतो, आठवते? किती दिवस लागले होते आपल्याला? जवळजवळ दोन आठवडे. आता प्रवास जलदीने होतो. मात्र सारे बऱ्याकरता चालले आहे की काय ते माहीत नाही."

"भविष्यकाळ जाणण्याचा प्रयत्न नको, युसाबिओ. त्यात फायदा नाही. मनुएलितोचे कसे काय?"

"चांगला आहे अद्याप तो. तो अजून त्याच्या जमातीचा म्होरक्या आहे."

युसाबिओ फार वेळ थांबला नाही; परंतु उद्या आपण पुन्हा येऊ असे मात्र म्हणाला. काही दिवस सँता फेतच काही कामानिमित्त त्याला राहावे लागणार होते. खरे तर काही काम नव्हते. पण फादर लतूरची अवस्था पाहून त्याने हे ठरवले होते. एवीतेवी फार दिवसांचा प्रश्न उरला नव्हताच.

तो निघून गेल्यावर बिशप बर्नार्डकडे वळले, "दोन फार मोठ्या चुका दुरुस्त झालेल्या पाहायला मी जगलो; काळ्या माणसांची गुलामगिरी संपलेली मी पाहिली आणि नॅव्हॅजोंना त्यांचा मुलुख परत मिळालेला पाहिला."

अनेक वर्षे फादर लतूरला वाटत आले होते की एक तरी अॅपेक किंवा नॅव्हॅजो अस्तित्वात असेतोवर या इंडियन लढायांचा शेवट कधी तरी होणार आहे काय? या लढायांतून व्यापाऱ्यांचा आणि कारखानदारांचा फायदा झाला होता. आणि त्या चालू राहाव्यात म्हणून भरपूर राजकीय डाव आणि पैसा त्या भागात वापरला जात होता.

न्यू मेक्सिकोतल्या मधल्या काळात नॅव्हॅजोंची दुरवस्था आणि त्यांच्याच मुलुखात त्यांना सोसावा लागलेला वनवास बिशपला पाहावा लागला होता. नव्या 'डायोसेज'ची सूत्रे हाती घेतल्यावर लवकरच युसाबिओशी जडलेल्या स्नेहामुळे फादरना नॅव्हॅजो जमातीबाबत एक आपुलकी वाटू लागली होती. त्यांना त्यांच्याविषयी कौतुक वाटे, त्यांच्या कल्पनेला त्या लोकांचे युयुत्सू, मानी जीवन स्फुरण देई. घरेदारे करून राहिलेल्या गावागावातल्या इंडियनांच्या मानाने या जमातीने गौरकायांच्या जीवनपद्धतीचा स्वीकार करण्याला किती तरी अधिक काळ घेतला होता आणि गौरकायांचा धर्म, त्यांचे मिशनरी यांविषयी ती उपेक्षाच दाखवीत आली होती. तरीही फादर लतूरना तिच्यात एक श्रेष्ठ सामर्थ्याचा प्रत्यय येई. त्यांच्या तुटक वृत्तीमागे काही हेतू होता, एका धारदार श्रद्धा होती. अज्ञात कालापासून त्यांच्या असलेल्या मुलुखाला त्यांना पारखे व्हावे लागले. तेव्हा फादरना तो अन्याय, देवाघरी ओरडून जाब विचारावा असा घोर अन्याय वाटला होता. हजारोंच्या संख्येने त्यांना त्यांच्या प्रदेशातून तीनशे मैलांवरच्या पेकॉस नदीशी, बॉस्क रेडोंडोकडे पिटाळण्यात, होलपटण्यात येत होते. तो कडाक्याचा हिवाळा फादरच्या स्मृतीत कायमचा घर करून राहिला होता. मार्गात त्यांच्यातली शेकडो मुलेबाळे, आयाबाया, म्हातारीकोतारी आणि धट्टीकट्टी माणसे भुकेने, थंडीने मरण पावली होती. डोंगर ओलांडताना त्यांच्या मेंढ्या आणि घोड्यांनी तडफडून प्राण टाकले होते. कोणीही स्वेच्छेने गेले नाही; उपासमार आणि पारध अशा दोन साधनांनी त्यांना घालवण्यात आले.

आणि या जमातीतल्या उरल्यासुरल्या अवशेषांचाही निकाल त्या भागात लावण्याचे काम त्यांच्या स्नेह्याने, किट कार्सनने केले होते. कॅन्यॉन ड चेलीमध्ये तो त्यांचा मागोवा घेत शिरला होता. आपल्या मुलखात राहण्याचा अखेरचा प्रयत्न म्हणून ते इथे जाऊन राहिले होते. ते होते मेंढपाळ. आपल्या कळपांपलीकडे स्वतःचे असे त्यांच्याकडे काही नव्हते. जवळ फारशी शस्त्रे नव्हती, दारूगोळा नावापुरता होता, आणि बायकापोरांचे पेगार पाठीवर होतेच. परंतु हे 'कॅन्यॉन' गौरकाय फौजा पोचण्याच्या दृष्टीने तोवर अवघड, म्हणून नॅव्हॅजोंना वाटत होते की तिथे तरी राहता येईल. या भागात आपल्या देवता वास करतात अशीही त्यांची श्रद्धा होती.

कार्सनने त्यांना तिथे गाठले. त्यांचे साठे उद्ध्वस्त केले. त्यांची शेते जमीनदोस्त केली. तेथली फळझाडे कापून टाकली. अशा प्रकारे जवळचे अखेरचे सारे नष्ट होताना पाहून त्या नॅव्हॅजोंनी धीर सोडला. ते शरण आले नाहीत. त्यांनी फक्त लढायचे बंद केले आणि ते कैद झाले. कार्सन हुकमाचा ताबेदार होता; त्याने हुकुमान्वये आपले क्रूर लष्करी कर्तव्य बजावले. परंतु नॅव्हॅजो म्होरक्यांपैकी सर्वांत शूर तो त्याच्या हाती पडला नव्हता. कॅन्यॉन ड चेलीतल्या आपल्या जमातीच्या भयंकर पाडावानंतर तो म्होरक्या- मनुएलितो मुक्त राहिला. त्यानंतरच्या काळात युसाबिओने सँता फेत बिशप लतूरची गाठ घेऊन मनुएलितोची भेट झुनिला येऊन घेण्याची विनंती त्यांना केली होती. कायद्याने बहिष्कृत ठरलेल्या या माणसाला भेटण्यास संमती देणे धर्मगुरू म्हणून बिशपना योग्य वाटले नव्हते. परंतु ते माणूसही होते आणि शिवाय न्यायाचे चाहते होते. त्यांना विनंती करण्यात आली ती अशा तऱ्हेने, की ती अव्हेरणे त्यांना जमले नाही. युसाबिओसमवेत ते गेले.

मनुएलितोकरता त्याला जिवंत वा मृत स्थितीत पकडण्याकरता सरकारने मोठे इनाम जाहीर केले होते. तरीही तो त्याच्या प्रदेशातून झुनीत आला तो दिवसाढवळ्या, डझनभर अनुयायी बरोबर घेऊन. सारे मरतुकड्या घोड्यांवर स्वार होते. कोलोरॅडो चिकितो भागातल्या युसाबिओच्या मुलखात तो लपूनछपून राहत होता.

मनुएलितोला आशा वाटत होती की, बिशप वॉशिंग्टनला जाऊन त्याच्या जमातीच्या बाजूने, ती नष्ट होण्याआत, काही रदबदली करतील. तो म्हणाला, सरकारकडून त्यांना काही नको होते; फक्त त्यांना हवा होता त्यांचा धर्म आणि त्यांची वंशपरंपरागत भूमी. हा सारा भाग त्याच्या म्हणण्याप्रमाणे त्यांच्या धर्माचा भाग होता, याला धार्मिक महत्त्व होते. आणि याच्यापासून त्याच्या जमातीची ताटातूट म्हणजे जिवाची देहापासून ताटातूट होती. हा भाग, कॅन्यॉन ड चेली, म्हणजे त्यांना वाढविणारी, पोसणारी त्यांची आई होती, इथे त्यांचे देवदेवता वास करीत होते. पॅड्रेचा देव जसा चर्चमध्ये तसा त्यांचा या प्रदेशात होता.

आणि कॅन्यॉन ड चेलीच्या उत्तरेकडे 'शिप-रॉक' होता. उंचवर गेलेला एक सुळका. सपाट वाळवंटात एकुलता एक. पन्नास एक मैलांवरून दिसू शकणारा. लांबून तो एक शिडाची मच्छीमारी नाव वाटे. म्हणून गौरकाय लोकांनी त्याला तसे नाव दिले होते. परंतु इंडियनांकडे त्याचे नाव वेगळेच होते. त्यांच्या मते तो सुळका पूर्वी केव्हा तरी हवेत उडणारे जहाज होता. पुरातन काळी तो सुळका हवेतून उडत आला होता आणि त्याच्या टोकावर बसून नॅव्हॅजो जमातीचे आद्य जोडपे दूर उत्तरेकडून, सारीच माणसे जेथून आली तेथून इथे पोचले होते. हा सुळका जेथे जमिनीवर येईल तो त्या जोडप्याच्या वंशाचा प्रदेश ठरायचा होता. त्या वाळवंटात तो खाली आला. तिथे माणसांना जगणे मुष्कील होते. परंतु त्या जोडप्याला मग कॅन्यॉन ड चेलीचा शोध लागला. इथे निवारा होता, पाण्याचा अखंड पुरवठा होता. तो कॅन्यॉन आणि हा 'शिपरॉक'चा सुळका या जमातीला, गौरकायांना त्यांची चर्चेस प्रिय होती त्याहूनही प्यार होता आणि यापासून तीनशे मैल लांब जाऊन कुठे तरी नव्याने जगणे त्यांना अशक्य होते.

शिवाय बॉस्क रेडेण्डोचा प्रदेश तिकडे पॅकॉसकडे होता, रिओ ग्रॅंडच्या अतिपूर्वेला होता. वाळूत मनुएलितोने एक नकाशा काढला आणि बिशपला समजावून सांगितले की पूर्वेला रिओ ग्रॅंड, उत्तरेला रिओ सान वान, पश्चिमेला रिओ कोलोरॅडो त्याच्या जमातीने ओलांडणे धर्माज्ञेविरुद्ध होते, तसे केल्यास जमात नष्ट होईल असे सांगून ठेवण्यात आले होते.

फादर लतूरसारखा मोठा धर्मगुरू वॉशिंग्टनला गेल्यास सरकारने त्याचे ऐकले असते, असे मनुएलितोचे म्हणणे.

फादर लतूरने त्याला समजावण्याचा प्रयत्न केला की प्रॉटेस्टंट देशात रोमन धर्मगुरूला एकच गोष्ट अशक्य होती आणि ती म्हणजे सरकारी कामात ढवळाढवळ. मनुएलितोने ते आदरपूर्वक ऐकून घेतले; परंतु त्याला ते खरे वाटले नाही, हे बिशपला समजले होते. बिशपचे बोलून संपल्यावर तो नॅव्हेजो जागचा उठून म्हणाला :

"माझ्या लोकांची होलपट करणाऱ्या, त्यांना बॉस्क रेडोण्डोच्या डोंगरात हुसकवणाऱ्या क्रिस्टोबलचे तुम्ही मित्र आहात. तुमच्या मित्राला जाऊन सांगा की जिवंतपणी मला तो कधीही पकडू शकणार नाही. मागे माझ्याजवळच्या मेंढ्या मला मोजता येत नसत. आज उरल्या आहेत तीस मेंढ्या आणि थोडे अर्धपोटी घोडे. माझी मुले कंदमुळांवर जगताहेत आणि माझ्या जिवाची मला पर्वा नाही. परंतु माझी आई, माझे देव या पश्चिमेत आहेत. आणि म्हणून प्राण गेला तरी मी रिओ ग्रॅंड ओलांडणार नाही."

त्याने हे खरे केले होते. त्याच्या हद्दपार जमातीच्या पुनरागमनापर्यंत तो

लपूनछपून पश्चिमेतच राहिला. कारण एक अनेक्षित घटना घडली होती :

बॉस्क रेडोण्डो नॅव्हॅजोंना फार गैरसोयीचा मुलुख ठरला. पाटबंधाऱ्यांनी तो लागवडीला आणता आला असता; परंतु ती जमात शेतकऱ्यांची नव्हती, मेंढपाळांची होती. त्यांच्या मेंढ्यांकरता तिथे कुरणे नव्हती. जळणाला लाकूड नव्हते. जमिनीतली मुळे काढून वाळवून त्यांचे ते लोक जळण करीत. तो भाग 'अल्कलाइन' युक्त होता आणि गढूळ पाण्याने शेकडो इंडियन्स मृत्युमुखी पडले. अखेर वॉशिंग्टनच्या सरकारला आपली चूक उमगली– सरकारला सहसा असे काही उमगत नाही पण एवढ्यापुरते मात्र असे झाले खरे. पाच वर्षांच्या वनवासानंतर 'नॅव्हॅजो' पैकी उरलीसुरली माणसे त्यांच्या मूळ भूमीवर परतू शकली.

१८७५मध्ये बिशपनी त्यांच्या फ्रेंच स्थापत्य विशारदला तो फ्रान्सला परतण्याआधी आरिझोनाला नेऊन तो भाग थोडाफार दाखवला होता. तेव्हा त्या भागात नॅव्हॅजो घोडेस्वार विमुक्तपणे संचार करीत असलेले बिशपनी पाहिले होते आणि त्यांना आनंद वाटला होता. कॅन्यॉन ड चेलीपर्यंत ते दोघे तेव्हा पोचले होते. पुन्हा एकवार तिथल्या खोलगटीत पिके डुलत होती. मेंढ्यांचे कळप चरत होते, घरे वसली होती. ते जणू इंडियनांचे 'गार्डन ऑफ एडन' होते!

आणि आता, या म्हातारपणात, रुग्णावस्थेत, त्या गतकालातले एकेक बरे-वाईट प्रसंग बिशपच्या मनात पुन्हा एकदा सरकत होते. रिओ ग्रॅण्डवरच्या एका जागी, नावेतून पलीकडे वनवासात जाण्याकरता उभ्या असलेल्या इंडियनांचे भेसूर चेहरे. पुन्हा आपल्या मुलखाकडे कळप हाकीत सोबत म्हातारीकोतारी आणि मुलेबाळे घेऊन परत जाणाऱ्या उरल्यासुरल्या इंडियनांचे लांब लांब जथे. वसंतारंभी लिटल कोलोरॅडोमध्ये युसाबिओसमवेत घालवलेल्या काळाचेही स्मरण होत होते. त्या वेळी, योग्य मेंढी सापडेतोवर कोकराच्या तोंडी आपला स्तन देणारी फादरनी पाहिलेली इंडियन स्त्री... पोरक्या कोकरांना हाती धरून वाळूतून दौडणारे इंडियन घोडेस्वार...

"बर्नार्ड..." बिशप पुटपुटत, "त्या जुन्या अन्यायांचे परिमार्जन झालेले पाहण्याला ईश्वराने मला जगवले हे फार बरे केले. इंडियन्स नष्ट होतील असे मला मागे वाटे. आता नाही तसे वाटत. ईश्वर त्यांना जगवील, वाढवील."

अमेरिकन डॉक्टर आर्चबिशप ××× आणि मदर सुपीरिअरशी बोलत होते. "काळजीचा भाग आहे तो हृदयाचा. त्याची क्रिया चालू राहावी म्हणून सारखे ती उद्दीपित करणारे औषध देतो आहे मी. पण आता त्याचा उपयोग होईनासा झाला आहे. बरे, डोसही मी वाढवू शकत नाही. ते तत्काळ प्राणघातक ठरण्याचा संभव. तुम्हाला त्यांच्यात एवढा बदल दिसतो तो यामुळे."

बदल असा होता की म्हाताऱ्या फादरची अन्नावर वासना उरली नव्हती

आणि सर्व काळ ते झोपत होते वा झोपलेले वाटत होते. अखेरच्या दिवशी त्यांची अवस्था सर्वांना जवळजवळ कळलेलीच होती. दिवसभर कॅथेड्रल माणसांनी गजबजले होते. फादरकरता प्रार्थना चालली होती. त्यात जोगिणी होत्या, वृद्धा होत्या, तरुण पुरुष होते आणि मुलीही होत्या. कोणी येत होते, कोणी जात होते. फादरनी 'व्हिआटिकम'चे ग्रहण भल्या सकाळीच केले होते. तेसुक इंडियनांचे फादरचा शेजार केलेले अनेक लोक सँता फेंत आले होते. आर्चबिशपच्या निवासस्थानाच्या अंगणात बसून फादरच्या तब्येतीच्या वार्ता ऐकत होते. त्यांच्याबरोबर नॅव्हॅजो युसोबिओही होता. फ्रुक्तोसा आणि त्रांक्विलिनो हे फादरचे जुने नोकर कॅथेड्रलमध्ये प्रार्थनेत मग्न होते.

मदर सुपीरिअर मॅग्डालेना आणि बर्नार्ड फादरच्या उशाशी होते. हातून काही करण्याजोगे उरले नव्हते. शक्य होते पाहणे, प्रार्थन करणे. फादर शांतपणे, कोणत्याही यातनेविना स्वस्थ पडले होते. काही वेळा ती निद्रा असल्याचे इतरांना त्यांच्या विश्रब्ध चेहऱ्यावरून कळे. कधी कधी डोळे मिटलेले असूनही फादर जागृत असल्याचे जाणवे. त्यांच्या मुद्रेवरून तसे वाटे.

दिवस मावळला, दिवेलागणी झाली. फादर बेचैन होताहेतसे दिसू लागले. थोडेफार चाळवू लागले. पुटपुटू लागले. ती पुटपुट फ्रेंचमधली होती; परंतु तिच्यातले काही शब्द कळूनही बर्नार्डला तिचा अर्थ लागत नव्हता. तो फादरच्या जवळ वाकला. म्हणाला, "काय, फादर? मी इथेच आहे."

फादर पुटपुटतच होते. हात किंचित हलवत, चाळवत होते. मॅग्डालेनाला वाटले, ते काही तरी मागताहेत. किंवा त्यांना काही सांगायचे आहे. परंतु फादर मुळी प्रत्यक्षात तिथे नव्हतेच. ते त्यांच्या मायभूमीतल्या डोंगराच्या उतारावरच्या एका हिरव्यागार शेतात भल्या प्रातःकाली उभे होते; राहण्याची आणि जाण्याची इच्छा यांच्या झगड्यात विदीर्ण होऊ पाहणाऱ्या एका तरुण मुलाचे सांत्वन करण्याचा प्रयत्न करीत होते. धर्मार्पण मनाच्या त्या थकल्या, दुबळ्या धर्मगुरूत नवी इच्छाशक्ती स्फुरविण्याचा खटाटोप करीत होते. वेळ थोडा उरला होता. लांब डोंगरातल्या सडकेने पॅरिसची गाडी दडदडा दौडत येत होती...

काळोख पडला. आणि किंचित्कालात कॅथेड्रलची घंटा घणघणली. सँता फेचे मेक्सिकन रहिवासी आणि अमेरिकन कॅथॉलिक्स गुडघ्यांवर नतमस्तक झाले. असे न वाकलेले कोणी मनच्या मनी प्रार्थना करते झाले. युसाबिओ आणि तेसुक मुले आपापल्या लोकांना बातमी देण्याकरता जड पावलांनी निघून गेली. दुसऱ्या दिवशी जुने आर्चबिशप, त्यांनीच बांधलेल्या चर्चच्या उंच 'आल्टर' पुढे शांत पहुडले होते.

◆